पुस्तकप्रशंसा

'आपला हा समाज, त्याचं आंतरिक चलनवलन आणि बाह्यात्कारी कृती यांच्या
इतिहासकार म्हणजे शोभा डे असं म्हणता येईल. त्या जे आजवर करत
आल्या आहेत, तेच त्यांनी लॉकडाऊनच्या काळात केलं. समाजातल्या प्रत्येक
स्तरावर घडणाऱ्या, बिघडणाऱ्या, विस्कटणाऱ्या अनेकानेक विचार आणि कृतींचं
यथार्थ वर्णन त्यांनी शब्दबद्ध केलं, नोंदवलं. ही वेळ आपल्यावर पुन्हा
कधी ओढवणार नाही, अशी आशा त्या व्यक्त करतात. या काळापायी
इतका बदल घडून आला आहे की, त्यातून काय उघडकीला आलं आहे,
याचं विस्मरण आपण होऊ देता कामा नये. त्यांच्या
या पुस्तकामुळे आपल्याला हे साध्य करायला
नक्कीच मदत होणार आहे.'

– मनजीत कृपलानी, सह-संस्थापक आणि कार्यकारी निर्माती,
गेटवे हाउस, फॉरेन पॉलिसी
थिंक टँक, मुंबई

'मन, चित्त, दोन डोळे आणि दोन कान अशा 'षट' समुच्चयातून देखणा चेहरा
आकाराला आणणं हे केवळ शोभा डे यांच्या सारख्यांनाच जमू शकतं. प्रत्येक
कथातरंग अनोखा, उदात्त, संवेदनशील, मर्मभेदक, समयोचित आणि यथास्थित
आहे. भारताच्या लॉकडाऊन काळातल्या भीती आणि वेदना अशा भावनांना
निरनिराळ्या धाग्यांच्या अजोड गुंफणीतून त्यांनी नजाकतीने विणलं आहे; जणू
एखादं नक्षीदार वस्त्रच! लॉकडाऊनच्या या कठीण काळातून जे तरू शकले,
त्यांच्यासाठी हे गौरवगान आहे. जे तग धरू शकले नाहीत,
त्यांच्यासाठी ही श्रद्धासुमनं आहेत.'

– अशोक चोप्रा, प्रकाशक आणि लेखक

D9900057

लॉकडाऊन
कुलूपबंद मनांच्या कथा

लॉकडाऊन

कुलूपबंद मनांच्या कथा

शोभा डे

अनुवाद : डॉ. शुचिता नांदापूरकर-फडके

MANJUL

मंजुल पब्लिशिंग हाउस

First published in India by

MANJUL

Manjul Publishing House

Pune Editorial Office
•Flat No. 1, 1ˢᵗ Floor, Samartha apartment, 1031,
Tilak Road, Pune - 411 002

Corporate and Editorial Office
•2 Floor, Usha Preet Complex, 42 Malviya Nagar, Bhopal 462 003 - India

Sales and Marketing Office
•7/32, Ansari Road, Daryaganj, New Delhi 110 002 - India
Website: www.manjulindia.com

Distribution Centres
Ahmedabad, Bengaluru, Bhopal, Kolkata, Chennai,
Hyderabad, Mumbai, New Delhi, Pune

Marathi edition of *Shobha Dé's Lockdown Liaisons*

Marathi edition first published in 2021

English edition first published by
Simon & Schuster India in 2020

Translation: Dr. Shuchita Nandapurkar-Phadke

ISBN 978-93-90924-31-8

कोविडचा सामना अविश्वसनीयरित्या करणाऱ्या योद्ध्यांना हे पुस्तक समर्पित. स्वतःच्या आयुष्याची आहुती देत त्यांनी जीवनाचं महत्त्व पटवून दिलं. अंधःकार पसरलेला असताना, नैराश्याच्या खाईत हे जग लोटलं गेलेलं असताना आमच्यासाठी प्रकाशकिरणं होऊन आल्याबद्दल आम्ही तुमचे मनःपूर्वक आभारी आहोत... हे सारं आकाश तुमचंच आहे.

अनुक्रमणिका

इंग्लिश आवृत्तीच्या प्रकाशकाचे मनोगत

जुलै २०२०

आपण सगळे जण आपापल्या छोट्याशा विश्वात मग्न असताना अत्यंत विचित्र आणि अनिश्चित अशा काळाला तोंड देण्याची वेळ आपल्यावर आली आहे. एकाच वेळेस संपूर्ण विश्वाला एखाद्या रोगाने आपल्या कवेत घेण्याची ही पहिलीच वेळ आहे. रणरणत्या उन्हात अनवाणी पायाने वाटचाल करणाऱ्या स्थलांतरित मजुरांच्या यातनांचा आपल्या मनावर काहीही परिणाम होऊ न देता, सोशल मीडियावर मात्र आपण वाटेल तसे मोकाट बडबड करत सुटलो आहोत. नेहमीप्रमाणेच, याही क्षणांमध्ये आपल्यातलं शहाणपण जोपासण्याचं काम या शब्दांनी केलं आहे. आपले स्वतःचे शब्द, आपल्या जिवलगांचे शब्द आणि त्याहून महत्त्वाचं म्हणजे लेखनातून व्यक्त होण्याचा वरदहस्त लाभलेल्या लेखकांचे शब्द. संपूर्ण विश्वातल्या विविध अनुभवांना लेखणीच्या सामर्थ्यशाली माध्यमातून आपल्या समोर मांडले जाणारे शब्द. त्यातल्या कित्येक कल्पना आणि विचार आपल्याही मनात कधी ना कधीतरी अस्फुटपणे आलेले असतात हेही तितकंच खरं.

'सायमन ॲन्ड शुस्टर, इंडिया' या आमच्या प्रकाशनातर्फे शोभा डे यांच्यासारख्या सिद्धहस्त लेखिकेच्या लेखणीतून झरलेल्या लघुकथा या पुस्तकातून तुमच्यासमोर आणताना आम्हाला खूप आनंद होत आहे. वैश्विक महामारीचं वर्णन करताना जगभरातला मतप्रवाह त्यांनी आपल्या वैशिष्ट्यपूर्ण कथेत मांडला आहे. या तरल कथा वाचून आपण कुठल्याही मनोहारी नगरीत पलायन करू शकणार नसलो, तरी त्यांच्या अनेक कथांतून

जाणवणाऱ्या प्रेमामुळे आपल्या चेहऱ्यावर अलगद हसू उमटेल. कधी कपाळावर आठी येईल. काहीही असलं तरी, या कथांमुळे मानवी भावनांच्या सातत्याने बदलणाऱ्या विश्वाचा थांग आपल्याला लागण्याची शक्यता निर्माण होते. हे विश्व किती अनिश्चित आणि डळमळीत आहे याची पुरेपूर कल्पना आपल्याला असली, तरी लेखिकेच्या कथांतून उलगडणारा भावनापट अनुभवताना आपण आयुष्याचा वेध घेत ते किंचित अधिक चांगल्या प्रकारे जाणून घेऊ शकतो.

ॲन्थॉलॉजी म्हणजे साधारण समान विषयांना वाहिलेल्या कथांचा किंवा कवितांचा संग्रह. हे पुस्तक त्याचं उत्तम उदाहरण आहे. सध्याचा काळ फार कठीण असला, तरी स्वतःशी मार्दवाने वागायला हवं हे लक्षात ठेवा. एकदा का ते तुमच्या लक्षात आलं की, या पुस्तकाच्या पानापानांतून भेटणाऱ्या व्यक्तिमत्त्वांशी तुम्ही मार्दवाने वागू लागाल. परिणामतः, तुमच्या दैनंदिन आयुष्यात आणि बाहेरच्या जगात भेटणाऱ्यांशीसुद्धा मार्दवाने वागणं तुम्हाला जमू लागेल.

लॉकडाऊन

कुलूपबंद मनांच्या कथा

मनोगत

शोभा डे
जुलै २०२०

या कथा लिहिण्याची मला इतकी घाई का होती? मार्चमधल्या त्या दिवसाकडे मी वळून पाहते तेव्हा मला जाणवतं, सारं काही धाडकन कोसळलं... आपल्या सगळ्यांच्या जगण्याचा ताल संथावला. माझ्या मनात आलेला विचार मला आजही आठवतो, 'मी मरणार आहे. आपण सगळे मरणार आहोत... आता जगाचा शेवट आला आहे.' ही अतिरेकी प्रतिक्रिया होती, खरोखरंच! पण त्या क्षणी ते तसं वाटणं अगदी खरं होतं – ती अस्वस्थता, हृदयाची वाढलेली धडधड, गमावण्याची आणि पश्चात्तापाची सखोल भावना... पहिले चार-पाच दिवस तर केवळ सुन्नता तेवढी जाणवत होती. कुतूहल मिश्रित बधीरता... त्या पाठोपाठ आली ती नाकारण्याची भावना. मग गोंधळ माजला मनात. त्यानंतर घायकुतीला येऊन कशाचा तरी शोध घेणं सुरू झालं... अगदी कशाचाही, ज्यामुळे जीवनाला थोडाफार अर्थ मिळाल्यासारखं वाटेल असं काही तरी. एकत्रितरित्या जाणवणारं हे नैराश्य स्पष्ट आणि निश्चित होतं – माहितीच्या लहानमोठ्या अनिश्चित तुकड्यांना घट्ट धरून ठेवण्याचा वेडेपणा त्यातूनच निर्माण झाला. शक्य असेल तिथून आशा आणि स्वस्थता मिळवण्याचा प्रत्येकाचा प्रयत्न होता. सगळ्यांना गुरफटून टाकणाऱ्या अंधःकारामुळे प्रत्येकाची अवस्था उडू न शकणाऱ्या, घरटं नसणाऱ्या, दिशाज्ञान नसणाऱ्या पक्ष्यांगत झाली. मला तर अतिशय नैराश्य जाणवू लागलं. समजून घेण्याच्या त्या गंभीर अशा कालावधीत मी जितकी भंजाळले होते, तितकी त्या आधी कधीच नव्हते. आजवर नेहमीच शब्दांनी मला सुरक्षित पांघरूण बहाल केलं

आहे. सारं काही हरल्यावर मी प्रत्येक वेळेस शब्दांचाच आसरा घेतला आहे. पुन्हा एकदा त्या शब्दांनीच माझी सुटका केली... किती ऋण आहे माझ्यावर त्यांचं!

साधारण दोन आठवड्यांनंतर एक-एक कथा आकाराला येऊ लागली. माझ्या शरीराचं घड्याळ मी जुळवून घेतलं. काही अटळ बाबींचा स्वीकार केला. माझ्या दैनंदिन जीवनक्रमापासून मी सुरुवात केली. तसंही बऱ्याच दिवसांपासून मला असा बदल घडवून आणायचा होताच. रोज रात्री मी तब्बल नऊ तास; हो, नऊ तास झोपू लागले, किंचितही अपराधी भावना न बाळगता. केसांच्या मुळांचा पांढरा रंग दिसू लागला तसतशी माझी आढ्यता गळून पडू लागली. स्वतःच्या पांढऱ्या केसांचं मला कौतुक वाटू लागलं. अशा प्रकारे घरात दडून राहावं लागलेलं असताना माझ्या कमकुवतपणाचे आजवर दडलेले अनेक कंगोरे समोर येऊ लागले. मनात येईल तेव्हा मी पोटभर रडू लागले. माझ्या कामाची गती? धोक्याच्या सूचना मिळूनही मी ती बेफाम वाढवली. जगभर पसरलेल्या साथीच्या पार्श्वभूमीवर होत असलेल्या उत्पादनाची टर उडवणाऱ्या इन्स्टाग्रामवरच्या पोस्ट्सचा फडशा पाडायला मी सुरुवात केली. जगाने 'पॉज्' हे बटण दाबावं म्हणून मी आग्रह धरला. मी प्रयत्न केला. माझा स्वतःचा 'पॉज्' दोन दिवस टिकला. माझ्या कथा मला एकटीला सोडणार नव्हत्या. त्यांना कागदांवर उतरवणं हाच माझ्यासाठीचा उपचार होता. स्वतःचं शहाणपण टिकवून ठेवण्याचा मार्ग होता. बोटात धरलेल्या लेखणीतून शब्द झरझरू लागले. माझ्यासाठी हेच शब्द जीवनरक्षक नौका ठरले. मला वाहवत जायचं नव्हतं... मला सुरक्षित निवारा हवा होता.

पहिल्या काही कथा धेडगुजरी होत्या. संताप आणि तिरस्कार यांनी युक्त अशा ओबडधोबड होत्या. अर्थात, माझ्यातल्या संतप्त अवकाशातून त्या बाहेर पडल्या होत्या. त्या वाचून माझ्या मुलांना धक्का बसला. त्यातली शिवराळ भाषा, उघडीवाघडी शृंगार वर्णनं आणि एकूणच लिखाणाची मुजोर भाषा माझ्या कुटुंबीयांच्या पचनी पडली नाही. प्रत्येक कथा अधिकाधिक गडद स्वरूपात बाहेर पडू लागली. त्या कथेतील वळणं, उपहास, निंदा इत्यादींना दयेमायेचा स्पर्शही नव्हता. हा व्हायरस म्हणजेच सूक्ष्मातिसूक्ष्म विषाणू इथे मुक्कामाला आला आहे हे आपल्याला समजलेलं सत्य ज्या दिवशी मी स्वीकारलं, त्या दिवशी माझ्या भावनांनी चक्क

पलटी मारली. तरीसुद्धा, 'भूमातेला बरं होऊ द्या' या वैश्विक नाऱ्यामध्ये मी स्वतःला सहभागी करू शकले नाही – मला स्वतःला बरं होणं गरजेचं होतं. साधारण पाचव्या–सहाव्या आठवड्यात अनेक अंतर्गत चकामकी झाल्या, जिंकल्या गेल्या. भूतकाळाचा स्वीकार करत आयुष्यात पुन्हा वरच्या स्थानावर पोहोचत असल्याची भावना माझ्या मनात येऊ लागली. संताप ओसरला होता. माझ्या मेंदूत एक वेगळाच आवाज ऐकू येऊ लागला होता. हा आवाज अधिक प्रतिध्वनित करणारा होता. नव्याने बहरू लागणाऱ्या माझ्या चित्तवृत्तींचं प्रतिनिधित्व त्यानंतर लिहिल्या गेलेल्या कथांतून होऊ लागलं. स्व–अस्तित्वाची जाणीव जसजशी बदलत गेली, तसतसं कथांचं रूपडं पालटत गेलं. आज म्हणाल तर, उद्या कसा असेल हे कोणी पाहिलंय? मला एका अनोख्या शांतीची जाणीव होते आहे. कधी कधी ती फार विचित्र वाटते, तर कधी कधी सुखावते. माझ्या घराच्या बाल्कनीतून दिसणाऱ्या आकाशाने मला सतत चालत राहायला मदत केली आहे. गेल्या कित्येक वर्षांत याच आभाळाच्या अनेक छटांचा आणि झळझळीतपणाचा अनुभव मी घेतला आहे. नजर वर केली असता ते आकाश तिथेच असलेलं मला दिसलं, तर त्याचाच अर्थ मी जीवित आहे. किती मौल्यवान भेट आहे ही!

आपण सगळे अशाच प्रकारे वरती दृष्टीक्षेप टाकू यात. ढगांपल्याड आणि क्षितिजापल्याड आपली नजर जाऊ दे. आपण स्वप्नं पाहत राहू यात. एका सुंदर जगाची कल्पना करू यात. ते आहेच तिथे आपल्या प्रतीक्षेत.

मालिबू मॅन्शन्स

शुक्लाजींचे 'आशीर्वाद' मला नकोच होते... मी काय म्हणत आहे हे तुम्हाला लक्षात येत आहे का? तसं पाहायला गेलं तर, मी नेमकं काय प्राप्त केलं होतं? उल्लेखनीय असं काहीच तर मिळवलं नव्हतं मी. स्वतःचं आयुष्य कुठल्याच गोष्टीसाठी पणाला लावलं नव्हतं. जी नोकरी आता माझी नव्हती ती टिकवण्यासाठी मी काहीही केलं नव्हतं. ज्या क्षणी जे योग्य आहे असं मला वाटलं होतं, त्या क्षणी मी ते केलं होतं. त्यासाठी मी काही पूर्वनियोजन वगैरे केलं नव्हतं. जे काही घडलं ते उत्स्फूर्त निर्णयामुळे. मी शुक्लाजींच्या मागे उभी राहिले. आमच्या प्रशस्त सोसायटीमध्ये शुक्लाजी अशी व्यक्ती होती ज्यांच्याकडे प्रत्येक जण कुठल्याही अडचणीसाठी जात असे. अगदी क्षुल्लक गोष्टीसाठी मी ठामपणे उभी होते इतकंच. आमच्या बिल्डिंगमधले इतर रहिवाशी अगदी मुकाट्याने उभे होते. स्वतःच्या गप्प बसण्याची त्यांना लाज वाटत होती की काय त्यांनाच ठाऊक. कोणाचीही घालमेल झालेली मला तरी दिसली नाही. निदान, तसं प्रत्यक्षात तरी दिसून आलं नाही.

'मालिबू मॅन्शन्स' या ठिकाणी शुक्लाजी वर्षानुवर्षं काम करत आले होते. इथे राहणाऱ्या सगळ्यांत पहिल्या रहिवाशांपासून शुक्लाजी इथे काम करत होते. या बिल्डिंगच्या मूळ रहिवाशांपैकी मी आणि माझा नवरा साजिद होतो. आजकाल तर इथे राहणारी बहुतेक तरुण जोडपी भाड्याने राहतात. सोसाटीतले ज्येष्ठ नागरिक त्यांना 'भाडेकरू' असंच म्हणतात. थोडक्यात काय, या भाडेकरूंना स्वतःच्या भाड्याच्या घराव्यतिरिक्त सोसायटीमधल्या

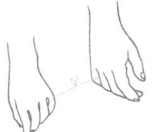

कोणाचीच काही माहिती नव्हती. इतकंच नाही तर, आपल्या आधी त्या घरात कोण राहून गेलं असेल हेही त्यांना माहीत नसायचं. तशी कोणाला पर्वाही नव्हती. घर भाड्याने घेणं इतकंच त्यांना ठाऊक असे. त्यानंतर साधारण दोन–चार वर्षं त्या घरात काढली की, हे भाडेकरू दुसरीकडे कुठेतरी जात. आमच्या अतिशय गतिमान जीवनात शुक्लाजी हा घटक सातत्याने उपस्थित होता. तसं पाहिलं तर, ते नेमकं कोणतं काम करत याबद्दल कोणालाच सांगता आलं नसतं. पण प्रत्येक काम ते करत असत. कोणाचं प्लंबिंगचं काम असो, कोणाचं सुतारकाम असो, लिफ्टची दुरुस्ती असो, लाईटचे फ्यूज उडालेले असोत... शुक्लाजी चटकन काम करून मोकळे होत. कुठलीही गंभीर किंवा तातडीची परिस्थिती निर्माण झाली की, आमची सगळी भिस्त शुक्लाजींवर असे. काम कितीही लहानमोठं असलं तरी शुक्लाजी ते यशस्वीपणे पार पाडणार याची आम्हाला खात्री असे. अगदी चारचौघांसारखे होते ते दिसायला. ते नेमके कसे दिसतात हे जर तुम्ही मला आत्ता विचारलं तर, मला त्यांचं वर्णन काही करता येणार नाही. त्यांचा बांधा कसा होता? उंची किती होती? देव जाणे! तसं पाहिलं तर, आमच्यापैकी कोणीच शुक्लाजींना नीट 'पाहिलं' नव्हतं. म्हणजे, आलं ना लक्षात तुमच्या? ज्या महत्त्वाच्या व्यक्ती असतात त्यांना तेवढं आपण नीट पाहतो. शिवाय, आपले घरातले लोक, आपले नातेवाईक आणि मित्रमैत्रिणी यांना आपण नीट पाहतो. घरी किंवा दारी जे लोक आपल्यासाठी काम करतात ते मात्र बहुतांश वेळेस आपल्याकरता अदृश्य असतात. त्यांचा विचार केला की, आपल्या डोळ्यांसमोर केवळ अंधुकशी प्रतिमा तेवढी येते. फारसं लक्ष देतच नाही आपण त्यांच्याकडे कधी. अस्पष्ट प्रतिमा आणि आवाज. बस! या दोन गोष्टी मनात आल्या की, ती व्यक्ती आपल्यासमोर उभी राहते. तेवढंच त्या व्यक्तीचं अस्तित्व. अहाहा! इतकं आठवणं ही कृपाच म्हणायची.

आमच्या सोसायटीमध्ये शुक्लाजी नेमकं काय करत होते असं मला विचारलंत, तर मला खरंच काहीही सांगता येणार नाही. कारण, शुक्लाजी प्रत्येकच गोष्ट करत होते. तसा त्यांना ना कुठला हुद्दा होता, ना युनिफॉर्म होता, ना कामाची कुठली औपचारिक रूपरेषा त्यांना कोणी आखून दिली होती. कदाचित, 'मालिबू मॅन्शन्स'मध्ये राहणाऱ्या आम्हा प्रत्येकाकडूनच त्यांचा पगार दिला जात असेलही. खरं सांगायचं तर, त्याबद्दलही मला

नेमकं काही माहीत नाही. कोणाच्यातरी रिकाम्या पडलेल्या गॅरेजमध्ये ते राहत होते इतकंच मला माहीत होतं. आणि म्हणूनच, लॉकडाऊन सुरू झाल्यावर जेव्हा बाहेरच्या कोणत्याही व्यक्तीला सोसायटीमध्ये प्रवेश मिळेनासा झाला, तेव्हा प्रत्येक गोष्टीसाठी अवलंबून राहायला आम्हाला शुक्लाजी सहज उपलब्ध होते. दर महिन्याला त्यांना नेमके किती पैसे मिळत होते कोण जाणे!

माझ्या नवऱ्याला तसं मी विचारलं होतं, तेव्हा हाताने माझा प्रश्न उडवून लावत त्याने म्हटलं होतं, 'करायचं तरी काय तुला हे सगळं जाणून? तू काय तुझ्या खिशातून पैसे देते आहेस का? नाही ना? आपल्या कामात लक्ष घाल!' काम! ह्यॅ! कसलं काम? नुकतीच माझी नोकरी गेली होती. न्यूज अँकर म्हणून मी मीडियाच्या क्षेत्रात काम करत होते. दाबून पगार मिळत होता मला. मला काढून टाकण्यात आलं! हो! अगदी सरळ काढून टाकण्यात आलं. गेली बावीस वर्षं या कंपनीसाठी रक्त आटवल्यावर मला काढून टाकण्यात आलं. अर्थात, तशी मी एकटी नव्हतेच म्हणा. माझ्या किती तरी सहकाऱ्यांवर हीच वेळ आली होती. एचआरडीकडून एक फोन... एक छोटाशा ई-मेल... बूम! खेळ खल्लास!

त्या उलट, माझ्याहून खूप ज्युनिअर असणाऱ्या एका रिपोर्टरला एका रात्रीत प्रमोशन मिळालं होतं. जो कार्यक्रम गेली कित्येक वर्षं केवळ मी सादर करत होते, तिथे माझ्याऐवजी तिचा चेहरा दिसू लागला होता. तशी ती खूपच आकर्षक होती म्हणा. त्या जागेवर ती कामाला नक्की न्यायही देऊ शकली असती. रिकाम्या झालेल्या जागेवर काम करण्यासाठी या बाईसाहेबांनी ७०% पगार कपात स्वीकारली होती अशी कुजबूज माझ्या कानांवर आली होती. त्यावर माझ्या मनात आलेला पहिला विचार असा होता की, 'मी कामासाठी इतकी काही हापापलेली नाही. करू दे कंपनीला नवीन माकड प्रशिक्षित. खाऊ घालू दे तिला डाळ-फुटाणे. तसाही माझा जीव विटलाच होता!'

अशा प्रकारे मला नोकरीतून गचांडी मिळाल्यानंतरची ती पहिलीच सकाळ होती. आमचं घर चौदाव्या मजल्यावर होतं. पाण्याचे पाईप तुंबल्यामुळे आम्ही शुक्लाजींना बोलवून घेतलं होतं. मास्टर बेडरूममधला फ्लश चालत नव्हता. काय तापदायक अडचण आली होती ही, नाही का? 'जे काही आहे ते दुरुस्त कर,' असं साजिदने शुक्लाजींना सांगितलं होतं.

साजिदचा अरेरावीचा स्वर मला मुळीच आवडलेला नव्हता. बाथरूममधल्या बिघडलेल्या व्हॉल्वची दुरुस्ती करण्यात शुक्लाजी व्यग्र असताना, मी माझा विचार साजिदला बोलून दाखवला होता. आपल्या ॲपल लॅपटॉपवरून नजर वर करत साजिद मला म्हणाला, 'असं! आता तुला माझा स्वर आवडेनासा झाला आहे का? त्या माणसाशी मी अरेरावीने बोललो असं तुला वाटतं का? जा ना मग, जाऊन कर भरपाई त्या माणसाकडे. त्याच्यासाठी कपभर चहा कर, तू बेक केलेल्या त्या खारट केकचा मोठा तुकडा त्याला खाऊ घाल...'

त्याचा हा भडिमार ऐकल्यावर माझ्या डोळ्यांतून घळाघळा अश्रू वाहू नयेत आणि माझ्या संतापाचा उद्रेक होऊ नये म्हणून मी आटोकाट प्रयत्न केला. तुम्ही विचाराल, 'का?' मी अगदी वेळेवर स्वतःला थोपवलं. माझा भडका उडून मी साजिदवर तोंडसुख घेणार इतक्यात शुक्लाजी बाथरूममधून बाहेर आले. त्यांच्या काळवंडलेल्या चेहऱ्यावर विजयी हास्य झळकत होतं. 'तो माणूस' ज्याचं नाव माझ्या नवऱ्याला अगदी नीट माहीत होतं 'तो माणूस' ज्याचं नाव उच्चारायला माझा नवरा नकार देत होता, त्याच माणसाने फ्लशची दुरुस्ती केली होती. कमोडमध्ये तरंगणारी आमची विष्ठा पाहून वैतागण्याची वेळ आमच्यावर येणार नव्हती.

पर्स आणण्यासाठी मी बेडरूमध्ये गेले. साजिद जागचा उठून शुक्लाजींना पैसे देणार नाही याची खात्री मला होती. त्याने उलटं विचारलं असतं, 'कशाचे आलेत पैसे? हा माणूस त्याचं काम करतो आहे. तू स्वतःसाठी काम करतेस त्याच्यासाठी तुला कोणी टीप देतं का? मला माझं काम करण्यासाठी कोणी टीप देतं का?' नो-क-री हा तीन अक्षरी शब्द मला आतून कुरतडू लागला होता. एचआरडीमधल्या त्या हलकट बाईचा निर्विकार स्वरात जो फोन येऊ गेला होता, त्यानंतर साजिदने माझ्यावर वाटेल तसं अखंड तोंडसुख घ्यायला सुरुवात केली होती. त्याचं अशा पद्धतीचं वागणं अतिशय क्रूर आणि असंवेदनशील आहे असं मला वाटत होतं. गंमत म्हणजे, माझी नोकरी गेल्याची बातमी समजण्याच्या काही मिनिटं आधी मी शुक्लाजींना बोलवून वॉशिंग मशीनकडे थोडं लक्ष द्यायला सांगितलं होतं. धोबी नाही, इस्त्रीचं दुकान नाही, घरात काम करायला कोणी नाही आणि भरीत भर म्हणजे बिघडलेलं वॉशिंग मशीन! हे सगळं करूनही साजिदचं म्हणणं काय - 'नोकरी नाही!' इतक्या कठोर पद्धतीने माझी परीक्षा का घेतली जात होती?

दारावरची घंटी वाजली, तेव्हा मी नोकरी गमावल्याच्या विचारात इतकी गर्क होते की, मला काही ती ऐकू आली नाही. बसल्या जागेवरून साजिद जोरात खेकसला, 'रेहाना... ऊठ! जाऊन दार उघड! काय झालं काय आहे तुला? बहिरीबिहिरी झालीस की काय?' दारापासून जेमतेम फूटभर अंतरावर बसला होता तो! तोही जाऊन दार उघडू शकला असता ना! संतापून थयथयाट करावा, रडावं, स्वतःचा ऊर बडवून घ्यावा असे कितीतरी विचार माझ्या मनात त्या क्षणी थैमान घालून गेले. फर्नचं झाड लावलेली कुंडी उचलून साजिदच्या टाळक्यात हाणावी असाही विचार माझ्या मनात चमकून गेला. त्याला खोल जखम करून त्याचं रक्त काढावं असंही वाटलं. माझे अश्रू गालांवर ओघळले. ओढणीने ते पुसून घ्यायचं माझ्या लक्षातच आलं नाही. शुक्लाजींसाठी मी दार उघडलं तेव्हा त्यांना ते अश्रू दिसले असावेत. ते काहीच बोलले नाहीत. काही क्षण ते तसेच थबकून उभे राहिले. जणू काही मला स्वतःला सावरण्यासाठी ते थोडा वेळ देत होते. त्यांची नजर जमिनीवर खिळली होती. आमच्या दाराशी असलेलं सॅनिटायझर नीट ठेवण्याचा प्रयत्न त्यांनी केला. साजिद आतून खेकसला, 'रेहाना, त्या माणसाकडून चटकन वॉशिंग मशीन दुरुस्त करून घे. हे बघ, आतले कपडे आणि चादरी खूप साठल्या आहेत. धुतलेले कपडेच नाही आहेत घालायला. गेले चार दिवस मी एकच टॉवेल वापरतो आहे. घरातल्या या महत्त्वाच्या गोष्टींकडे थोडं लक्ष दे. तुला समजत नाही का मी ऑफिसच्या डिलव्हरीच्या कामात अडकलो आहे.'

दारात उभ्या असलेल्या शुक्लाजींनी डोळ्यांची उघडमीट केली. त्यांनी मान किंचित वाकडी केली. सगळ्या घरांमध्ये हे असंच होत असतं असं मला सुचवण्याचा तो त्यांचा प्रयत्न होता. माझ्या नवऱ्याची उफराटी वागणूक त्यांना दिसली होती म्हणून मी वाईट वाटून घेऊ नये आणि 'नवरा–बायकोत होतातच अशी भांडणं' असा अर्थ त्यांच्या त्या मान डोलावण्यात होता. माझं मन कृतज्ञतेने भरून आलं. काही ना काही स्वरूपात ती कृतज्ञता व्यक्त करावी असं मला वाटलं. पैशाच्या स्वरूपात मी ते व्यक्त करू शकणार होते. माझ्या एकटीवरच आर्थिक कुऱ्हाड कोसळली नव्हती. शुक्लाजींनासुद्धा आर्थिक अडचणी असणारच याची मला खात्री होती.

साजिद पुन्हा खेकसला, 'रेहाना, जरा मास्क आणि ग्लोव्हज् घाल की... हा माणूस आपल्या घरात येणार आहे. कुठून कुठून आला असेल

कोण जाणे! जरा तुझा निष्काळजीपणा बंद कर.' साजिदच्या या झापण्यावर पुन्हा एकदा माझ्यात आणि शुक्लाजींमध्ये मौनसंवाद झाला. जे काही समजायला हवं होतं ते आमच्या नजरांनी व्यक्त केलं.

त्यानंतर आत्महत्येचा प्रसंग आला. जरा विचार करा, मालिबू मॅन्शन्सच्या विसाव्या मजल्यावरून एका तरुण मुलीने खाली उडी घेतली. कार पार्किंगमध्ये अस्ताव्यस्त पसरलेला तिचा देह शुक्लाजींच्या नजरेस पहिल्यांदा पडला. अशा प्रकारे तिने आत्महत्या करण्यापूर्वी तिला शेवटचं जिवंत पाहणारे शुक्लाजीच होते. तिचं नाव, सारा. तिच्या छोट्याशा बाल्कनीत तिने कुंड्यांमध्ये झाडं लावली होती. तिथून खाली पाणी गळत असल्याची तक्रार तिने शुक्लाजींकडे केली होती. त्याच बाल्कनीतून तिने नंतर उडी मारली होती.

सारा एकटीच राहत होती. इतर अनेक भाडेकरूंपैकी तीही एक होती. लॉकडाऊन दरम्यान साराचं अवघं विश्व कोलमडलं होतं. एकही रेस्टॉरन्ट उघडं नव्हतं. सगळे शेफ सुट्टीवर गेले होते. स्वतःच्या पोटाची भूक भागवण्याची दुसरी कुठलीही तजवीज तिला माहीत नव्हती. तिच्यासारख्या फूड-क्रिटीकने करायचं तरी काय होतं? शिवाय, विविध खाद्यपदार्थांनी गच्च भरलेल्या डिशेसचे फोटो पोस्ट करणं हा प्रकार पूर्ण बाद झाला होता. असं करणारा कोणी मूर्खच म्हणायला हवा होता. एका रात्रीतून साराची गरज संपली होती. कोविडच्या या भयानक कालावधीत तिच्या कार्यकौशल्याची आवश्यकता कोणाला उरली नव्हती. तरीसुद्धा नेमकी कशामुळे तिला आत्महत्या करावीशी वाटली असेल कोण जाणे! तसं ते कोणालाच कधी समजतही नाही. सारा गेली होती. उफ्फ! गेली होती.

पोलीस आले तेव्हा त्यांनी अर्थातच शुक्लाजींकडे सगळ्यात पहिल्यांदा चौकशी करायला सुरुवात केली. आमच्या बाजूच्या बिल्डिंगमधल्या एका छोट्याशा फ्लॅटमध्ये सारा राहत होती. तसं आमच्या सोसायटीमध्ये कोणीच कोणाशी फारसं बोलत नव्हतं. मैत्री वगैरे फार दूरच्या गोष्टी झाल्या. साराबद्दल कोणाला विशेष माहिती नव्हती. ती फूड ब्लॉगर होती इतकंच सगळ्यांना माहीत होतं. 'वेगवेगळ्या ठिकाणी, वेगवेगळे पदार्थ चाखणारी' म्हणून ती मीडियावर प्रसिद्ध होती. तिच्या एका पोस्टमुळे एखाद्या रेस्टॉरन्टला किंवा शेफला दुष्कीर्ती किंवा सुकीर्ती लाभत असे असं म्हटलं जाई. ती आकर्षक आणि यशस्वी होती. ती सदैव घाईत

असे. खालच्या मजल्यावर असलेल्या जिममध्ये माझी तिच्याशी कधीतरी भेट होई. त्यावेळेस आम्ही दोघे एकमेकींना हाय-हॅलो तेवढं करत असू. आमची ओळख इतकीच.

ॲम्ब्युलन्स आली तेव्हा मी आमच्या बाल्कनीतून पाहिलं. पोलीस शुक्लाजींना सारखे प्रश्न विचारत होते. अत्यंत शांतपणे, धीर न सोडता शुक्लाजी त्यांना उत्तर देत होते. थोड्या वेळात साजिद बाल्कनीत माझ्या बाजूला येऊन उभा राहिला. एव्हाना, पोलीसांची व्हॅन आणि ॲम्ब्युलन्स याभोवती थोडीशी गर्दी जमा झाली होती. सोशल डिस्टन्सिंग विसरल्यागत लोक वागत होते. आमच्या बिल्डिंगमधले काही लोक त्या गर्दीत सामील झालेले मला दिसले.

नेमकं काय सुरू आहे याचा शोध घेण्यासाठी खाली जायला हवं, असा विचार मी केला. ते समजताच, साजिद पुन्हा खेकसला, 'रेहाना, उगाच नाही त्यात अडकू नकोस. समजलं का? आपल्याला काही देणंघेणं नाही त्या माणसाशी. ती बया तर आपल्या ओळखीचीसुद्धा नव्हती.' पुन्हा एकदा मला साजिदच्या त्या भाषेचा त्रास झाला. 'ती बया', 'तो माणूस'. साजिदकडे दुर्लक्ष करत मी मास्क अडकवला. ओढणी खांद्यावर टाकत मी एलेव्हेटरचं बटण दाबलं.

खाली आल्यावर मी गर्दीच्या दिशेने पुढे झाले. शुक्लाजींची नजर माझ्याकडे गेली. त्यांनी त्यांच्या नेहमीच्या शैलीत मला 'नमस्ते' केलं. मी जेव्हा त्यांच्या जवळ पोहोचले, तेव्हा त्यांच्या डोळ्यांतले अश्रू मला दिसले. अश्रू! शुक्लाजींच्या डोळ्यांत! पण का?

''मॅडम, तुम्ही या माणसाला ओळखता का?'' पोलीस तपासणी अधिकाऱ्याने मला उद्धटपणे विचारलं.

''अर्थात, मी शुक्लाजींना ओळखते. गेली कित्येक वर्षं ते या सोसायटीमध्ये काम करत आहेत.''

''आम्हाला त्याला काही प्रश्न विचारायचे आहेत. मिस सारा यांना जिवंतपणी पाहणारे ते शेवटचे होते. शिवाय, तिचा खाली पडलेला देह त्यांनीच पहिल्यांदा पाहिला.''

मी क्षणभर तोंडावरचा मास्क काढला. त्या ऑफिसरला मी माझा चेहरा बघू दिला. पुढच्या क्षणी मला 'सलाम' करत तो म्हणाला, ''सॉरी

मॅडम, त्या मास्कमुळे ओळखलंच नाही बघा मी तुम्हाला. हे बघा मॅडम, आम्ही फक्त आमचं कर्तव्य पार पाडत आहोत हे लक्षात घ्या.''

शुक्लाजींची वागणूक अतिशय चांगली आहे हे दर्शवण्यासाठी कुठल्याही कागदपत्रांवर सह्या करायला तयार असल्याचं मी त्या ऑफिसरला सांगितलं. त्यावर तो म्हणाला, ''थँक यू, मॅडम. मी इतर रहिवाशांना विचारलं. मिस सारा यांच्या शेजारणीलासुद्धा विचारलं. त्या सगळ्यांनी मला एकच उत्तर दिलं, 'पोलीसांच्या लफड्यात आम्हाला नाही पडायचं. कोणी सांगावं, बलात्कार आणि खून असं चक्कर असलं तर? आजकाल तर कोणाचं काही सांगता येत नाही... लोक फार घायकुतीला आले आहेत... फार धोकादायक झालं आहे सगळं... कुठल्याही अनोळखी माणसाला घरात न घेतलेलंच बरं.'''

अनोळखी माणूस? शुक्लाजी? ते 'अनोळखी' होते का? मी शुक्लाजींकडे पाहिलं. पुन्हा एकदा आमच्या डोळ्यांनीच काय तो संवाद साधला. एकमेकांचं मनोगत आम्हाला उलगडलं.

ते चाचरत म्हणाले, ''बस... मॅडमजी, तुमचे उपकार आहेत... अजून काहीही नको बरं मला.'' लफड्यात पडायला कुणालाच आवडत नाही. मला तर तिरस्कार आहे या गोष्टीचा, पण या लफड्यात शुक्लाजींचा संबंध होता. ज्या टेलिव्हिजन चॅनलने मला नोकरीवरून काढून टाकलं होतं त्या चॅनलची अँकर म्हणून मी काम करत असल्याचं नाटक करायला मी तयार होते. साजिदशी मी नंतर निपटणार होते.

निरोप घेताना...

माझ्या गावातल्या मंडळींनी चालत घरी परतण्याचा निर्णय घेतला, तेव्हा सुमनला सोडून जाण्याची माझी इच्छा नव्हती. बांधकाम साईट्स आणि आम्हाला विकत घेणारे च्युतिया कॉन्ट्रॅक्टर्स यांना आमची आयुष्यं 'विकली' गेली होती. गुलामांपेक्षा आमची अवस्था काही वेगळी नव्हती. सहसा, सगळ्या मुंबईभर आम्ही राबत असू. पुणे आणि भोवतालच्या परिसरात सुरू असणाऱ्या साईट्सवर मी काम केलं होतं. हे चीनचं आजारपण येऊन कोसळलं तेव्हा मला त्याची जराही पर्वा नव्हती. मुंबई सोडून गावाकडे परत जाण्याच्या गोष्टी साईटवरचे इतर पुरुष करू लागले, तेव्हा मी हसून उडवून लावलं. वेडे होते का ते? गावी? आणि खायला कोण घालणार आम्हाला? या महिन्याचा पगारसुद्धा झालेला नाही. बँकेचं काहीतरी लफडं झाल्यामुळे आमची रोजंदारी पुढे ढकलावी लागणार आहे, असं त्या च्युतियाने सांगितलं होतं. इथला मुक्काम न हलवता त्या करोनाबिरोनाच्या संगतीत चिकटून राहायची माझी तयारी होती.

मागे, साईटवरच्या प्रत्येकाला डास चावून डेंग्यू झाला होता तेव्हा मला काहीही झालं नव्हतं. मी एकदम तगडा आणि मजबूत माणूस आहे. पण आता, माझ्या बायकोने मला परत घरी बोलवलं. ती रडत राहिली. आपला बाप मुंबईमध्ये मरण पावणार आहे या विचाराने आमची मुलं आक्रोश करत आहेत, असं तिने मला सांगितलं. मी नव्हतोच मरणार. पण... सुमनला इथे एकटं सोडून बिहारला परतण्याची माझी इच्छा नव्हती.

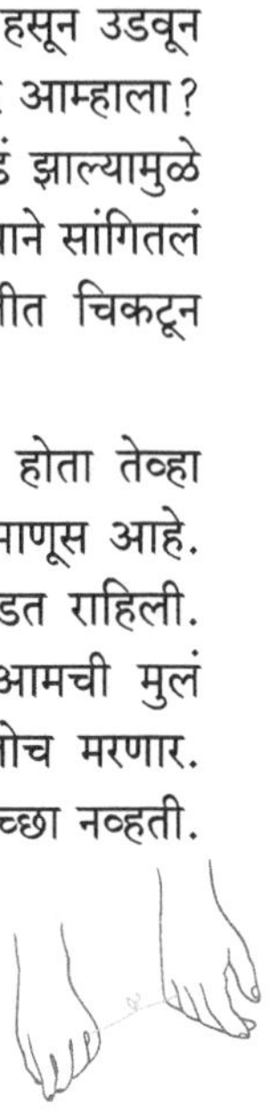

मी निघून गेलो तर माझ्या बायडीकडे कोण पाहणार होतं? मला सुमनचा फार कळवळा वाटत होता. किती चांगली आहे ती! त्या एका विशिष्ट प्रसंगानंतर आम्हा दोघांच्याही मनात एकमेकांबद्दल काहीतरी भावना नक्कीच निर्माण झाल्या आहेत.

माझ्याच साईटवर सुमनसुद्धा कामाला आहे. आम्हा दोघांचा मुकादम एकच आहे. त्याच्या हिंमतीचा आम्हा दोघांनाही तिरस्कार वाटतो. शेठचा तर प्रत्येक जण तिरस्कार करतो. त्याच्या त्या चमकणाऱ्या गाडीत बसून तो साईटवर आला की, त्याच्या रागाला बळी पडलेल्या, त्याच्या लाथा, बुक्क्या, थपडा सहन केलेल्या, त्याच्या हातून काही ना काही शिक्षा भोगलेल्या आम्हा सर्वांना त्याला बुकलून काढावं वाटत असे. एकदाच त्याला कायमचा धडा शिकवावासा वाटत असे. साला एक नंबरचा हरामी! आम्ही सगळे त्याचं काम सोडून निघून गेलो, तर त्याच्या या टोलेजंग इमारती कोण बांधणार? तो आणि त्याचे ते साले कुत्रे - अत्यंत निर्दयी आहेत सगळे. पण करता काय! शहरातलं आयुष्य म्हटलं की, असंच असायचं. त्याला आमची गरज आहे आणि आम्हाला तो देत असलेल्या रोजंदारीची. मोठे मोठे साहेबलोक करोडो रुपयांना इथले झगमगते फ्लॅट्स विकत घेतात. त्या फ्लॅट्समध्ये आम्ही ज्या जडशील संगमरवरी टाईल्स बसवतो, त्यातलीच एखादी उचलून शेठच्या टाळक्यात घालून त्याचा कपाळमोक्ष करण्याचा मोह मला कधीकधी होतो.

शेठने फक्त माझा आणि सुमनचाच छळ केला होता असं नाही. प्रत्येकाचा छळ करण्यासाठी तो कुप्रसिद्धच आहे. स्थानिक आमदाराचा पाळलेला कुत्रा आहे, साला! म्हणूनच, दरवेळेस निसटतो तो. मजा म्हणजे, त्याच्या त्या छळामुळेच माझ्यात आणि सुमनमध्ये नातं निर्माण झालं. तो दिवस मी कधीच विसरणार नाही - मला वाटतं, सुमनला महिन्याच्या त्या अडचणीचा त्रास होत होता. सिमेंटच्या गोण्या वाहत असताना पाच मिनिटांसाठी मध्येच टेकली ती. सगळ्या बाया एका रांगेत गोण्या वाहत होत्या. त्यांनी त्या पुढे उभ्या असणाऱ्या पुरुषांना सुपूर्द केल्या की, ते पुरुष बांधकाम सुरू असणाऱ्या मजल्यांवर त्या गोण्या नेऊन पोहोचवत होते.

त्या दिवशी भलताच उकाडा होता. कदाचित सुमनला क्षण दोन क्षण चक्करसुद्धा आली असावी. जे काही असेल ते असो, खालच्या खडबडीत जमिनीवर ती जिथे टेकली होती, तिथे मेहताजी तावातावाने चालत गेलेले

मी पाहिले. गुडघ्यावर डोकं टेकवलं होतं तिने. डोळे मिटलेले होते. तिच्या पाठीवरून वाहणाऱ्या घामाच्या धारा मला सहज दिसत होत्या. मिनिटभर तिच्याकडे रोखून पाहत मेहताजींनी स्वतःच्या पॉलिश केलेल्या जोड्याच्या टोकाने तिला ढोसलं. तिने प्रतिसाद दिला नाही तेव्हा खसकन् तिचे केस धरत त्यांनी तिचा चेहरा वर केला आणि खेकसून म्हटलं, 'ए बया! खुशाल कामाच्या वेळात झोपा काढते आहेस? इथे येऊन झोपायला पैसे देतो का मी तुला? काल रात्री नेमकं केलंस तरी काय ज्यामुळे आज थकली आहेस इतकी कामावर आल्यावर? किती पुरुषांच्या अंगाखाली निजलीस गं? ह्यॅ?'

हे शब्द ऐकताच मला काही तरी झालं. उधाणलेल्या बैलागत मी त्या दोघांच्या दिशेने धावलो... मी कुठलाही विचार करत नव्हतो! इतर माणसांनी कुठलीच कृती केली नाही. हातातलं काम थांबवून समोर सुरू असलेला तमाशा ते मुकाट्याने पाहू लागले. काही जण तर हसलेसुद्धा. काही बायासुद्धा हसल्या. पण मी हसत नव्हतो. त्या माणसाला तिथल्या तिथे ठार करून टाकणार होतो मी. गावातसुद्धा मी त्यासाठी कुप्रसिद्ध होतो. तेव्हा तर फार तरुण होतो मी. मी खूप गरम डोक्याचा आहे असं लोक म्हणत. गावातली ज्येष्ठ मंडळी आणि अंगापिंडाने माझ्याहून मजबूत असणारी मुलं यांच्याशी वाद घालून मी खुशाल मारामारीला भिडत असे. साधारण विसाव्या वर्षी मी एखाद्या वळूसारखा दिसू लागलो होतो. माझी मान चांगलीच धष्टपुष्ट होती. आखाड्यातल्या पहिलवानांपेक्षा माझे खांदे रुंद झाले होते. माझ्या मार्गात सहसा कोणी आडवं येत नसे.

आमच्या गावात असणाऱ्या सासुरवाडीला भेट देणाऱ्या एकाशी बोलल्यानंतर मी तिथल्या गलिच्छ जीवनाला रामराम ठोकला. मुंबईतल्या एका बांधकाम साईटवर तो काम करत होता. मीही आता तशाच एका साईटवर काम करत आहे. त्याचे आभार मानायला हवेत. कारण, त्याच्यामुळेच माझ्या राहण्याची सोय पटकन् झाली – धारावी नावाचं ठिकाण होतं ते. फार गर्दी होती तिथे. गजबजाट आणि ओंगळपणा तर विचारूच नका. पण त्याची तमा मला वाटली नाही कारण मी मुंबईत आलो होतो. माझ्यासाठी तितकंच महत्त्वाचं होतं. हो, माझी तरुण बायको आणि दोन लहान मुलं यांना मी गावीच सोडून आलो होतो. चार पैसे हातात आले की, मी त्यांना पाठवणार होतो. तोवर माझे आई-वडील, काका-काकू, चुलत भावंडं या सगळ्यांनी त्यांची काळजी घेतली असती. नशीबवान होतो मी.

माझा एकंदरीत सशक्त बांधा पाहून कामगारांमध्ये माझी पटापट वर्णी लागू लागली. जिथे आम्हाला रोजंदारी मिळत असे तिथे पुढे कसं शिरायचं हे मी चटकन् शिकून घेतलं. खोलीचं भाडं आणि जेमतेम दोन वेळची जेवणाची सोय इतकंच त्या पैशातून होत असे. जास्त तास अधिक मेहनत करून माझी वरकमाईही होत असे. मी स्वतःचा दबदबा निर्माण केला. कुणीही माझी थट्टामस्करी करू धजत नसे. माझ्या संतापी स्वभावाची ओळख सर्वांना झाली होती. प्रत्येक जण माझ्यापासून अंतर राखून राही. सगळे शेठलोकसुद्धा माझा आदर करत. माझ्याशी बोलताना ते शिवीगाळदेखील करत नसत. आणि तरीसुद्धा मेहताजींच्या अंगावर मी धावून गेलेलो पाहताना सगळ्यांना आश्चर्याचा धक्का बसला. आमच्या पोटाची खळगी भरणाऱ्या सामर्थ्यशाली आणि श्रीमंत माणसांवर कोणीच हल्ला केला नसता. ज्याचं मीठ आपण खातो त्याच्यावर हल्ला केला तर दुर्दैवाचे दशावतार मागे लागतात असं म्हणतात. परंतु, एका स्त्रीची अवहेलना केली जात असताना मी एखाद्या नपुंसकाप्रमाणे किंवा एखाद्या हिजड्याप्रमाणे उभा राहू शकत नव्हतो.

माझ्या कृतीने मेहताजी इतके अवाक् झाले की, त्यांनी कुठलीही प्रतिक्रिया दिली नाही. परंतु, त्यांचा पांढरा फटफटीत पडलेला चेहरा प्रत्येकाने पाहिला. माझ्या हाताची मूठ त्यांच्या चेहऱ्याजवळ येताच ते अतिशय घाबरले. कुणीच हालचाल केली नाही. मी किंचाळलो, 'त्या बाईला एकटीला सोड... थांब... नाहीतर ठार करेन मी तुला!' मेहताजी जागच्या जागी थिजले. बेंबीच्या देठापासून ओरडत त्यांनी सुरक्षारक्षकांना हाका मारल्या. सुदैवाने, त्यांपैकी एक रक्षक धारावीचा होता. माझ्या खोपटाच्या बाजूच्या गल्लीतच तो राहत होता. चटकन् पुढे होत त्याने रदबदली केली, मेहताजींना शांत केलं. मी तिथून दूर गेलो. अतिशय सावकाश पावलं टाकत मी फाटकाच्या दिशेने गेलो. मागे वळून पाहिलंसुद्धा नाही मी. धडपड करत सुमन उठून उभी राहिली. माझ्यामागून तीही घाईने निघाली. थोड्या वेळात तिने मला गाठलं.

पिंपळाच्या एका भल्यामोठ्या झाडाखाली उभं राहून आम्ही एकमेकांशी बोललो, पहिल्यांदाच. त्या दिवसापासून आम्ही एकत्रच होतो. या आजारपणातून सुटका करून घेण्यासाठी चालत घरी परत जायचं असं ठरवणाऱ्या माझ्या गावच्या लोकांबरोबर जाण्याची वेळ आली होती. धारावीला सील ठोकण्यात आलं होतं. सगळीकडे भीतीचं वातावरण

निर्माण झालं होतं. जणू काही प्रत्येक गल्लीत प्रवेश करण्यासाठी मृत्यू दबा धरून होता. एक एक करत तो आमचा घास घेणार होता. बांधकाम पूर्णपणे ठप्प झालं होतं. आमचे पैसे संपले होते. दिवसभरात जेमतेम एकदाच अत्यावश्यक विधी करण्यासाठी (त्याकरतासुद्धा आम्हाला दोन रुपये द्यावे लागत होते) पोलीस आम्हाला कसंबसं आमच्या त्या लहानशा खोपटांमधून बाहेर पडू देत होते. तिथेच राहिलो तर करोनामुळे आम्ही लवकरच मरणार होतो हे नक्की. घरी चालत जायचं म्हटलं, तर भुकेने किंवा उन्हाच्या झळांनी आमचा मृत्यू नक्की होता. अशाही परिस्थितीत घरी परत जाण्याची संधी साधण्याकडे बहुतेकांचा कल होता. तशी तर माझीही तयारी होती. पण सुमनला मी कसं काय सोडून जाणार होतो? आता जर मी माझ्या गावाकडे निघालो तर मुंबईला परतून कधीही येणार नाही, अशी माझी खात्री झाली होती. मुंबईतलं जगणं पाहिलं होतं मी. फार क्रूर आयुष्य होतं इथलं. शिवाय, पश्चात्तापाचा कणही कोणाला होत नव्हता. गरीब असणं हा पर्यायच इथे उपलब्ध नव्हता. त्यातून तो व्हायरस माझ्या उंबरठ्यावर येऊन उभा होता. असं असूनही, मी सुमनला कसं काय मागे सोडून जाणार होतो? तिचं संरक्षण करायला मी नसलो तर तिचं काय होईल, हा प्रश्न मला पडला होता. तरुणपणीच विधवा झाली होती ती. तिच्याकडे टक लावून पाहणाऱ्या नजरा बघितल्या होत्या मी. मोठमोठ्या गाड्यांमध्ये बसून येणारे बडे बडे शेठसुद्धा त्याला अपवाद नव्हते. त्यांच्यापैकीच एखाद्याकडून तिचा घास घेतला जायचा. केवळ माझ्यामुळे ते आत्तापावेतो तिच्यापासून दूर होते. तसा मी कोणी नेता वगैरे नव्हतो. पण माझ्या तापटपणाला युनियनची मंडळीसुद्धा टरकून असायची. त्यांची थोबाडं फोडायला मी मागेपुढे पाहणार नाही याची खात्री असल्याने माझ्याशी ते ना कुठली मस्ती करत, ना कुठले छक्केपंजे खेळत.

मी खोलीत सभोवार पाहिलं. जवळपास रितीच होती ती खोली. माझ्या मालकीचं होतं तरी काय? साधी एक कापडी पिशवी आणि त्यात कोंबलेल्या कपड्यांच्या दोन जोड्या. आणि हो, माझ्याकडे एक बऱ्यापैकी चांगला मोबाईल फोन होता. नवा. सेकंड हॅन्ड घेतला नव्हता मी. सुमनचा मोबाईल मात्र फार जुना होता. त्यावर आम्हाला धड बोलता येत नसे. तिला जर का मी मागे सोडलं, तर एकमेकांचा आवाज पुन्हा कधीही ऐकता येणार नव्हता आम्हाला. हं, माझा फोन देऊ शकलो असतो मी तिला. पण

गावाकडे जाण्याच्या त्या दीर्घ वाटेवर मला काही अडचण आली असती, तर मी काय करणार होतो? पायी चालत जाणाऱ्या मजुरांना मारहाण करत परत पाठवलं जातं, हे मी टीव्हीवर पाहिलंही होतं आणि अनेकांकडून ऐकलंही होतं. रस्त्यावरच्या अपघातांत त्यांच्यापैकी अनेक जण असेच मरून गेले होते. 'मृत्यू' गूढ पाहुणाच म्हणायचा. येण्याची कुठलीही आगाऊ सूचना कुठे देतो तो? त्याला आमंत्रणही लागत नाही.

रस्त्यावरून चालताना पोलिसांकडून पकडलं जाणं आणि त्यानंतर होणारी मारहाण या गोष्टी टाळण्यासाठी कित्येक मजूर रेल्वेलाईनच्या बाजूने चालत जात होते, त्यांचं काय होत आहे हेही मी पाहिलं होतं. काही गाड्या रद्द करण्यात आल्या आहेत आणि काहीच गाड्या सोडल्या जात आहेत याची त्यांना कुठून माहिती असणार? देवावर भरवसा टाकून आणि मनात आशा धरून ते रेल्वेरुळांवर झोपत. पण मी त्यांच्यासारखा मूर्ख आणि अज्ञानी नव्हतो. मी रस्त्याची वाट सोडणार नव्हतो. माझ्या गावातल्या गटाबरोबरच सतत राहणार होतो. धारावीतल्या काही जणांनी थोडाफार पैसा गाठीशी बांधला होता. ट्रक आणि लॉरीमध्ये बसून तेथून सुटका करून घेत होते ते. कित्येक जण ऑटो रिक्षा आणि ओला टॅक्सीतूनही जात होते. माझ्याजवळ जे काय थोडेफार पैसे होते ते सर्व सुमनला देण्याची माझी इच्छा होती.

लवकरच धारावीला सील ठोकण्यात येणार होतं. धारावीचं रूपांतर जगातल्या सगळ्यांत मोठ्या कैदेत होण्यापूर्वी तिथून निसटून जाण्याची ही एकमेव संधी आमच्या हातात आहे असं लोक म्हणत होते. म्युन्सिपालिटीची मंडळी एकेका खोलीत जाऊन कुणाला ताप आहे का, याचा शोध घेत असलेली मी पाहिली होती. नखशिखान्त प्लॅस्टिक पोशाखात लपेटलेली ती माणसं फार विचित्र दिसत होती. माझ्याकडे काही जास्तीचे मास्क आणि ग्लोव्हज् होते. जाण्यापूर्वी मी ते सुमनला देऊन जाणार होतो. तिला सोडून जाण्याचा विचारही मला सहन होत नव्हता. तिने माझं मन काबीज केलं होतं. ती मराठीत बोलत असे. माझ्या कानांना ते संगीतासारखं वाटे. तिच्या डोळ्यांप्रमाणेच तिचा आवाजही मृदू मुलायम होता. ती करत असलेल्या कामामुळे तिचे हात मात्र खरबरीत झाले होते. तिच्या कपाळावर एक मोठा व्रण होता. तिच्या नवऱ्याने तिला हाणलेल्या दगडाची ती खूण होती. त्या व्रणाकडे लक्ष गेलं की, बोटांनी त्याला स्पर्श केला की, माझं रक्त

उसळत असे. या बाईच्या अंगावर कुणी हात उगारणं, तिला मारणं ही कल्पनाही मला असह्य होत असे. तो तिचा नवरा आज जिवंत असता, तर भल्यामोठ्या दगडाने मी त्याला ठार करून टाकलं असतं. बरं झालं तो गटारीत पडून मेला. बेवडाबाज... साला च्युतिया!

पूर्वी मला प्यायची सवय होती. सुमनला भेटेपर्यंत. दुसरा दिवस उजाडण्यापूर्वी रात्री झोप यावी म्हणून आम्ही सगळे कामगार जी गावठी दारू ढोसत असू, तिच्या वासामुळे सुमनला माझी भीती वाटेल आणि माझ्या स्पर्शापासून ती अंग चोरेल असं मला जाणवेपर्यंत मी पीत होतो. कॉन्ट्रॅक्टरकडून आमचा जो अपमान होत असे त्याची कानांना सवय होईपर्यंत मी पीत असे. शेजारच्या खोलीतल्या लोकांनी आपल्या मालकीचं थोडंफार सामान छोट्याशा पत्र्याच्या पेटीत टाकलेलं मला दिसलं. स्टीलच्या एका बादलीत स्वैपाकाची भांडीकुंडी त्यांनी भरली. त्यांना तीन लहान मुलं होती. ही मुलं कसं काय निभावून नेणार, असं मी त्यांना विचारलं. इथून जवळपास हजार किलोमीटरचा लांबलचक पल्ला गाठायचा होता. आभाळाकडे हात करून त्यांनी उत्तर दिलं, 'अल्लाच राखण करेल आमची.'

त्यानंतर दोन दिवसांनी आम्हाला 'खुदा हाफिज' करायला ते आले. ते हसत होते. त्यांची मुलंही हसत होती. चांगलीच उत्तेजित झाली होती ती मुलं. 'आधी बस स्टॅन्डवर जाऊन एखाद्या ट्रकमध्ये शिरकाव करता येतो का याचा अंदाज आम्ही घेऊ. विशेष रेल्वेगाड्याही सुरू होण्याची शक्यता आहे असं आम्हाला सांगण्यात आलं आहे. पण त्या सुरू होईपर्यंत कदाचित आम्ही आमच्या खोलीत अडकून पडण्याची शक्यता आहे,' असं म्हणाले ते.

राहण्याच्या दृष्टीने धारावी सर्वांत धोकादायक जागा आहे, असं टीव्हीवाले म्हणत होते. मीसुद्धा सोडून जाणार आहे, हे मी अद्यापही सुमनला सांगितलं नव्हतं. तशी माझी हिंमतच होत नव्हती. हे शब्द उच्चारताना तिच्या नजरेला नजर कशी देऊ शकणार होतो मी? तिला हे सांगण्याची हिंमत माझ्यात नव्हती. एखाद्या रानडुकराशी दोन हात करून मी जिंकेन अशी गावात माझी ख्याती होती. पण इथे सुमनसमोर मात्र भेदरलेल्या सशागत अवस्था होत होती माझी. तसं पाहिलं तर साधं भांडण तर सोडाच, पण आवाज चढवूनदेखील ती माझ्याशी बोलली नव्हती. कदाचित एक दोन दिवस खोलीत बसून विचार करावा, ही वाईट बातमी तिच्या कानांवर

घालण्याचा सर्वोत्तम मार्ग शोधावा असंही मला वाटलं. माझ्या खोलीतली इतर सगळी मंडळी आपापल्या गावी रवाना झाल्याने खोलीत तसाही मी एकटाच होतो. काय वाटेल ते झालं तरी ती सगळी मंडळी पुन्हा कधीच परतून येणार नाहीत, असं त्यांनी मला निक्षून सांगितलं होतं.

मी गोंधळलो होतो. खेडेगावात कुठून नोकऱ्या मिळणार होत्या? पैसे नाहीत. अन्न नाही. कसं काय जगणार होतो आम्ही? आता जर मी सुमनला एकटीला सोडलं, तर कदाचित भुकेपायी मरेल ती. तसंही किती अशक्त आहे ती! मागे कधीतरी ती हॉस्पिटलमध्ये गेली होती तेव्हा तिला टीबी झाला आहे असं तिथल्या डॉक्टरने सांगितल्याचं तिने माझ्या कानांवर घातलं होतं. तिच्यामुळे टीबी होण्याची भीती मला नक्कीच नव्हती. तिला सुरक्षित ठेवावं, आनंदात पाहावं इतकंच मला हवं होतं. तिला कोणाचाही आधार नव्हता. तिच्या मेलेल्या नवऱ्याच्या कुटुंबाने तिचा त्याग केला होता. इतकंच नाही तर, नवऱ्याबरोबर ती ज्या खोलीमध्ये राहत होती ती खोलीसुद्धा त्यांनी तिच्याकडून हिरावून घेतली होती. तिचे आईवडील मेले होते. एकुलती एक बहीण खूप दूर राहत होती. त्या दोघींचा एकमेकींशी संबंध राहिला नव्हता. सुमनचं मन जरी खंबीर असलं तरी शरीर दुर्बळ होतं. कडूनिंबाच्या काड्यांप्रमाणे तिच्या मनगटांच्या काटक्या झाल्या होत्या. या नव्या रोगाची तिला फार भीती वाटते आहे हे लक्षात आलं होतं माझ्या. बघावं त्याच्या तोंडी तेवढा एकच विषय राहिला होता.

मला मात्र एका क्षणी करोनाची आणि त्या अनुषंगाने इतर विषयांची चर्चा करण्याचा अगदी वैताग आला होता. त्याबद्दल विचार करणं थांबव, असं मी सुमनला सांगितलं होतं. करोना म्हणजे नेमकं काय हे खरं कोणालाच माहीत नव्हतं. लोक काय वाट्टेल ते बोलत होते. फोनवर बातम्या पाहणं मी बंद केलं होतं. त्यातून काय साध्य होणार होतं? रोजच कितीतरी लोक मरत होते. कोणीच सुटत नव्हतं. या करोनाच्या तडाख्यातून कोणीच सुटणार नव्हतं. मेहताजींनासुद्धा हा आजार झाल्याचं माझ्या कानांवर आलं. आम्हालाच दोष देत होते ते! झोपडपट्टीतल्या सगळ्या गलिच्छ लोकांकडून श्रीमंतांना करोनाची बाधा होत आहे असं म्हणत होते ते. 'बरं झालं! तुमची तीच लायकी आहे!' असं त्यांना खडसावून सांगण्याचं माझ्या फार मनात होतं. बाहेरच्या जगातल्या कोणालाही धारावीत पाऊल टाकण्याचीही इच्छा नव्हती. जसं काही करोनाने इथे कायमस्वरूपी खोली घेतली होती! लवकरच

हॉस्पिटलमध्ये कोणालाही खाट मिळणार नाही असं लोक बोलू लागले होते. अगदी श्रीमंतांनासुद्धा जागा मिळणार नव्हती. पण आम्हा गरीबांचं काय! आम्ही रस्त्यावर मरो, रेल्वेच्या रुळांवर मरो किंवा हॉस्पिटलमध्ये – त्याने कोणाला काय फरक पडणार होता?

मी जर इथे मेलो तर माझ्या मृतदेहावर कोण दावा सांगणार होतं? माझ्यावर अंत्यसंस्कार कोण करणार होतं? 'तो माझा आहे,' असं पुढे होत सुमनने म्हटलं तरी माझा मृतदेह त्यांनी तिच्या ताब्यात दिलाही नसता. त्यासाठी त्यांनी तिच्याकडे योग्य कागदपत्रांची मागणी केली असती. सगळ्या गोष्टींचा नीट विचार केला असता, मी परत जाणंच योग्य ठरत होतं. माझा अंतिम निर्णय मी नंतर घेणार होतो.

आज सुमनला देण्यासाठी मी एक छान, पिकलेला आंबा ठेवला आहे. कालच फळवाल्याने तो आंबा मला देताना म्हटलं होतं, 'हे सगळे पिकलेले आंबे शेजारपाजाऱ्यांना दिलेले बरे. तसंही यंदा बाजारात कुठे विकू शकणार आहे मी ते? धारावीतली फळं कोण विकत घेणार? हा आंबा नासण्याआधी खाऊन घे पटकन.' या पिकलेल्या आंब्याचा चावा घेताना सुमन किती आनंदेल! तिने त्या आंब्याचा मनसोक्त आस्वाद घेतला की, त्यानंतर मी तिला गावी परत जाण्याच्या बेताची कल्पना देईन. कदाचित...

यानंतर दुबई

हे पाहा! लग्न करायचं ठरवल्या दिवसापासून मी माझ्या नवऱ्याला सांगितलं होतं, 'मुलं नकोत!'

माझं आयुष्य, माझी नोकरी, माझे मित्रमैत्रिणी मला आवडत होते. लंगोट, दुपटी बदलत घरी अडकून पडण्यात मला स्वारस्य नव्हतं. त्यानेही मान्य केलं. मग त्याने लबाडी केली. नेहमीचाच तमाशा - कुठलंही साधन वापरलं नाही. लोखंडवाला इथे झालेल्या बेबंद पार्टीनंतर घडला हा किस्सा. अरे यार, शनिवारची रात्र होती. प्रत्येक जण मनाला येईल तसा ढोसत होता. अशा रात्रीचा शेवट प्रत्येकासाठी समान असतो - सेक्स!

प्रत्यक्षात वेळ आली तेव्हा मीसुद्धा थोडी बिनधास्तच झाले होते. मी म्हटलं, 'जाऊ दे रे... काही नाही होणार.' टीव्हीसाठी स्क्रिप्ट रायटिंग करणं हे माझ्या कामाचं स्वरूप होतं. सेटवरती अशा ओळी वरचेवर बोलल्या जातात. माझ्या कानांवर तशा त्या नेहमीच पडत. असं काही ऐकलं की, माझ्या मनात येई, टीव्हीवरची ही स्टार मंडळी जर अहोरात्र घालाघाली करतात, तर त्यांना कसे काय दिवस जात नाहीत बुवा? आणि इथे - सीझन थ्रीच्या ऐन मध्यावरती असताना ही कार्टी जन्माला आली.

मी अनिरुद्धला म्हटलं, 'यार... हे काही योग्य नाही.' पुरुषांसमोर वाद घालण्यासाठी योग्य पर्याय नसेल तर ते जे काही करतात तेच अनिरुद्धने केलं. तोंड वेडंवाकडं करणं. पुढचं तर तुम्हाला माहीत आहेच.

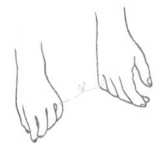

आणि आता... त्या फकिंग लॉकडाऊनचा एकोणचाळीसावा दिवस आहे. माझं बाळ वर्षाचं झालं आहे. तिला दात येऊ लागले आहेत. माझी नोकरी गेल्याचं मला नुकतंच सांगण्यात आलं आहे. या सगळ्या परिस्थितीचा टीव्ही व्यवसायावरसुद्धा चांगलाच परिणाम झाला आहे. अनिरुद्ध जर्नो आहे. त्याच्या बॉसने फोन करून सांगितलं की, त्याने तीन महिन्यांची सुट्टी घ्यावी – त्यानंतर काय करायचं याबद्दल व्यवस्थापन विचार करणार होतं. थोडक्यात काय तर, 'तुम्हाला कामावरून काढून टाकण्यात आलं आहे!' हे सांगण्याचा हा एक वेगळाच मार्ग.

आयुष्य नुसतं गटांगळ्या खायला लावत आहे. पण या क्षणी मी खूप रागावले आहे अनिरुद्धवर. त्या रात्री तो इतक्या स्वार्थीपणे वागला नसता, त्याने कंडोम वापरलं असतं तर या फकिंग साथीमध्ये काळजी करत बसायला नताशा आलीच नसती. येनकेन प्रकारे आम्ही सगळं निभावलं असतं. कसला हरामी आहे तो! आजकाल तर आमचं संभाषण जवळपास बंद आहे. दिवसभर लेकाचा त्या कोचवर पसरलेला असतो. सतत मूर्खासारखे काहीतरी गेम खेळत बसतो. कोणाचाही फोन येत नाही. अर्थात... मलासुद्धा कोणी फोन करत नाही. इन्स्टा लाइव्हसाठी मला येणाऱ्या रिक्वेस्ट थांबल्या आहेत. नवीन प्रकल्पांचा विचार करता काहीही घडणार नाही हे लोकांना उमजलं आहे.

एका नव्या सिरीजसाठी माझ्या मनात अनेक सेक्सी कल्पना आहेत... पण पैसा! तो कुठून आणायचा. 'हे स्वीटी... लव्हली डीपी!' अशा निरर्थक कॉमेन्ट्स मला व्हॉट्सॲपवर अहोरात्र पाठवणारे, टीव्हीवर काम करणारे सगळे तारेतारका अचानक नाहीसे झाले आहेत. 'डोक्यात नवीन काही कल्पना आली तर मला लक्षात ठेव,' त्यानंतर इमोजीज्‌चा भडीमार! उफ्फ्फ... खरं सांगायचं तर, त्या निरर्थकतेचीसुद्धा मला उणीव भासू लागली आहे. सध्या तर विजेच्या सॉकेटमध्ये नताशा तिची इवली बोटं खुपसणार नाही याकडे मला लक्ष देत बसावं लागतं. मूल होऊ द्यायचं नाही असं आमचं ठरलं होतं. निदान माझा तरी तसा विचार होता. त्यामुळे आमचं घर लहान बाळांच्या वास्तव्याच्या दृष्टीने सोयीचं नाही. या मादरच्योद लॉकडाऊनमध्ये दुरुस्ती करण्यासाठी आमच्या बिल्डिंगमध्ये येणार तरी कोण?

जमिनीलगत असलेल्या सॉकेटवर चिकटपट्ट्या चिकटवण्यासाठी अनिरुद्ध स्वतःचं अवाढव्य बूड काही हलवणार नाही (हो, अवाढव्यच आहे

ते. दिवसागणिक विस्तार वाढतो आहे). बाळाला विजेचा झटका बसावा अशीच त्याची इच्छा असेल का? नाही, हा हलकटपणा आहे. त्याचं नताशावर प्रेम आहे... प्रेमच. कदाचित, मला विजेचा झटका बसावा अशी तो आशा करत असेल. नाही... मग त्याच्यासारख्या बेकार आडमुठ्यासाठी स्वैपाक कोण करेल, स्वच्छता कोण करेल? कालच म्हटलं मी त्याला, 'तुझ्या इतर जर्नो मित्रमैत्रिणींप्रमाणे तूसुद्धा डेली ब्लॉग का लिहीत नाहीस? ते सगळे किती सक्रिय आहेत ते पाहिलंस ना?'

माझ्याकडे रोखून पाहत तो किंचाळला, 'थोबाड बंद का ठेवत नाहीस?' गेल्या कित्येक दिवसांत त्याने एक शब्दही लिहिलेला नाही. मला ते मुळीच आवडत नाही. नवरा म्हणून अनिरुद्ध कितीही बकवास असला तरी तो उत्तम लेखक आहे. ऑफिसमधल्या पाच 'स्टार्स'पैकी तो एक होता. त्याचं सुवाच्य आणि शुद्ध लिखाण तसंच सुंदर लेखनशैली लोकांना फार आवडत असे. आपण लिहू नये असं त्याला कसं काय वाटत असेल? त्याचा जन्मच मुळी लिहिण्यासाठी झाला आहे!

माझी गोष्ट वेगळी... माझ्यात काही अशी लिखाणाची बुद्धी वगैरे नाही. हां... मी तत्पर आहे, कठोर परिश्रम करते आणि महत्त्वाकांक्षी आहे. अनिरुद्ध मात्र सिद्धहस्त आहे. 'लॉकडाऊनमध्येसुद्धा लेखक लेखन करतात,' हे वाक्य मी पुटपुटले. त्याला बरोबर ऐकू गेलं ते. डोक्यावरची बेसबॉल कॅप काढत ती जमिनीवर भिरकावत त्याने स्वतःचा तिरस्कार व्यक्त केला. खरं आहे ते! त्याच्या ऑफिसमधल्या लोकांच्या कितीतरी पोस्ट्स आणि कविता वाचते ना मी. ते कुणीच रिकामटेकडे बसलेले नाहीत. प्रत्येकाच्याच घरी बायको, नवरा, आईवडील, मुलंबाळं आहेत. अशा विपरीत परिस्थितीत प्रत्येक जण साला निभावून नेतो आहे. पण आमच्या घरात... तसं काहीही घडत नाही!

त्याच्याचप्रमाणे नोकरी गमावलेल्या एका मित्राशी तो बोलत असताना मी ऐकलं, 'अरे, जसं काही आपणच हा ब्लडी व्हायरस निर्माण केला आहे. बिचारे नवरे! आपली योग्य संभावना होत नाही!' समीरला ऐकू जावं म्हणून मी मुद्दामच जोरात ओरडले, 'बायकोची तरी कुठे होते आहे? होतीये का? तेव्हा थोबाड बंद ठेव.'

नताशाचा आवाज टिपेला पोहोचू लागला. समोरचा लापशीचा वाडगा तिने उलटा करण्याआधीच तिला उचलून घ्यायला मी पुढे झाले. अर्थात,

त्या नादात गॅसवर शिजायला ठेवलेल्या वरणाचा विसर पडला. मी तरी किती गोष्टींकडे लक्ष ठेवणार?

'ए! जळतंय वरण...' अनिरुद्धने वरच्या स्वरात सूचना केली. पण, गॅस बंद करण्यासाठी जागचा ढिम्म हलला नाही तो. खाऊ दे त्या डुकराला सकाळ संध्याकाळ जळकं वरण. नाहीतर घेईल शिजवून काहीतरी स्वतःचं स्वतः. नताशाला घेऊन बेडरूममध्ये जात मी दार लावून घेतलं.

कितीतरी बिलं भरायची राहिली होती. हे घर विकत घेताना आम्ही भलंमोठं कर्ज घेतलं होतं. ती माझीच कल्पना असल्याने अनिरुद्धवर ठपका ठेवू शकत नाही मी आता. त्यावेळेस मी म्हटलं होतं, 'हे बघ, भाड्याच्या घरात नाही हं राहू शकत आपण. अरे, त्याच्यामुळे आपली योग्य प्रतिमा कशी निर्माण होणार. निदान, माझ्या व्यवसायाच्या दृष्टीने तरी ते फार महत्त्वाचं आहे. तुम्हा पत्रकाराचं काय रे, तुमची ती तद्दन भिकार जीवनशैली आणि खांद्याला लटकवलेली शबनम ते घेऊन कसेही वावरू शकता तुम्ही. टेलिव्हिजनचं असं नसतं रे बाबा. इथे वेगळ्या प्रकारे काम चालतं. माझ्याकडे उत्तम गाडी हवी. उत्तम घर हवं. आपलं सारं काही आलबेल आहे हे लोकांपर्यंत पोहोचण्यासाठी आवश्यकच आहे हे सगळं.'

आमच्या बीएमडब्ल्यू गाडीवरचं कर्ज हा माझ्या डोक्याला फार मोठा ताप होता. आमदनी कवडीचीसुद्धा नव्हती. ही दळभद्री कर्जं चुकवता चुकवता आम्ही नक्कीच मरणार होतो. खात्रीने, अनिरुद्ध मलाच या सगळ्यांबाबत दोषी धरणार होता. तो नेहमीच म्हणायचा, 'मला असल्या भलावणीची आवश्यकता नाही – माझे शब्दच माझ्यासाठी बोलण्याचं काम करतात... पण तुझ्या त्या बेगडी जगात...' तो असं बोलू लागला की, 'एऽऽऽऽऽ, गप्प बस! माझ्या जगाबद्दल बोलूच नकोस. कळलं ना? तुझ्या दुपटीने कमावते मी,' असं मी ओरडत असे.

हे सगळं मला सव्याज परत मिळणार होतं. हा फकिंग लॉकडाऊन! दुबईमधल्या माझ्या जिजूंकडून मला पैसे उधार घ्यावे लागणार होते. पण त्यांचीही परिस्थिती फार चांगली राहिली नव्हती. या करोनापायी तिथली परिस्थिती इथल्यासारखीच ढासळली होती. त्यातून माझ्या जिजूंचा बांधकामाचा व्यवसाय. या वर्षीचे भटकंतीचे सगळे कार्यक्रम रद्द करावे लागले आहेत असं माझी बहीण मला सांगत होती. बिच्चारी! तिला

माझ्याबद्दल किती असूया वाटायची. ती नेहमी म्हणायची, 'अहाहा! कसलं ग्लॅमरस आयुष्य जगतेस गं तू! मोठमोठे नट-नट्या, गायक-गायिका या सगळ्यांच्या भेटीगाठी... वाह वाह!'

मी तिचा गैरसमज दूर करत नसे. वास्तवात, क्वचितच एखाद्या नट-नटीशी माझी भेट होई. बहुतांश वेळ मी ऑफिसमध्ये बंदिस्त असे. मुंबईच्या स्टॅन्डर्डचा विचार करता माझी परिस्थिती फार छान आहे असंही तिला वाटत असे. असं असताना तिच्या नवऱ्याकडे कर्जाची मागणी करण्याने माझी अगदी अवहेलना होणार होती.

अनिरुद्धकडे पैसे नव्हते. त्याच्या बुद्धीवर भाळून मी त्याच्याशी लग्न केलं होतं. मीडियामध्ये त्याचे असंख्य चाहते होते. त्याच माध्यमातून आम्ही भेटलो. माझ्या बॉसवर काही लिहिण्याच्या निमित्ताने तो माझ्या ऑफिसमध्ये आला होता. तो तिचं फोटोशूट करत असताना त्या कथेचा भाग म्हणून त्याने मला काही वेळ तिथे बसवून ठेवलं होतं. आमच्या नजरा भिडल्या – तिथेच सगळं जमून आलं. दोनच रात्रींनंतर अंधेरीच्या आसपास असलेल्या एका बारमध्ये मनसोक्त झोकल्यावर आमचा संबंध आला होता. तिथून आम्ही डेटिंगला सुरुवात केली. कारण काय ते देवच जाणे, पण लग्न करण्याचा मूर्खासारखा निर्णय आम्ही घेतला.

आमचं लग्न मीडियामध्ये फार गाजलं. काही टेलिव्हिजन स्टार्सना आणि करमणूक करणाऱ्यांना मी आमंत्रित केलं होतं. त्यांच्या उपस्थितीमुळे आमच्या लग्नाची वार्ता अनेक वेबसाईट्सवर पोहोचली. इतकंच नाही तर जुन्याकाळची बॉलिवूडची एक नटी जिने आता साठी ओलांडली होती, तीसुद्धा आमच्या लग्नाला हजर होती. तिचं आणि माझं पार्लर एकच होतं. आम्ही दोघी एकाच आयब्रो थ्रेडरने भुवयांना आकार देत असू. तिला पाहून मला खूप आनंद झाला होता. ती नववधूसारखीच नटली होती. कानात मोठाले झुमके, भांगात कुंकू – अगदी कशाची उणीव नव्हती.

'किती गोड!' असा विचार माझ्या मनात आला होता. अनिरुद्धला मात्र तिचं हसू आलं होतं. 'बुढी घोडी, लाल लगाम,' असं म्हणून त्याने तिची थट्टासुद्धा केली होती. सुरुवातीला त्याचीही आढ्यता मला फार आकर्षक वाटली होती. पण कालांतराने त्याच्या त्या महाआगाऊ क्लृप्त्या मला दिसू लागल्या होत्या. नीटनेटके केस असलेला आणि उत्तमोत्तम शब्द

वापरता येणारा तो एक सामान्य जीव होता. मी मात्र पक्की मुंबईकर होते. माझा जन्मही इथलाच आणि मी लहानाची मोठी झाले ती इथेच. म्हणून तर मी अशी स्मार्ट. मुंबईत ज्याचा निभाव लागतो, तो जगाच्या पाठीवर कुठेही निभावून नेऊ शकतो. मी त्यातलीच.

पण जेव्हा लॉकडाऊन झाला आणि बाळाबरोबर आम्ही दोघं घरात अडकलो, तेव्हा या सगळ्या गोष्टींचा त्रास मला होऊ लागला. एकमेकांच्या सहवासात आम्ही म्हातारपणापर्यंत काळ घालवत आहोत ही कल्पनाच मला पटेना. शक्यच नव्हतं. हा आळशी माणूस, त्याचं ते विस्तारित बूड आणि घाणेरड्या सवयी – दिवसेन्‌दिवस ते वाढतच जाणार. स्वच्छतेबाबत मी फारच आग्रही होते. लॉकडाऊननंतर तर स्वच्छतेचं महत्त्व मला दुपटीने लक्षात आलं. ताटं-वाट्यांना हात लावण्याआधी 'हात धुवून ये' असं मी त्याला सुचवलं की तो संतापून म्हणायचा, 'ए गधडे, गप बस आता!'

गधडी? मी? मी रोज पिलाटीज्‌ आणि हॉट योग करते. नताशाच्या जन्मानंतरसुद्धा माझं शरीर कसं बांधेसूद आहे. चांगली सुडौल आहे मी! मला एक वर्षाची मुलगी आहे हे माझ्या ऑफिसमध्ये कोणाला खरंही वाटत नाही. क्लबमध्ये गेल्यावर किती पुरुष माझ्या मागे लागतात. ते सगळं जाऊ दे. बाथरूममध्ये माझा नवरा जो काही गलिच्छपणा करतो त्याचा मला फार त्रास होतो. पाहावं तिकडे त्याच्या वस्तू पसरलेल्या असतात. सोफ्यावरती त्याची अंडरवेअर पाहिली की, माझ्या मस्तकात तिडीक जाते. तो सरळ म्हणतो, 'माझी अंडरवेअर आहे ती... कुठेही फेकायला आणि पटकन हाताला येईल अशी ठेवायला माझा मी मोकळा आहे.'

हाताला येईल अशी? त्यावर तो म्हणाला, 'तुझ्याप्रमाणे मी ओसीडीला बळी पडलेलो नाही याबद्दल मी देवाचे आभार मानतो.' अच्छा! माझ्या चांगल्या सवयी आता विकार झाल्या आहेत तर, मंत्रचळ ठरल्या आहेत तर!

हा लॉकडाऊन लवकरात लवकर संपला नाही, तर मी किती काळ स्वतःला शांत राखू शकेन हे मला तरी सांगता येत नाही. आत्ताच मी माझे रेझ्युमे अनेक ठिकाणी पाठवायला सुरुवात केली आहे. तसं पाहिलं तर, कुणीच नव्याने काम देत नाहीये पण पाठवून ठेवलेले बरे. योजना क्रमांक 'ब' ठरवावी की काय असंही माझ्या मनात येत आहे. कदाचित मी स्वतःची कन्सल्टन्सी सुरू करू शकेन. किंवा मग टेलिव्हिजन टॅलेंटचं प्रतिनिधित्व करू शकेन.

मी जिजूंशी बोलेन. एकदा दुबई खुली झाली की, तिथेसुद्धा भरपूर संधी मिळतील. या मठ्ठापासून मला दूर जायचं आहे. पण सगळ्यांत आधी मला जिजूंशी बोलावं लागेल. कदाचित माझं चुकतही असेल. पण जिजूंची माझ्यावर सुरुवातीपासूनच नजर आहे. त्यांच्या लग्नातसुद्धा त्यांनी मला नको तिथे हात लावला होता. पण त्यांना जास्ती चढली असेल असं म्हणून मी सगळं सोडून दिलं होतं. सतत स्पर्धा करणाऱ्या माझ्या बहिणीला काहीतरी जाणवलं असावं, पण ती कधी तसं मान्य करणार नाही. तरीसुद्धा मला खात्री आहे की, दुबईला जाण्याचा निर्णय मी घेतला तर जिजू माझं मनमोकळं स्वागत करतील. ही संधी घेऊन पाहायला काहीच हरकत नाही. तसंही इथे माझ्यासाठी काहीही उरलं नाही. कोणे एकेकाळी मी जी कोणी स्त्री होते, तिला त्या व्हायरसने ठार केलं आहे.

लहानसहान आनंददायी बाबी

मला डान्स करायला फार आवडायचं. त्याला डान्स करता येत नव्हता. मला गाणं म्हणायला फार आवडायचं. त्याला गाणं म्हणता येत नव्हतं. मला पक्षी फार आवडायचे. त्याला पक्षी बघून वैताग यायचा. वेगवेगळे रंग, कपडे, कपड्यांचा पोत, वनस्पती, फुलं, पाण्याची नानाविध रूपं, गुलमोहर, सूर्यास्त, चंद्रोदय, चांदण्या, सुगंधी अत्तरं, पुस्तकं, दऱ्याडोंगर, भरपूर हसणं, मिणमिणते दिवे, सुंदर सजवलेलं टेबल, मेणबत्त्यांचा उजेड, वेगवेगळ्या प्रकारचे ब्रेड, विविध ऋतू, लिलीची सुंदर सुंदर फुलं आणि अशा वेडेपणाच्या सगळ्या बाबी मला आवडत असत. मी त्यांकडे आकर्षली जात असे. पण यांपैकी कशातही त्याला रुची नव्हती.

मी एकदा त्याला विचारलं, 'माझ्यात तुला काय चांगलं वाटलं?' मी एखादा विनोद केल्यागत तो हसला. त्याच्या त्या प्रतिक्रियेने मी खोलवर दुखावली गेले कारण, मी अतिशय गंभीरपणे प्रश्न विचारला होता आणि मला त्या तोलामोलाचं उत्तर हवं होतं, विचारपूर्वक उत्तर. मी पुन्हा विचारलं.

त्याने उत्तर दिलं, 'तू मला सेक्ससाठी कधीही नकार देत नाहीस. मला जेव्हा ते हवं असतं तेव्हा तू ते करू देतेस.' हे उत्तर! मी अवाक् झाले. एखाद्या मऊशार अडथळ्याच्या मुलायम छिद्राव्यतिरिक्त मी काहीच नव्हते का? मी पुन्हा प्रश्न विचारला. अर्थात अगदी ताबडतोब नाही. काही दिवसांनी. 'हे बघ, मला अगदी मोकळेपणाने सांग. तू जेव्हा माझा विचार करतोस तेव्हा तुझ्या मनात नेमकं काय येतं?'

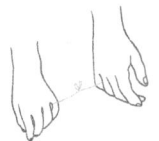

त्याने तत्परतेने उत्तर दिलं, 'तुझ्या कमरेखालचा भाग.' 'बस, इतकंच?' मी प्रश्न केला, 'दुसरं काहीच नाही?'

हातात धरलेल्या वर्तमानपत्राआडून त्याने माझ्याकडे पाहिलं. त्याच्या चेह‌र्‍यावरचा त्रागा अगदी स्पष्ट होता. त्रासिक स्वरात तो म्हणाला, 'असे मूर्खासारखे प्रश्न कशाला विचारतेस? एका नोबेल लॉरिएटने लिहिलेला महत्त्वाचा लेख वाचत आहे मी. माझी विचारशृंखला मोडली ना तुझ्यामुळे!'

ओह! मी त्याला सेक्सला कधीच नकार देत नाही. पण मला सांगा... लॉकडाऊनच्या या भयानक काळात सेक्स? हा पूर्णपणे कामातूरच आहे का? अशा या विचित्र परिस्थितीत सेक्स करायला कोणाला आवडेल? उष्ट्या-खरकट्या भांड्यांचा आणि इस्त्रीच्या कपड्यांचा ढीग माझ्यापुढे नाचत होता. सेक्स मुळीच नाही! शिवाय, आत्ता त्याने जे काही उत्तर दिलं तेच जर गोड आवाजात, मार्दवाने म्हटलं असतं तर... त्या क्षणी सेक्स करता यावा म्हणून तो भलेही खोटं का बोलत असेना, पण त्याच्या स्वरात जराही आर्जव असतं तर मी त्या क्षणी त्याची इच्छापूर्ती केली असती. आम्हा दोघांच्या प्रणयप्रसंगांचा विचार माझ्या मनात आला. त्यात प्रेम होतं तरी कुठे? संभोग करत असताना त्याने कधीच माझं निरीक्षण केलं नव्हतं का? माझं! आमचं!

आमच्या दोघांमधल्या 'शरीरसंबंधां'चं - दुसरं म्हणणार तरी काय त्याला - चित्र मनासमोर आणण्याचा प्रयत्न मी केला. पहिल्यापासून विचार करते. माझ्या डोळ्यांकडे त्याचं कधी लक्ष जातं का? घट्ट मिटलेले असतात ते. ओठ कोरडे. माझं कपाळ? चिंतेमुळे आठ्या उमटलेल्या असतात. माझे पाय? पूर्णपणे फकाटलेले. कारण मला जराही वेळ वाया घालवायची इच्छा नसते. माझ्या अस्तित्वाचा कणन्कण त्या क्षणी एकच संदेश देत असतो - हे ईश्वरा, कृपा कर... हा 'घालाघाली कार्यक्रम' पटकन आटोपू दे. हे सगळं त्या वेळेस असायचं जेव्हा सगळं 'सामान्य' होतं. आणि आता? आम्ही असे अडकलेले असताना? मी अतिशय थकलेली असताना? माझा मेंदू काम करेनासा झालेला असताना?

मला सेक्समध्ये कणभरही स्वारस्य नाही हे त्याला जाणवत नाही का? कसं शक्य आहे ते? तसा तो बर्‍यापैकी संवेदनशील आहे. आयुष्यातल्या सुंदर आणि देखण्या गोष्टींमध्ये त्याला स्वतःला असणाऱ्या स्वारस्याबद्दल

त्याला फार अभिमान वाटतो. हाच माणूस जेव्हा माझ्यावर पालथा पडलेला असतो, त्याच्या चेहरा माझ्या चेह‍र्यापासून जेमतेम काही सेंटीमीटर अंतरावर असतो, तेव्हा माझे अश्रू त्याच्या नजरेस कसे काय पडत नसतील? 'पटकन उरकू दे' म्हणून होणारी माझी घाई त्याला दिसत कशी नसेल? त्याच्या लिंगाला मी कधी स्पर्श करत नाही याबद्दल त्याला जराही काही वाटत नसेल का? किंवा, अधूनमधून तसं करण्याची तो माझ्यावर जबरदस्ती करत असताना माझी नीरसता दिसून येत असताना त्याला त्याची पर्वा नसेल का? या महामारीच्या काळात माझा त्रागाही कैकपटींनी वाढला होता.

अचानक एकदा त्याने विचारलं होतं मला, 'तुला सेक्समध्ये मजा तरी वाटते का?' माझं उत्तर ऐकायला थांबलासुद्धा नव्हता तो. असंच एकदा तूप–मीठ भाताचा तोबरा भरलेल्या तोंडाने त्याने मला विचारलं होतं, 'तू लेस्बियन असणार. हो. मला तसंच वाटतं. तू कधी... म्हणजे असं... एखाद्या बाईबरोबर...'

कानकोंडी होत मी हसून विषय टाळला होता. पण त्याच्या त्या प्रश्नाने मी नक्कीच विचारात पडले. कदाचित मी लेस्बियनच असेन आणि मला ते ठाऊकच नसेल. कदाचित आयुष्याच्या एखाद्या टप्प्यावर मला त्याचा उलगडा होईलसुद्धा. पण त्यासाठी कामुकरित्या मला मोहवणारी एखादी स्त्री मला गटवावी लागेल, तिलाही माझं आकर्षण वाटायला हवं ना! अशी स्त्री कुठे भेटेल बरं मला?

माझ्या नवऱ्याच्या आयुष्याभोवतीच माझं आयुष्य पिंगा घालत होतं. त्याच्या आयुष्यात मला काडीचाही रस नव्हता. कारण, मला त्याच्यातच रस वाटत नव्हता. आता, अहोरात्र एकमेकांना सहन करावं लागत असल्यामुळे कदाचित मला हा सगळा उलगडा इतक्या स्पष्टपणे झाला असेल. आम्हा दोघांत एकही आवडनिवड समान नव्हती. माझ्या मते, अनेक स्त्रियांबाबत घडत असणार असं; पण तसं त्या मान्य करत नसणार. माझ्या आईला माझे वडील आवडत नसणार याबाबत माझी खात्री आहे. मी नक्की सांगते. पण, माझ्या आजीचं माझ्या आजोबांवर फार प्रेम होतं. शेवटच्या आजारपणात आजोबा जेव्हा हॉस्पिटलच्या पलंगावर निष्प्राण अवस्थेत पडले होते, तेव्हा ती त्यांचा चेहरा अगदी अलगद कुरवाळत असे. तशा प्रकारे माझ्या आईने माझ्या वडिलांना स्पर्श केलेला मी पाहिलाच नव्हता. मीही माझ्या नवऱ्याला

कधी तसा स्पर्श केला नव्हता. तशी कधी गरजच नव्हती. कोणत्या हेतूने त्याला स्पर्श करायचा? त्यानेसुद्धा मला कधी मिठी मारली नाही. कुरवाळलं नाही. खरं सांगायचं तर, त्याला जेव्हा सेक्स हवा असेल तेव्हाच तो माझ्या शरीराला स्पर्श करत असे.

ज्या दिवशी त्याच्या पानात वरण वाढताना तो माझ्या हाताला स्पर्श करे, त्या दिवशी माझ्या लक्षात येई की, ती रात्र मला त्याच्या अंगाखाली घालवावी लागणार आहे. कोणे एकेकाळी इंटरकोर्सच्या दरम्यान मलाही सुखद भावना जाणवत असत. पण माझ्या सौख्याची त्याला जराही पर्वा नव्हती. माझा उत्कटबिंदूचा म्हणजेच ऑरगॅझमचा परम सुखानुभव मी एकटीच घेत असे. कधी कधी महिन्याचा विशिष्ट काळ आला की, मला तसं वाटत असे. कधी कधी, माझ्या सद्यःपरिस्थितीहून वेगळ्या परिस्थितीचा विचार माझ्या मनात सुरू असे. माझ्या त्या काल्पनिक जगात सारं काही शक्य होतं. तिथे कशाचीही आडकाठी नव्हती. मी एका किंवा अनेक पुरुषांबरोबर रत होऊ शकत होते. मी एक पुरुष किंवा एक स्त्री अथवा अनेक पुरुष आणि अनेक स्त्रियां यांबरोबर रमू शकत होते. अशा प्रकारच्या गोष्टींना 'ऑर्गिज्' म्हणतात असं मी ऐकलं होतं. अशा फॅन्टसी मला फार आवडत. कधी कधी तर प्राण्यांशी सेक्स करत असल्याच्या कल्पना माझ्या मनात येत. कदाचित मी विकृत असेन. परंतु, या सगळ्याची चर्चा करायची तरी कोणाशी? तसं कोणीच नव्हतं. त्यामुळे मी गोंधळून जात असे.

नेटफ्लिक्सवर कुठली तरी तुर्कस्तानी सिरीज पाहत तो कोचवर लोळत होता, तेव्हा हा विषय मी जवळपास काढलाच होता. बरं झालं मी तोंड बंद ठेवलं ते. त्याने ऑर्डर केलेला पिझ्झा उशिरा आल्याने त्याचा मूड आधीच गेला होता. मी स्वैपाकही केला नव्हता. कुठल्याही प्रकारच्या डिलिव्हरी देणाऱ्या मुलांबाबत आमच्या सोसायटीमध्ये फारच कडक नियम पाळले जात होते. डिलिव्हरी करणाऱ्या त्या लोकांकडूनच व्हायरस मोठ्या प्रमाणावर पसरत आहे असं सोसायटीचं म्हणणं होतं. बाहेरून काही मागवण्यापेक्षा आम्ही घरातच काय ते शिजवून खावं, असा आग्रह धरला जात होता. मला तर हे काहीही पटत नव्हतं. म्हणजे मला असं म्हणायचं आहे की, डिलिव्हरी बॉय नसूनही मीसुद्धा करोना-कॅरिअर असू शकत होते. अशा प्रकारे त्या लोकांना टार्गेट करणं हा माझ्या दृष्टीने अगदी हलकटपणा होता. ते असो. स्वतःच्या फॅन्टसीज् मी स्वतःजवळच ठेवल्या. मी जर नवऱ्यासमोर

विषय काढला असता, तर त्याची प्रतिक्रिया काय आली असती हे मला पक्कं ठाऊक आहे. तो म्हणाला असता, 'खरंच विचारते आहेस का? तुला शेजाऱ्यांच्या कुत्र्याबरोबर फक् करायचं आहे का? तो रॉकी? अरे बापरे! विकृत आहेस तू!' मी तुम्हाला विचारते की, विकृतीची व्याख्या कोणी ठरवायची? माझ्या मते, जी स्त्री आपल्या स्पर्शापासून अंग चोरू पाहते तिला अंगाखाली घ्यावं असं ज्याला वाटतं, तोच खरा विकृत आहे.

माझ्या वैवाहिक जीवनात सेक्सचा जो काही अनुभव मी घेत होते, त्यापेक्षा कैक वेगळा आयाम त्याला असणार असं मला सतत वाटत राहत होतं. ज्या बाबतीत माझं ज्ञान अगदी शून्य आहे त्या संदर्भात माहिती मिळवण्याची आवश्यकता मला भासत होती. या भयानक अनुभवाव्यतिरिक्त दुसरं काही समजून न घेताच माझा अंत होणार होता का? असंच एक दिवस, कोविडच्या रटाळ दुपारी टीव्हीवरच्या फुटबॉल मॅचवर तो नुसतीच नजर खिळवून बसला असताना, मी सहज विचारल्यागत त्याला प्रश्न केला, 'मी तुझं सेक्श्युअली समाधान करते का? तुला काही विशिष्ट बाबींची उणीव जाणवते का?'

कदाचित माझी वेळ चुकली असावी. त्या दिवशी त्याला ब्लॅक राईस आणि थाई करी खायची होती आणि माझ्या हातून ब्रोकोली घातलेला किनोवा चुकून जरा जळला होता. माझी चांगलीच तंतरली होती. त्याबद्दल मी त्याला काही बोलणार तितक्यात तो जोरात ओरडला 'गोल!' माझा प्रश्न त्याने ऐकून न ऐकल्यासारखा केला. पुन्हा एकदा तोच प्रश्न मी मोठ्यांदा विचारला. त्याने माझ्याकडे रोखून पाहिलं. आधीच गटाणे असलेले त्याचे डोळे अजूनच बटबटीत दिसू लागले. घाबरून मी तिथून काढता पाय घेतला. मी केलेल्या बेचव स्वैपाकामुळे त्याची सेक्सची इच्छा नष्ट होईल, अशी मला आशा होती. पण काय झालं असेल ओळखा?

त्या रात्री, हाताचं कोपर माझ्या कंबरेवर रुतवत त्याने भुवई उंचावत सुचवलं की, मी माझी नाईटी वर करावी. मी खोटेपणा करायचं ठरवलं. माझी पाळी सुरू असून ओटीपोटात मरणप्राय वेदना होत आहेत असं मी त्याला बेधडक सांगितलं. त्याचा काही विश्वास बसला नाही. त्याने पुरावा मागितला. मला फार अपमानस्पद वाटलं. त्याला खात्री करून घ्यायला मी मज्जाव केला. तुम्हाला माहीत आहे ना, गर्भारपणात बायका डॉक्टरकडे गेल्यावर ते कोणत्या पद्धतीने तपासणी करतात?

धोब्याला द्यायच्या न धुतलेल्या कपड्यांचं गाठोडं असल्यागत त्याने मला बाजूला ढकललं. आता मात्र अगदी अतिरेक झाला होता. मी किंचाळले, 'जनावर आहेस तू! तुला साधं नाचता येत नाही, गाता येत नाही... अगदी निरुपयोगी आहेस बघ.'

हे ऐकताच उठून बसत तो तारसप्तकात खेकसला, 'असं होतं तर एखाद्या भरतनाट्यम् करणाऱ्या नर्तकाशी किंवा रस्त्याच्या कडेला गाणी म्हणणाऱ्या माणसाशी लग्न का नाही केलसं तू? तुझं मनोरंजन करणारा नवरा हवा होता का तुला? काय नौटंकी चालली आहे तुझी? सोयीसाठी स्त्री आणि पुरुष लग्न करतात. एकत्वाने राहण्यासाठी. नाचगाणं करायला नाही काही! समजलं?'

आम्ही दोघांनी काहीतरी सुंदर आणि सुखदायक बाबींचा एकत्रित आनंद घेण्याची संधी त्याने आम्हाला द्यावी, असं मी त्याला सांगत होते. मान्सूनमध्ये गाता येईल असा राग... जंगलातून पायपीट... एकाच ताटात साधं, सात्विक जेवण. फार टोकाच्या अपेक्षा होत्या का माझ्या की, मग मी फार थोडक्यात समाधान मानत होते?

पश्चात्तापाने मान हलवत मी म्हटलं, 'हो बुवा, तुमचंच बरोबर आहे! आयुष्य म्हणजे नाचगाणं नक्कीच नाही. आणि हे पाहा, माझी पाळी सुरू आहे असं खोटं सांगितलं मी. त्याबद्दल क्षमा कर. तुझी अजूनही इच्छा असेल तर मी कपडे काढते अंगावरचे... मग तुझ्या योजनेप्रमाणे आपण कार्यक्रम आटपू यात.'

त्याच्या चेहऱ्यावर मोठं हसू पसरलं. प्रदीर्घ काळानंतर तो माझ्यामुळे सुखावलेला दिसला. मीही हसले. अगदी वरवरचं होतं माझं हसू. मी वाट पाहायचं ठरवलं. निर्णय घेण्याच्या दृष्टीने आजची रात्र योग्य नव्हती. मला स्वतःची अधिक चांगली तयारी करायला हवी होती. कुठे जाणार होते मी? स्थलांतरितांव्यतिरिक्त इतर कोणाला प्रवास करायला परवानगी नव्हती. दळणवळण नाही, विमानसेवा नाहीत, राज्यांतर्गत बस वाहतूक नाही, रस्त्यांवर गाड्या नाहीत, रेल्वे नाहीत. मी चांगलीच अडकले आहे हे मला माहीत असलं, तरी जे करणं गरजेचं होतं ते मी केलं.

स्थानिक बाजारातून लाईटच्या चमचमणाऱ्या ज्या माळा मी आणल्या होत्या, त्या मी बांधून ठेवल्या. रुमीपासून कैफी आझमीपर्यंतचे माझे

सगळे संग्रह मी बाजूला ठेवले. बराच काळ मला त्यांची आवश्यकता भासणार नव्हती. माझी स्वप्नं, आठवणी आणि आशासुद्धा मी बांधून बाजूला ठेवल्या. निदान, काही काळासाठी तरी! पुन्हा एकवार आकाशाकडे पाहीपर्यंत, कोकीळकुजन ऐकू येईपर्यंत, पावसाची सुरुवात होईपर्यंत. उताणं पडून गाढ झोपेत घोरणाऱ्या माझ्या नवऱ्याकडे पाहत असताना माझ्या मनात आलं, 'किती ही हानी! माझ्याकडून तो कितीतरी लहानसहान आनंददायी बाबी शिकू शकला असता. आमचं आयुष्य समृद्ध आणि अधिक आनंददायी होऊ शकलं असतं. माझ्या छोट्यामोठ्या इच्छा आणि सवयी केवळ माझ्यापुरत्या आहेत असं त्याला का वाटत होतं? सुखदायक अनुभवांची देवाणघेवाण करताना तो थोडा जरी उत्सुक असता ना तर त्याचं आयुष्य सुधारलं असतं. कुठल्या माणसाला संगीत आवडणार नाही? माझ्या फोनवर गाणं सुरू झालं तर ते ऐकू येऊ नये म्हणून तो कानांत बोटं का घालतो? संगीतामुळे त्याला संताप कसा काय येऊ शकतो?' हे सगळं समजून घ्यायला मलाही बराच काळ लागला. त्याला संगीताचा संताप येतच नव्हता. त्याला माझा राग येत होता. काही दिवसांनी मला अजून थोडं समजलं. त्याला माझा राग येतच नव्हता. त्याला स्वतःचाच राग येत होता! तो सतत रागावलेला असे. त्याच्या त्या रागाचं खापर मी स्वतःवर का फोडून घेत होते? वैश्विक महामारीच्या या काळात तो एकटाच असा संतप्त नव्हता. सगळं जग संतापलेलं होतं. सेक्सने त्याला अल्पकाळ शांत वाटत होतं म्हणूनच त्याला सेक्स वरचेवर करण्याची गरज भासत होती. ब्लडप्रेशर नियंत्रणात ठेवण्यासाठी काही लोकांना जशा सतत गोळ्या घ्याव्या लागतात तसंच काहीसं त्याचं झालं होतं. पण मला त्याचं औषध व्हायचं नव्हतं. मला त्याची प्रिय पत्नी आणि सहचर व्हायचं होतं. मला त्याच्याबरोबर आयुष्य जगायचं होतं. मला त्याचं प्रिस्क्रिप्शन व्हायचं नव्हतं.

रस्सम आणि वुईड

ती फारच बावळी होती म्हणून मी तिच्या प्रेमात पडलो होतो. बावळी पण चांगल्या प्रकारे. तिचा तो बावळेपणा मला फार आवडत असे. म्हणजे असं की... लडाखमध्ये लग्न करायचं हे तिनेच सुचवलं. साहसाची आत्यंतिक आवड असणाऱ्याच व्यक्ती तेव्हा लडाखला जात असत. मला तिची कल्पना मुळीच आवडली नाही तरीसुद्धा मी बरं म्हटलं. भित्रटपणाचा आणि रटाळपणाचा शिक्का मला नको होता. माझ्या आईवडिलांना ती कल्पना अजिबात आवडली नाही. आम्ही लग्नाला मुळीच येणार नाही असंही त्यांनी सांगितलं. मुळात, लडाख नेमकं कुठे आहे हे आमच्या बऱ्याच नातेवाईकांना माहीत नसल्याने त्यांच्यापैकी कोणीच येणार नव्हतं. ते ठिकाण निवडण्यामागे हेच तर कारण होतं!

मी माझ्या घरातला पहिला मुलगा होतो – एकुलता एक. 'सोन्या' हे लाडाचं नाव माझ्या आजोबांनी ठेवलं होतं. आमचं कुलदैवत कृष्ण असल्यामुळे माझी आई मला गोपाळ म्हणत असे. माझी गर्लफ्रेन्ड – जी आता माझी बायको झाली आहे, ती फारच बेफाम आणि छान होती.

घरी आईवडिलांना आणि बहिणींना भेटायला म्हणून तिला घेऊन आलो तेव्हा ती म्हणाली, 'जात, समाज, धर्म, भाषा... अशा कुठल्याही चौकटीत अडकून राहायला मला आवडत नाही म्हणून मी थोड्या थोड्या दिवसांनी माझं नाव बदलत राहते. तेव्हा तुम्हाला आवडेल त्या नावाने मला हाक मारायला तुम्ही मोकळे आहात.'

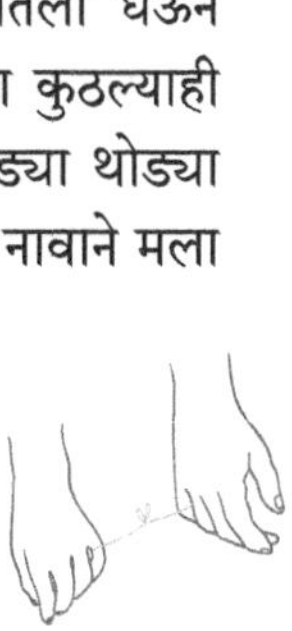

यावर माझ्या आई–बाबांनी एकमेकांकडे कटाक्ष टाकून म्हटलं, ‘जरा थांब... आम्हाला विचार करू दे.’ मग ते आतल्या खोलीत गेले. थोड्या वेळाने ते बाहेर आले तेव्हा त्यांच्या चेहऱ्यावर छानसं हसू होतं. ते तिला म्हणाले, ‘आमच्या कुटुंबात तुला गोपाळची सखी राधा असं म्हटलं जाईल.’ त्यावर ती हसली. (मी तिला ‘जे’ म्हणत असे. आम्हा दोघांची भेट झाली तेव्हा हेच व्यंजन तिने स्वतःचं नाव म्हणून निवडलं होतं.) माझ्याकडे पाहत जेने अंगठा उंचावला.

ती म्हणाली, ‘ठीक आहे तर! राधा हे नाव मला तूर्तास आवडलेलं आहे. तिचं आणि त्या कृष्णाचं कधीही लग्न झालेलं नव्हतं. बरोबर ना? ती त्याची कायमस्वरूपी राखी होती? गोठी? विवाहित? एकदम झकास!’ ‘जे’ माझ्याहून पाच वर्षांहून मोठी असून तिचं आधी लग्न झालं होतं, हे माझ्या आईवडिलांसमोर उघड करण्याची हीच वेळ आहे याची ती सूचना होती.

हे ऐकून घेतल्यावर तिथल्या तिथे प्रतिक्रिया न देण्याचं तारतम्य त्यांनी दाखवलं. माझ्या आईच्या चेहऱ्यावर कमावलेलं हसू होतं. लहानपणापासून तिचा असा चेहरा माझ्या चांगलाच परिचयाचा होता. आपल्या कजाग आईच्या म्हणजे आमच्या घरच्या भीतीदायक ‘अम्मा’समोर अप्पांनी जर काही टीका केली, तर आईच्या चेहऱ्यावर अगदी हेच भाव उमटत. माझ्या आईचं स्थान चांगलंच खालचं होतं. तिला अक्का म्हटलं जाई. तिचा एकुलता एक मुलगा असूनही मलासुद्धा तिला अक्काच म्हणावं लागत असे. फार वाईट वाटत असे मला तिच्यासाठी. ती माझी अम्मा होती. परंतु, मी तिला तशी हाक मारू शकत नसे. माझ्या वडिलांना त्यांच्या अम्माची अतिशय भीती वाटत असे. ज्या कुटुंबांत स्त्रियांचं वर्चस्व असतं, ज्यांच्या हातात घराच्या किल्ल्या असतात तिथे अशी भीती वाटणं स्वाभाविक आहे असं त्यांचं म्हणणं होतं.

यावर ‘जे’ नेमकी कोणती प्रतिक्रिया देईल याची मला खात्री नव्हती. माझ्या आईवडिलांना भेटण्याची कल्पना मी मांडली, तेव्हा ती गडगडाटी हसली होती. आत्ता ती इथे बसली असताना स्वतःच्या टपोऱ्या डोळ्यांनी ती आमच्या नीटनेटक्या पण लहानशा घराचं बारकाईने निरीक्षण करत होती. सोफ्यावरची प्लॅस्टिक कव्हरं आणि डायनिंग टेबलवर पसरलेलं प्लॅस्टिक तिच्या नजरेतून सुटलं नव्हतं. प्रत्येक वस्तू प्लॅस्टिकने झाकून

टाकणं अम्माला फार आवडत असे. टेबलफॅनसुद्धा ती प्लॅस्टिकने झाके. 'पंख्याभोवती प्लॅस्टिक बांधलं तर आपल्याला हवा कशी मिळणार?' हा प्रश्न मी तिला विचारला होता, तेव्हा तिने माझ्याकडे डोळे वटारून पाहिलं होतं आणि अक्काने टेबलखालून मला ढोसलं होतं. बैठकीच्या खोलीतल्या प्रत्येक वस्तूवर नजर टाकत 'जे' फिरत असताना मी तिच्याकडे सावधपणे पाहत होतो. प्रत्येक वस्तू प्लॅस्टिकने झाकली आहे हे तिच्या लक्षात आलं होतं, हे मला समजलं होतं. याचा उल्लेख ती नक्कीच नंतर करणार होती.

अप्पांच्या पुस्तकांच्या कपाटाशी जात 'जे'ने एक जाडजूड पुस्तक उचललं, 'माईन काम्फ'. पुस्तकाचं नाव वाचून तिने ते खाली ठेवत त्वेषाने म्हटलं, 'जर्मन!' अप्पा नुसतं पाहत होते. त्यांच्या डोळ्यांत कुठलेही भाव नव्हते. पारंपरिक पद्धतीने चहा समोर आला. या पवित्र प्रसंगावर ठसा उमटवण्यासाठी प्रत्येकाने चमचाभर पायस खाल्लं. त्यानंतर 'जे' आणि मी तिच्या रॉयल एनफिल्डवर बसून बी-स्कूल कॅम्पसच्या दिशेने निघालो. आम्हाला निरोप द्यायला माझे आईवडील फाटकापर्यंत आले होते. किती हा चांगुलपणा!

त्या निर्णायक भेटीनंतर सहा वर्षांनी 'जे' आणि मी माझ्या आईवडिलांच्या घरी लॉकडाऊन दरम्यानचा कालावधी घालवत होतो. आम्ही अडकलो होतो. आमच्यासमोर जाण्यासारखी कुठलीही जागा नव्हती. आम्ही दोघंही रिसर्च स्कॉलर्स होतो. पंतप्रधानांनी तारीख घोषित केल्यावर कॅम्पसमधली आमची जागा घाईघाईने रिकामी करून निघावं लागलं होतं. तिथून बाहेर पडणारे आम्ही शेवटचे होतो. तोवरच कॅम्पसवरचं आमचं एकत्रित जीवन आम्ही मनमुराद जगलो होतो. चरस, गांजा ओढायचा, बहुतांशी युरोप किंवा कोरिया इथल्या दिग्दर्शकांनी दिग्दर्शित केलेले चित्रविचित्र सिनेमे पाहायचे आणि स्वतःबद्दल छान छान वाटून घ्यायचं; असा आमचा एकूण जीवनक्रम होता. जे मध्यमवर्गीय सामान्य कौटुंबिक जीवन आमची सहजगत्या नियती ठरू शकलं असतं, त्याच्या गुंतावळीतून आम्ही तोवर स्वतःची सुटका करून घेतली होती. आम्ही दोन विलक्षण तरुण होतो. विस्मयकारक आदर्श उराशी बाळगत आम्ही आमच्या पद्धतीने जगत होतो. आमच्या जगाची उलथापालथ करायला कुठलातरी भयानक व्हायरस येऊन टपकणार आहे, याची आम्हाला काय कल्पना असणार?

पहिल्या दिवशी घरी आल्यावर माझ्या मोठ्या, आरामशीर जुन्या पलंगावर आम्ही आमच्या बॅकपॅक खुशाल भिरकावून दिल्या होत्या. गाद्या जुन्या झाल्या तरी पलंग आरामदायक होता. त्यानंतर काही तासांतच अक्काने मला बाजूला घेतलं. इथे आल्यावर आम्हा दोघांनाही 'जमवून' घ्यावं लागेल असं तिने मला सौम्य स्वरात पण ठामपणे सांगितलं. 'जमवून घेणं' या शब्दाचा आम्हा दोघांनाही तिरस्कार होता. आम्ही दोघं इतके चांगले आहोत की, आम्हाला कोणाशीही 'जमवून घ्यायची' गरज नाही असा आमचा समज होता.

माझ्याकडे पाहत अक्काने म्हटलं, 'कोविड... कोविड... धोका.' आम्हा दोघांच्या वैयक्तिक सवयींबद्दल ती खोचक प्रश्न विचारू लागली. जरा लाजिरवाणंच होतं ते. शिवाय, त्या प्रश्नांचा कोविडशी काहीही संबंध नव्हता. अम्मा आता 'फार वृद्ध' झाली असून 'हाय रिस्क' या श्रेणीत ती असल्याचं अक्काने सांगितलं. अम्माला भेटणं, बोलणं आम्ही टाळायला हवं असं बजावताना अम्मा म्हणाली, 'लक्षात ठेवा, तिला मधुमेह आहे, उच्च रक्तदाब आहे. तो व्हायरस तिच्यापर्यंत पोहोचला तर अवघ्या दोन मिनिटांत मृत्यू होईल तिचा.' माझ्या आईच्या या सांगण्यातून किंचितशी आशा डोकावल्याचं मला वाटलं. पुढे झुकत अक्का कुजबुजली, 'राधा शिंकत होती. ती पॉझिटिव्ह तर नाही ना?'

मी वैतागून उत्तर दिलं, 'काहीतरी काय विचारतेस? तुझ्या त्या रस्समच्या मसाल्याने तिचं नाक हुळहुळलं आहे. माझंसुद्धा तसंच झालंय.'

अक्काच्या चेहऱ्यावर उपहास दिसू लागला. तिने टोमणा मारला, 'अच्छा? आता माझ्या पोराचं नाकसुद्धा रस्समच्या वासाने हुळहुळू लागलं का? उद्या म्हणशील तुला दहीभात मुळीच आवडत नाही. अरे, तुझ्यासाठी रस्सम आईच्या दुधासारखा होता. आता अचानक तुला त्याचा दरवळ त्रासदायक ठरू लागला?' मी तिला शांत केलं. नेमकी तेव्हाच माझ्या खोलीतून 'जे' बाहेर आली. तिच्या अंगात तिची लाडकी गंजी आणि अगदी आखूड शॉर्ट्स होत्या. हे पाहताच अक्काचे डोळे विस्फारले. ती तत्परतेने म्हणाली, 'हे पाहा, अम्माने हे असलं भलतंसलतं पाहिलं... छे, छे! इथे असं चालणार नाही. कृपा करून सभ्य कपडे घाल. आम्ही सगळी चांगली माणसं आहोत.' तिच्या सांगण्याकडे पूर्णपणे दुर्लक्ष करत 'जे'ने

माझ्याकडे सिगारेट मागितली. दोन्ही कानांवर हात ठेवत अक्का खोलीतून बाहेर पडली. मी 'जे'ला सांगू लागलो की, 'आपल्या दोघांनाही...' पण माझं वाक्य पूर्ण होण्याआधीच ती म्हणाली, 'जुळवून घ्यावं लागेल?'

तिचा चेहरा उजळला. ती सांगू लागली, 'हे बघ, बस जरा इथे आणि माझं बोलणं ऐक. आता असं पाहा, तू किंवा मी या कोविड-१९चा शोध लावला नाही किंवा त्याला या जगात आपण मोकळं सोडलेलं नाही. आपल्या मनात अपराधीपणाची भावना नाही. आपण या सगळ्याला जबाबदार नाही. दुसरा कुठलाही पर्याय नसल्याने इथे राहणं आपल्याला भाग पडलं आहे. अरे यार, तात्पुरती सोय आहे ही! त्यांना म्हणावं शांत घ्या जरा. अचानक मी अशी छानछान तर नाही ना वागू शकत? ज्या क्षणी आपल्याला झुरका मारावासा वाटेल त्या क्षणी आपण तो मारला पाहिजे.'

मग आम्ही दोघांनीही सिगारेट शिलगवली. अचानक, चिरपरिचित अशा रस्समच्या दरवळाने आम्हाला मसाल्याच्या अभ्रात गुरफटून टाकलं. मला कडकडून भूक लागली. तिलाही लागली. त्याच रात्री आमचं लॉकडाऊन बेबी प्रॉजेक्ट पूर्णत्वाला गेलं. ते तसं घडलं आहे याची आम्हा दोघांनाही कशी कोण जाणे खात्री पटली होती. नऊ महिन्यांनी आमचं बाळ जन्माला येईल तेव्हा त्याला रस्सम आणि चरसचा दरवळ येत असणार असा विनोद आम्ही केला. बाळाचं नाव कारोना ठेवायचं नाही असंही आम्ही ठरवलं. उलट, इथून पुढे आम्ही रस्समच्या वाट्याच्या वाट्या रिकाम्या करणार होतो. आमच्या मित्रमैत्रिणींनी कोणे एकेकाळी सांगितलं होतं की, बाळाच्या आईला दूध येण्याकरता ते फार उपयुक्त आहे. जसं काही आम्हाला ठाऊकच नव्हतं!

तिरस्कार

अगदी स्पष्ट सांगायचं तर, लॉकडाऊनच्या दरम्यान बिल्डिंगच्या आवारात फेऱ्या घालत असताना कुणाशीही गप्पा मारत बसण्याची माझी इच्छा नव्हती. नवीन मित्रमैत्रिणी जोडण्याचा हा काळ नव्हताच मुळी. माझी जर इच्छा असती तर आसपासच्या परिसरात मी सगळ्यांत लोकप्रिय स्त्री ठरले असते. मी कोण होते हे सगळ्यांनाच ठाऊक आहे. नव्वदच्या दशकात ज्या टीव्ही सिरियल्समध्ये मी काम करत असे, त्या आजही पाहिल्या जात होत्या. माशा मारत घरी बसून राहायची वेळ आलेल्या लोकांसमोर जुने कार्यक्रम पाहण्यावाचून दुसरा पर्यायही नव्हता. कारण नव्याने शूटिंग होत नव्हतं.

हे बघा, मी करत असलेल्या भूमिका फार ग्लॅमरस होत्या. एकताच्या प्रसिद्ध सिरियलमध्ये मी 'सासू'ची भूमिका काय उत्तम निभावली होती, हे आजही कोणी विसरू शकत नाही. असं असूनही गेली कित्येक वर्षं मी याच इमारतीत राहिले आहे. शेजाऱ्यापाजाऱ्यांमध्ये मी फारशी कधीच मिसळले नाही. मला काय म्हणायचं आहे ते तुमच्या लक्षात आलं असेलच. या सगळ्या लोकांशी माझं कुठलंच साम्य नाही. त्यांचे आपले कुठेतरी छोटे मोठे व्यवसाय म्हणा, लहानशा टपऱ्या म्हणा, दुकानं म्हणा इतकंच काय ते आहे. त्या सगळ्यांकडे चीनचा माल विकायला असतो. त्या प्रत्येकाच्या दुकानाच्या गोदामात चीनचा माल ठासून भरला आहे. पण आता नाही

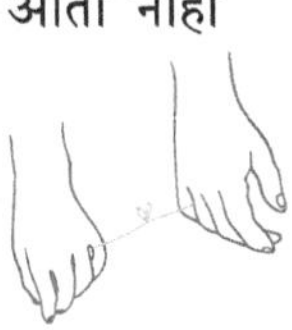

म्हणतात ते. कारण तो कारोना व्हायरस चीनहून आला आहे ना! त्याकडे कसा काणाडोळा करता येईल? ते ट्रम्पबाबा म्हणतातच की, 'करोना चीनहून आला आहे.' मला पटतं त्यांचं म्हणणं.

बस! किस्सा संपला! म्हणून काय झालं? अरे भाऊ, कर ना मान्य! जेमतेम आठवडाभरसुद्धा टिकत नाही असा तो स्वस्तातला माल चीनमध्ये तयार झाला आहे हे कुणीही नाकारता कामा नये. आपण टाटा किंवा बिर्ला असल्यासारखं कशाला वागायचं म्हणते मी? मी समजते का स्वतःला सौ. अंबानी? मी कोण आहे आणि काय आहे हे चांगलं ठाऊक आहे मला. पण निदान मी स्वतःचं नाव तरी प्रस्थापित केलं... व्यवस्थित कमाई केली, चार पैसे गाठीशी बांधले. मला कुणाकडूनही कशाचीही आवश्यकता नाही. मी एकटी बाई आहे... ईश्वराचे आभारच मानायला हवे की, माझं कुटुंबही नाही! नाही तर, माझ्या डोक्याशी येऊन लोक म्हणाले असते, 'करोनाने मरशील बिरशील... तुझे सगळे पैसे दे आम्हाला!'

अरे, मोठ्या कष्टाने मिळवले आहेत मी ते पैसे! माझे नातेवाईक म्हणवून घेणाऱ्या कुणा ऐऱ्यागैऱ्या फालतू माणसाला मी का बरं द्यावेत ते पैसे? आणि कधीपासून रे बाबा तुम्ही माझे नातेवाईक झालात? सेटवरती काम करताना माझा अपघात झाला होता त्यानंतर तीन महिने मी हॉस्पिटलमध्ये पडून होते. त्यावेळेस कुठे होतात रे तुम्ही सगळे? ते असो! काळ झाला त्या गोष्टीला. या फालतू बिल्डिंगमध्ये राहणाऱ्या तितक्याच फालतू लोकांमध्ये मी ताठ मानेने चालू तर शकते आहे आज! ती त्रासदायक मुलं म्हणत राहतात, 'त्या पाहा, त्या पाहा टीव्हीवरच्या आन्टी!' अरे ए... निघा इथून! आन्टी असेल तुझ्या बापाची! नादी लागू नका माझ्या!

हा लॉकडाऊन नसता ना, तर माझं आयुष्य नेहमीसारखंच छानसं सुरू राहिलं असतं. आता माझ्या डॉक्टरांनी बजावलं आहे की, खाली जाऊन रोज थोडं फिरायलाच हवं. अन्यथा माझी जुनी दुखणी पुन्हा एकदा डोकं वर काढतील आणि मी आजारी पडेन. माझ्यासाठी व्यायाम आणि ताजी हवा फार चांगली आहे असंही डॉक्टर म्हणाले. खरं तर, या आजाराच्या पार्श्वभूमीवर डॉक्टरांनी मला असं मोकळ्यात जायला सांगणं मला मुळीच पटलेलं नव्हतं. तरीसुद्धा मी रोज चालायला सुरुवात केली. आजूबाजूला किती ते लोक! तब्येतीसुद्धा धड दिसत नाहीत त्यांच्या. कदाचित, या सगळ्या तद्दन फालतू वस्तू विकत आणायला चीनलासुद्धा जाऊन आले

असतील ते सगळे. नेमकी कोणाला बाधा झाली असेल काय सांगावं? ही सगळी मंडळी ना, पट्टीची खोटारडी आहेत बघा. स्वतःची चाचणी तर ती करून घेणारच नाहीत; पण निर्लज्जपणे दुसऱ्यांना बाधा करत फिरतील. बेशरम कुठले!

बातम्या पाहते ना मी! माझ्या वयात (नेमकं वय नाही सांगत मी, तुम्हीच अंदाज लावा) व्हायरसची बाधा पटकन् होऊ शकते आणि मला जर अशी बाधा झाली तर मग? मृत्यू निश्चित! या वयात कुणीही बरं होऊ शकत नाही. म्हणजे, मला काही मरण्याची भीतीबिती नाही हो. पण करोना कशाला? म्हणूनच, शेजारपाजारचे जेव्हा काही पदार्थांची देवाणघेवाण करतात, तेव्हा मी चक्क नाही म्हणते. त्यांना वाटतं की, हा माझा उद्धटपणा आहे. पण त्यांनाही हे कळायला हवं की, त्यांच्याकडचं अन्न खाणं माझ्यासाठी नक्कीच असुरक्षित आहे. त्यांच्या स्वयंपाकघराची अवस्था कोणाला ठाऊक बरं? कुठलं तेल वापरत असतील ते? स्वैपाक करताना थेट तिथे कोणी शिंकलं असलं तर? टीव्हीवर दाखवतात त्याप्रमाणे आपापले हात तरी घसघसून नीट धुतात का? मला तर फार शंका आहेत बाई या सगळ्या. इतकं सगळं असूनही... मी अतिशय नम्रपणे सगळ्यांना नकार देते. हे पाहा, उगाच कोणाचा अपमान-बिपमान नाही हो करायचा मला.

आता कालचीच गोष्ट बघा. तो मूर्ख सिक्युरिटी गार्ड! त्याने हाक मारली, 'मांजी!' इतकी का म्हातारी दिसते मी? हो, हे खरं आहे की, आजकाल मी डोक्यावर ओढणी किंवा स्कार्फ बांधते कारण माझी पार्लरची नेहमीची जी मुलगी आहे ना – डोरिस – ती इथे नाही ना. ती असती तर तिने येऊन माझ्या केसांना नीट टचअप केलं असतं. हे बघा, केसांसाठी उत्तम रंग वापरते आणि त्याच्यासाठी भरपूर पैसे खर्च करते मी. मेंदी वगैरे लावून घ्यायला ठाम नकार देते मी. कदाचित, मला डोरिस बदलावी लागेल – चिनी आहे ती. लॉकडाऊन संपल्यानंतरसुद्धा या बिल्डिंगमधले लोक तिला येऊच देणार नाहीत कदाचित. किती हे चुकीचं! मीसुद्धा त्यांना म्हणू शकते, 'उचला ते सगळं चिनी सामान आणि द्या फेकून. उगाच तो व्हायरस येऊन बसायचा आमच्या मानगुटीवर. चीनहून आला आहे तो हे ठाऊक आहे आम्हाला.' पण त्याबद्दल कोणी अवाक्षरही काढत नाही. डोरिस किंवा तिच्यासारखे कुणी दुसरी येऊन माझ्या केसांच्या कलपाचं काम करेपर्यंत मला केस झाकून ठेवणं भाग आहे. माझ्या प्रतिमेच्या दृष्टीने

माझे रुपेरी केस माझ्या चाहत्यांच्या नजरेस पडणं फार वाईट आहे. सध्या तर मीही स्वतःला ओळखू शकत नाही. अचानक किती म्हातारी दिसू लागले आहे मी! हे परमेश्वरा! हे असले पांढरे केस वगैरे... नको रे बाबा! हे असं काही नको मला.

बहुतांश लोक, त्यातल्या त्यात माझे शेजारी तर किती क्रूर आणि बद्‌तमीज आहेत हे मला चांगलंच कळून चुकलं आहे. म्हातारी झाली असले तरी बहिरी नाही झाले अजून. आमच्या प्रत्येक मजल्याला सार्वजनिक पॅसेज आहे तिथे ते बोलत असताना ऐकू येतं मला (आमची इमारत ३० वर्षांपूर्वीची आहे).

त्यांचं बोलणं साधारण या धर्तीवर असतं – 'लॉकडाऊनमध्ये या म्हातारीला काही होऊन बसलं म्हणजे? तिला करोना वगैरे झाला तर काय करायचं? कोणाला कळणार तरी कसं? तिची काळजी कोण घेणार? कुणीच नाही तिला. तिच्यासारख्या लोकांनी खरं तर अशा चांगल्या, सभ्य को-ऑपरेटिव्ह हाउसिंग सोसायटीमध्ये राहण्याऐवजी वृद्धाश्रमात नको का जाऊन राहायला? ही बया आजारी पडली तरी आपल्याला त्याच्याशी काही देणंघेणं नाही हो! पण तिला जर काही झालं, तर आपल्या अख्ख्या इमारतीला सील ठोकलं जाईल, त्याचं काय? त्यानंतर आपल्या बिल्डिंगची गणना 'हॉटस्पॉट' म्हणून केली जाईल. मग इथले भावसुद्धा धडाधड कोसळतील. म्युनिसिपालिटीचे लोक येऊन पोहोचतील. कारण नसताना आपल्याला सतावायला सुरुवात करतील. कुठल्याही हॉस्पिटलमध्ये या बयेला दाखल करून घेणार नाहीत. तसंही आजकाल ॲम्ब्युलन्स आणि डॉक्टर्स या सगळ्यांचाच तुटवडा आहे!' हे सगळं ऐकलं ना की, मला किंचाळावंसं वाटतं, 'हरामखोरांनो! आधी स्वतःकडे द्या ना लक्ष. माझी कशाला काळजी करत आहात? दिवसातून तीनदा हळदीचं पाणी पिते आहे मी, मिठाच्या पाण्याने गुळण्यासुद्धा करते आहे मी.'

या सोसायटीला 'सभ्य' म्हणाले ते. त्या शब्दाचा अर्थ तरी कळतो का त्यांना? त्यांच्या तुलनेत, जिन्याखाली राहणारा तो म्हातारा सिक्युरिटी गार्ड तरी मला जास्त मान देतो. मला सलाम करत तो म्हणतो, 'मॅडम, गुड इव्हिनिंग.' असं 'मॅडम' म्हणवून घ्यायला किती छान वाटतं. पुन्हा एकदा मी फिल्मसिटी स्टुडिओमध्ये काम करत आहे असं मला वाटू लागतं. माझं दुसरं घर होतं ते. 'घर की बात' या भारतभर नावाजलेल्या सिरीयलचं शूटिंग

करत असताना येताजाता त्याच्या हातावर टीप ठेवत असते मी. पण त्याचं नाव विचाराल तर, सॉरी! मी कधीच विचारलं नाही ते.

शेजारची तरुण स्वप्नासुद्धा माझ्याशी छान वागते. इतर तरुणांसारखी बदतमीज नाही ती. वागाय-बोलायची थोडीफार रीत आहे तिला. आमच्या कंपाऊंडबाहेर फळं आणि भाजीपाला विकायला जेव्हा व्हॅन येतात तेव्हा, मला काही हवं आहे का हे ती आवर्जून विचारते. कुठल्यातरी 'बडी' सिस्टीमचा ती एक भाग आहे असं ती मला सांगत होती. अर्थात, ती जेव्हा तीन आंबे आणि चार संत्री (संत्र्यांमधे 'क' जीवनसत्त्व असल्याने रोगप्रतिकारक शक्ती वाढते असं प्रत्येक जण म्हणतो. त्यावर मी म्हणते, 'काहीतरी काय बावळटपणा!' तसं होण्याकरता प्रत्येकाला टँकरभरून संत्र्याचा रस प्यावा लागेल) आणून देते तेव्हा मी तिच्या हातात अचूक रक्कम ठेवते.

ते काही असो, स्वप्ना निदान मला आणून तर देते! कदाचित त्यात तिचाही स्वार्थ असेल. एकदा तिने मला विचारलं, 'आन्टीजी, तुमच्या टेलीव्हिजनमधल्या जुन्या ओळखीपाळखी अजून असतील ना?' त्यावर मी तिला पटकन् म्हणाले, 'त्या जुन्या जगाचे सगळे संबंध मी तोडून टाकले आहेत.' मग ती म्हणाली की, कुठल्यातरी डान्स शोसाठी तिला ऑडिशन द्यायची होती. माधुरी दीक्षितपेक्षा तिला अधिक चांगलं नाचता येतं असं तिला वाटत होतं. मी हसून गप्प बसले. माधुरी दीक्षित होणं इतकं सोपं का आहे? आमच्या छोट्याशा आवारात गोलगोल, गोलगोल चकरा मारत असताना हे आणि असेच अनेक विचार माझ्या मनात घोळत राहतात. 'सोशल डिस्टन्स'चं काय असं विचाराल तर मी म्हणेन की, माझ्यासाठी ते फारच स्वाभाविक आहे. लॉकडाऊन असो किंवा नसो; मी नेहमीच सोशल डिस्टन्स राखून असते.

आज मी माझी जुनी 'टेलीव्हिजन ट्रंक' उघडली. हो! असंच म्हणते मी तिला. मला वाटेल त्या वस्तू भरल्या आहेत त्याच्यात. कॅश, माळा, उंच टाचेचे बूट. त्यातूनच मी दोन स्मार्ट कॅप्स शोधून काढल्या. छान! आता फिरायला जाताना या घालेन मी डोक्यावर. त्याखाली माझे पांढरे केस झाकले जातील. जरा शोधाशोध करून मी टिंटेड गॉगल्ससुद्धा बाहेर काढले. माझ्या जुनाट चष्म्यापेक्षा कितीतरी छान दिसत होते ते. परवाच माझ्या चष्म्याची काडी मोडली नेमकी. सेफ्टी पिन लावून तात्पुरता दुरुस्त

केला आहे मी तो. पण मला सांगा, तसा तुटका चष्मा घालून का मी फिरायला जाऊ?

तो सिक्युरिटी गार्ड आहे ना – भारी लक्ष असतं त्याचं. त्याने म्हटलंच मला काल, 'मॅडम हे लॉकडाऊन संपलं ना की, ताबडतोब जाऊन तुमच्या चष्म्याची काडी दुकानातून दुरुस्त करून आणून देतो मी.' हे ऐकून मी त्याच्या हातावर दहा रुपयांची नोट टेकवली. निदान त्याच्या लक्षात तरी आलं! विजेचं बिल द्यायला तो जेव्हा घरी येतो, तेव्हा इतर अनेक गोष्टींकडे त्याचं लक्ष जातं. म्हणूनच, गेल्या कित्येक दिवसांत घराची झाडझूड किंवा स्वच्छता झाली नाही हे त्याच्या लक्षात आलं. आरामखुर्चीवर माझ्या पारोशा कपड्यांचा ढीग पडला होता. पाहावं तिथे धूळ साठली होती. ज्या छोट्याशा ड्रेसिंग टेबलवर मी माझं लिपस्टिक, काजळ, डिओडरंट आणि टिश्युज ठेवते, तिथे त्याची नजर गेलेली मला दिसली. कोल्ड क्रीमच्या बाटलीच्या बाजूलाच माझ्या सोन्याच्या बांगड्या आणि हिऱ्याच्या अंगठ्यासुद्धा होत्या. नक्कीच त्याच्या नजरेला त्याही पडल्या असणार.

आजूबाजूला पाहत त्याने सुचवलं, 'मॅडम, तुम्हाला हवं असेल तर मी येऊन स्वच्छ करून देईन सगळं... अर्थात, माझी ड्युटी संपल्यावर!' नम्रपणे मी त्याला नकार दिला; पण मनातून मी धास्तावले होते. परमेश्वरा! हा माणूस कितपत स्वच्छ असेल कोण जाणे! कुणी सांगावं, मला मदत करायच्या नावावर चक्क लुटायचा! माझा तर कुणावरही विश्वास नाही. हात कसे धुवायचे याचं प्रात्यक्षिक टीव्हीवर फिल्मस्टार्सकडून वारंवार दिलं जात असतं, पण तसे तो धुतो की नाही कुणास ठाऊक! त्याच्या अंगावरचे कपडे... जवळच्या झोपडपट्टीत त्याचं घर आहे. घरचेच कपडे घातलेत त्याने. तसंही त्याच्याकडे नवीन गणवेश कुठून असणार? त्याच्या कपड्यांवर व्हायरस असला तर? कपड्यांवर व्हायरस फार काळ टिकाव धरत नाही या वाचलेल्या माहितीवर माझा तरी विश्वास नाही. आणि एक सांगा, मुद्दाम धोका कशाला पत्करायचा? त्यातून त्याची नजर जर माझ्या बांगड्यांवर आणि अंगठ्यांवर असेल तर मला ठार करायची योजना त्याच्या मनात नक्कीच घोळत असणार. या कारोनाकाळात त्याच्यासारखी माणसं कातावली आहेतच. काय वाटेल ते करू शकतात ती. गेले दोन महिने आमच्या इमारतीत काम करणाऱ्यांना पगार तरी कुठे मिळाला आहे? मला जर लुटलं तर या माणसाच्या सगळ्या समस्या चुटकीसरशी सुटतील.

काल संध्याकाळचीच गोष्ट! दहाव्या मजल्यावरच्या दोन गप्पिष्ट बायका मला भेटल्या. चालताना अंतर राखणं वगैरे त्यांच्या गावीही नव्हतं. एकीने तर चेहऱ्यावरचा मास्कसुद्धा काढला होता. जोरातच विचारलं मी तिला, 'काय गं ए? तो मास्क काय गळ्याची शोभा म्हणून आहे की, तोंड आणि नाक झाकण्यासाठी आहे? लक्षात ठेव, या इमारतीत ज्येष्ठ नागरिकसुद्धा राहतात बरं!'

माझ्या या बोलण्यावर त्या दोघींनी माझ्याकडे अगदी रागाने पाहिलं. नियम न पाळणाऱ्या त्या बयेने म्हटलं, 'आन्टीजी... कृपा करून स्वतःपुरतं पाहा ना! आमची जबाबदारी कळते म्हटलं आम्हाला. स्वतःचे सल्ले स्वतःसाठी ठेवा राखून. हे आयुष्य म्हणजे टीव्हीवरची रोजची मालिका नाही.'

त्यावर ताठ मानेने मी तिथून चालत गेले. किती फालतू लोक आहेत हे! त्यांना 'शेजारी'सुद्धा म्हणावंसं वाटत नाही मला. संपूच दे एकदा हा लॉकडाऊन. मग मीसुद्धा माझा चालण्याचा कार्यक्रम अगदी बंद करेन आणि डोरिसच्या जागी दुसरी एखादी मुलगी शोधेन.

माझ्या गर्लफ्रेंडचे ठेपले

‘ऐका सगळ्यांनी... आपण सगळ्यांनी सकारात्मक राहायला हवं, ओके? हे बघा, तसंही कोणत्याही क्षणी काहीतरी वाईट घडू शकतंच. पण म्हणून जे काही आलं आहे त्यापायी आपण स्वतःला मरू देऊ शकत नाही. आपल्याला प्रेमाचा प्रसार करायला हवा. ही पृथ्वी निरामय होते आहे. जसं की, मला आजकाल माझ्या घराच्या खिडकीतून मलबार हिल दिसू लागलं आहे. काय सॉलिड ना! आणि हे पाहा, आता मी मागवलेल्या पर्सनलाईज्ड फेसशिल्ड्स, मास्क्स आणि इम्पोर्टेड ग्लोव्हज् आले आहेत. त्यामुळे आता आपण अगदी खरंखरं बाहेर पडून मदतीला जाऊ शकतो, आलं ना लक्षात? जसं की, गेले कित्येक आठवडे मी ठेपले आणि पोळ्या करते आहे. म्हणजे, प्रत्यक्षात मी नाही करत. स्वाभाविकच आहे ना ते. मी माझ्या स्टाफवर लक्ष ठेवते, त्यांना मदत करते आणि माझी मॉम आमच्या सगळ्यांवर लक्ष ठेवते. कुठे काही वाया गेलेलं तिला अजिबात चालत नाही. त्या एनजीओसाठी – काय बरं त्याचं नाव – ते जाऊ दे; आम्ही कितीतरी पिशव्या भरल्या आहेत अशा. जसं की, गांधीनगरमधल्या लोकांसाठी. निदान, आपण तयार केलेले अन्नपदार्थ योग्य लोकांच्या हातात पोहोचतात याबद्दल आम्हाला खात्री तर आहे ना.

‘जसं की तुम्हाला तर माहीत आहेच की, आपल्याकडे कामाला येणारे सगळे छोटे लोक तिथूनच येत होते. हे लॉकडाऊन सुरू झाल्यापासून त्यांना आपल्या बिल्डिंगमध्ये प्रवेश करायला परवानगीच नाही. माझ्या

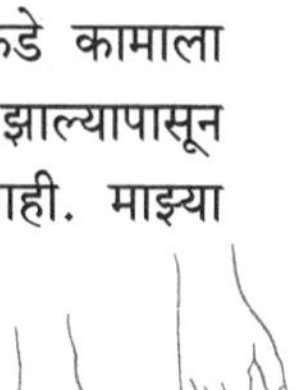

सोसायटीच्या कमिटीवर काही दिखाऊ लोक सदस्य म्हणून काम करतात. त्यांच्याशी वाद घालण्याचा प्रयत्नसुद्धा मी केला होता. या गरीब लोकांना काम करू न देणं म्हणजे त्यांच्या पोटावर पाय आणणं आहे हे मी त्यांना पटवून द्यायचा प्रयत्न करत होते. किती भयंकर आणि अन्यायकारक आहे आपली ही भूमिका! मी तुम्हाला एक प्रश्न विचारते. अगदी खरं उत्तर द्या. स्वतःचा कमोड तुम्ही स्वतः कधी घासला होता? तुमच्या कुत्र्याने घरातल्या कार्पेटवर केलेली घाण तुम्ही स्वतः कधी उचलली होती?'

थांबा! हे सगळं मी नव्हतो बोललो. माझ्या गर्लफ्रेंडने म्हटलं होतं तसं.

दॅट इज आरती! तिचं नाव, आरती. तुम्ही म्हणाल, काय उत्साही प्राणी आहे ती. बोलताना 'जसं की' हा शब्द वारंवार उच्चारायची तिला सवय आहे. काही मंडळी जसा हा शब्द येता जाता उच्चारतात ना, अगदी तसंच तिचं होतं. त्यामुळेच आरती बोलताना असं म्हणत असे, 'जसं की... चॅरिटीसाठी आपण सगळ्यांनी काहीतरी करायलाच पाहिजे ना?' ती असं बोलू लागली की, ऐकत राहावंसं वाटे. फारच गोड आहे ती. शिवाय, सगळ्यांच्या भल्याचा विचार तिच्या मनात असतो. पण असं असूनही ती थोडीशी गोंधळलेली असते. जसं की, आम्ही सगळे आपापल्या बाल्कनीमध्ये उभं राहून आपापल्या थाळ्यांवर चमच्यांनी वाजवत राहिलो, तर करोना व्हायरसचं उच्चाटन होईल यावर तिचा विश्वास होता. उच्चाटन!

त्या तशा काहीतरी माकडचेष्टा करण्यात मला जराही स्वारस्य नव्हतं. थाळ्या वाजवत असताना सेल्फी काढायचे, ते मीडियावर शेअर करायचे, त्यातून स्वतःच्या देशभक्तीचे दाखले द्यायचे आणि मोदींच्या हुकूमाचं पालन करायचं हा सगळा मला मूर्खपणा वाटत होता. देवा परमेश्वरा! मी एखादा अपयशी माणूस असल्यागत मला वाटत होतं. सेलिब्रेटींच्या पोस्ट व्यतिरिक्त आरती दुसरं काहीही वाचत नाही ही खरी समस्या आहे. प्रसिद्ध लोक काय बोलतात यावरून ती स्वतःची मतं ठरवते. दीपिका आणि रणवीर ही दोघं जर त्यांच्या बाल्कनीत मेणबत्त्या लावत असतील, आघाडीवर काम करणाऱ्यांना जर प्रोत्साहन देत असतील तर आपणही अगदी तसंच करायला हवं असं आरतीचं ठाम मत असे. हे इतक्यावरच थांबत नव्हतं. सोशल मीडियावर येणाऱ्या प्रत्येक पोस्टवर तिचा विश्वास असे. काईली जेनरची तर ती निस्सीम चाहती होती. आरती जर माझ्या मते मठ्ठ असेल, तर अजूनही

मी तिच्याबरोबर का आहे असा प्रश्न तुम्हाला पडेल. कारण सोपं आहे. माझं तिच्यावर प्रेम आहे असं मला वाटतं.

गेली दोन वर्षं आम्ही असे एकत्र आहोत. पैकी चार महिने मी शांघाय इथे डॅडचा बिझनेस सांभाळत होतो. ती स्वतः टस्कनी इथे दोन महिने सुटी घालवायला गेली होती. त्यात हा लॉकडाऊन. सगळ्यांचा हिशोब जर नीट जोडला तर सरसकटपणे आम्ही दोघं जेमतेम बारा महिने एकत्र असू. प्रवास, दुसरीकडे राहणं या सगळ्या गोष्टींचा विचार करता, आम्ही जेमतेम बारा महिने एकत्र राहिलो असू. ड्यूड! माझ्यासाठी हे रेकॉर्डच म्हणावं लागेल. आलं ना लक्षात? तसा मी अत्यंत हलकट आहे. सॉरी बरं का, माझी भाषा जरा अर्वाच्य आहे. पण आरतीशी मी तसा वागलो नाही. ती म्हणजे ना... थांबा जरा – तिच्यासाठी मला योग्य शब्द शोधू द्या – हो, सापडला शब्द – आरती अगदी शुद्ध मनाची आहे. आमच्या वर्तुळातल्या इतर मुलींसारखी नाही ती. तरीसुद्धा, इतके दिवस तिला न भेटता राहणं माझ्यासाठी खरंच कठीण गेलं. तिच्याबरोबर केलेल्या सेक्सची मला सारखी उणीव भासते. तिलाही अगदी तसंच वाटत आहे, असं ती मला सांगत होती. हा सारा गदारोळ एकदा का संपला की, आम्ही पुन्हा एकदा आधीच्या जीवनाकडे परतणार आहोत याची मला खात्री आहे. चिल्ड लाइफ! एकदम झकास!!

आरती अगदी भोळीभाबडी आहे. तिचा सहजच विश्वास बसतो. तिचे हे गुण मला फार आवडतात. ती प्रत्येकाशी कणवेने वागते. माणसं असोत, कुत्री-मांजरी असोत, उंदीर किंवा साप असोत! मी मस्करी करत नाही. मी तिला म्हटलंसुद्धा, 'बेब, जोपर्यंत तुझ्या या दयाळूपणाच्या यादीतून झुरळं बाहेर आहेत, माझ्या पायातल्या जड बुटांनी त्यांना चिरडून टाकण्याची अनुमती तू मला देते आहेस तोपर्यंत जगातल्या सगळ्या जातीप्रजातींशी तुला हव्या तितक्या दयाळूपणाने आणि प्रेमाने वाग तू. माझं काही म्हणणं नाही.' माझ्या या म्हणण्यावर अतिशय गोड हसत तिने स्वतःची गुलाबी, जादुई जीभ माझ्या कानातून अलगद फिरवली होती.

कधीच मोठ्या न होणाऱ्या मुलीसारखी आरती आहे. पण या लॉकडाऊनमुळे तिला स्वतःच्या आयुष्याचा उद्देश गवसला आहे. बिल्डिंगमधल्या इतर लोकांना आपली गरज आहे, अशी भावना तिच्या मनात निर्माण झाली आहे. ते सगळेच 'सेवा मिशन'ला भिडले आहेत. अर्थात, त्यात काही चुकीचं नाही म्हणा. रिकामा वेळ योग्य प्रकारे

सत्कारणी लावत आहेत सगळे जण. अन्नाची गरज असलेल्या अनेकांना चांगलं शिजवलेलं स्वच्छ जेवण पुरवत आहेत ही मंडळी. या सगळ्या निर्वासितांना सरकारकडून कशा प्रकारचं अन्न मिळत आहे याचे पिक्चर आरतीने पोस्ट केले होते. मी तुम्हाला सांगतो, इतकं वाशेळं अन्न तर आमचे पाळलेले प्राणीसुद्धा खाणार नाहीत. शिळं, बुरशी आलेलं अन्न. त्याबाबत आरती अतिशय प्रामाणिक आहे. एकदा एखादं काम तिने मनावर घेतलं की, तिला कोणीच अडवू शकत नाही. ज्या प्रकारे आरतीचं आयुष्य गेलं आहे ते पाहता 'उणीव' हा शब्द तिला ठाऊकच नाही. तसं म्हटलं तर ती काही लाडावलेली नाही. पण आजवर ती कधी ओला टॅक्सी किंवा बस, रिक्षा, ट्रेन अशा वाहनात बसलेली नाही.

दक्षिण अमेरिकेला जाऊन रिओ इथल्या झोपडपट्टीत काम करण्याची तिची इच्छा होती. हा सगळा प्रकार मला तरी मूर्खासारखा वाटला होता. आमच्या अनेक मित्रमैत्रिणींनी तसं केल्यामुळे तो अनुभव आरतीला घ्यावासा वाटणं स्वाभाविक होतं. प्रत्यक्षात झोपडपट्ट्यांत जायचं, अत्यंत दरिद्री लोकांबरोबर राहायचं या सगळ्या बाबी तिला स्वतःला अनुभवायच्या होत्या. मी तिला म्हटलं होतं, 'बेबी, ब्राझील म्हणजे भारत नाही. तू काही कोपॅकाबाना बीचवर सुट्टी घालवायला जाणार नाही आहेस. तुला जर ब्राझीलच्या झोपडपट्ट्यांमध्ये काम करायचं असेल, तर तुझ्या घराजवळच्या गांधीनगरमध्ये काम करून बघ आधी काही दिवस.'

त्यानंतर अचानक, आरती स्वैपाकघरात कामाला भिडलेली मला दिसली होती. तो विचार तिच्या डोक्यात चांगलाच भिनला होता. सुरुवातीला मी तिची थट्टामस्करी केली. तिने तयार केलेला साअरडो ब्रेड मला कधी खायला मिळेल असंसुद्धा मी तिला विचारलं होतं. आरतीला ते आवडलं नव्हतं. आरतीच्या गर्ल गँगमध्ये ठेपला वाटप या प्रकाराने चांगलंच मूळ धरलं होतं. आमच्या फ्रेंड्सच्या चॅट ग्रूपमध्ये ठेपल्याव्यतिरिक्त दुसरा कुठलाच विषय दिसत नव्हता. या 'ठेपला ब्रिगेड'ची लिडर होती अर्थातच आरती. 'खरवडून खरवडून द्या' यासाठी इतरांना प्रेरणा देण्याच्या स्वतःच्या भूमिकेचा तिला फार अभिमान वाटत होता. हे सगळं तिने करत राहावं म्हणून मी तिला प्रोत्साहन देत राहिलो. आयुष्याचं काहीतरी ध्येय असतं ही भावना तिच्यात जागवावी हीच माझी इच्छा होती. न संपणाऱ्या या लॉकडाऊनच्या कालावधीत चिडचिड करत वेळ घालवण्याऐवजी ठेपले लाटणं (मेथीचे आणि

बिना मेथीचे) हा जगण्याचा खूप चांगला मार्ग होता. अन्यथा, रोज पहाटे तीन वाजेपर्यंत उगाचच फालतू विषयांवर आम्ही चर्चा करत राहिलो असतो.

शिवाय, या ठेपला वाटपामुळे आरतीला अनेक लोक ओळखू लागले होते. अनेक सोसायटी कॉलममधून तिच्याबद्दल लिहून येऊ लागलं. महत्त्वाच्या ब्लॉगर्सनी तिच्या मुलाखती छापायला सुरुवात केली. 'लॉकडाऊन स्टार' म्हणून ती झळकू लागली. वेबिनार आणि इन्स्टा-लाइव्हमध्ये ती योगदान देऊ लागली. हे इतक्यावरच थांबलं नव्हतं. मोटिव्हेशनल स्पीकर म्हणजेच प्रेरणादायी वक्ता म्हणून तिचं वर्णन केलं जाऊ लागलं होतं. तिच्या पेजच्या व्ह्युअर्सची संख्या भन्नाट वाढू लागली होती. हे सगळं कधी झालं? स्वैपाकघरात ठेपले लाटत असतानाचे स्वतःचे व्हिडिओ तिने पोस्ट केले होते. ते लाटत असताना तिच्या अंगात बिकिनी टॉप आणि कटऑफ डेनिम्स होते हे काही मी सांगणार नाही. आता मी मान्य करतो की, आरतीचा पार्श्वभाग फारच गोड आहे. शिवाय, तिच्या पर्सनल मेडने व्हिडिओसुद्धा खूप छान काढला होता. त्यात आपण ठेपला महाराणी असल्याचा आविर्भाव आरतीने छान दाखवला होता. इतकंच नाही तर, तिच्या जोडीने त्या व्हिडिओत 'डूडल्स' या तिच्या बिघडलेल्या आणि लाडावलेल्या पामेरेनियन कुत्र्याचं दर्शनसुद्धा झालं होतं. हा व्हिडिओ पोस्ट होताच आरतीला मिळणारे लाईक्स एकदम वाढले. तोपर्यंत कियारा किंवा क्रितीकडे दिलं जाणारं लक्ष तिच्याकडे वेधलं जाऊ लागलं. काय हा मूर्खपणा! या सगळ्यामागे कोण, तर ते ठेपले!

'मला खूप जण विचारत आहेत,' हे मला सांगताना आरतीला खुदुखुदू हसू येत होतं. मला आनंदच वाटला. तसंही, आमच्या ग्रुपमध्ये कोणीच आरतीचा विचार गंभीरपणे करत नव्हतं. तिच्यासारख्या मठ्ठ आणि सोनेरी केसांच्या मुलीचा मी बॉयफ्रेंड आहे म्हणून माझीसुद्धा थट्टा उडवली जात होती. एरवी, 'आरती म्हणजे एखादं भिरभिरं' इतकंच इतरांना वाटे. खरोखरंच आरतीचे केस सोनेरी होते हे मी मान्य करतो. तिला मठ्ठसुद्धा म्हणता येईल हेही मला मान्य होतं. पण त्या ठेपल्यापायी फार मोठा बदल घडून आला होता. तिच्याकडे होतकरू तरुण नेता, आदर्श नागरिक, दयाळू हृदयाची मुलगी अशा भूमिकांतून पाहणं सुरू झालं होतं. आजवर जिला आम्ही मूर्ख समजत होतो, ती लहानखुरी आरती त्या फालतू ठेपल्यांमुळे जागोजागी पोहोचली होती.

ठेपल्याचा प्रयोग अतिशय यशस्वी झाल्यावर आरतीचा आत्मविश्वास वाढला. मनातल्या इतर योजना आकाराला आणायचं तिने ठरवलं. त्यासाठी तिने वीस स्वयंसेवकांची तुकडी तयार केली. लॉकडाऊनच्या प्रदीर्घ एकांड्या कालावधीत घरात अडकून पडणाऱ्यांशी गप्पा मारण्यासाठी कुणीच नव्हतं. त्यांच्या मदतीसाठी तिने तिचा खास चमू तयार केला. ती स्वतः फोन कॉल्स स्वीकारू लागली. तिचा उत्साही आवाज, छोटेछोटे विनोद, समजुतीचे गोड शब्द या सगळ्या गोष्टींमुळे तिने सुरू केलेल्या हेल्पलाईनची प्रसिद्धी पाहता पाहता वाढली. काही जण तिला वरचेवर फोन करू लागले. तिला पहिल्या नावाने हाक मारू लागले. सुरुवातीची ही मदतीची भूमिका व्यापक करायचं आरतीने ठरवलं. आता तिच्या चमूत ज्येष्ठ नागरिकांसाठी विशेषत्वाने काम करणाऱ्या थेरपिस्ट आणि कौन्सिलर्स यांचा समावेश झाला. म्हातारपणी मनात दाटून येणारे नैराश्याचे विचार दूर करण्यासाठी ही मंडळी काम करू लागली. मिळणाऱ्या प्रतिसादाने आरती अवाक् झाली. पाहता पाहता झूमवर रोटरी क्लबच्या कार्यक्रमांमध्ये ती दिसू लागली. एक समाज म्हणून आपण ज्येष्ठ नागरिकांसाठी काय करायला हवं यावर ती बोलू लागली. ज्येष्ठ नागरिकांची अवहेलना होऊ नये यासाठी विशेषत्वाने प्रयत्न करायला हवेत, असं तिचं म्हणणं होतं. आरतीच्या कळकळीने अनेकांच्या भावनांना हात घातला. यशाच्या सर्वोच्च शिखरावर असणाऱ्या काही उद्योजकांनी मदत करण्याच्या हेतूने तिच्याशी संपर्क साधला. 'आरती केअर्स' हे नाव तिने आपल्या उपक्रमाला दिलं होतं. बिल्डिंगमधल्या एका मित्राला तिने लोगो तयार करण्याच्या कामाला भिडवलं.

चारही बाजूंनी पैशांचा आणि मदतीचा ओघ आरतीच्या दिशेने वाहू लागला. ऑनलाईनच्या माध्यमातून मुंबई पोलिसांनी आरतीला मदतीला बोलावलं. लॉकडाऊन दरम्यान ज्येष्ठ नागरिकांवरच्या अत्याचाराच्या घटनांमध्ये खूप वाढ झाल्याचं त्यांनी तिला सांगितलं. त्या संदर्भात जाणीव जागृती निर्माण करत एक वेगळी हेल्पलाईन सुरू करण्यासाठी त्यांना ती त्यांच्या विशेष मंडळावर हवी होती. त्या कार्यक्रमासाठी आरतीने एक सुंदर घोषवाक्य तयार केलं. व्हिडिओसाठी तिच्या मनात जबरदस्त कल्पना आली होती. तिने आपल्या सगळ्या मैत्रिणींना त्यांच्या त्यांच्या आजीआजोबांचं शुटिंग करायला सांगितलं. त्यासाठी कोणाला काही वेगळं करायचं नव्हतं. नैसर्गिक प्रकाशात शुटिंग करावं असा आग्रह तिने धरला. काहीतरी विशेष

क्षण कॅमेऱ्यात पकडायलाही तिने सुचवलं. तिचा एक शाळासोबती उत्तम संगीतकार होता. त्याने आरतीसाठी अत्यंत सुरेख भावनाप्रधान गीत लिहून दिलं. दुसऱ्या एका शाळामित्राच्या मदतीने आरतीने ते गाणं गाऊन घेतलं. तिचा हा मित्र नुकताच प्रसिद्धी पावू लागला होता. काळ्या बॅकड्रॉपच्या पार्श्वभूमीवर हे सगळं शुटिंग तिने करून घेतलं. ग्राफिक्स डिझायनरच्या स्वतःच्या छोट्याशा टीमबरोबर तिने कृष्णधवल स्वरूपात एक छान फिल्म तयार केली. मुंबई पोलिसांनी ट्विटरवर ती फिल्म पोस्ट केली. पाहता पाहता ती व्हायरल झाली. माझे नानाजी आणि नानीजी आमच्याबरोबरच राहत होते. त्यांच्या जोडीने मी ती फिल्म पाहिली. त्या दोघांना ती फार आवडली. आश्चर्याने थक्क होत नानीजींनी मला विचारलं, 'हीच ती मुलगी का?' मी हळूच उत्तर दिलं, 'हीच ती.' त्यानंतर अल्पावधीतच आंतरराष्ट्रीय स्त्री संघटनेने आरतीशी संपर्क साधला. लॉकडाऊनच्या या भयानक कालावधीत आपापल्या घरी एकट्याने राहणाऱ्या ज्येष्ठ नागरिकांची अवस्था लक्षात आणून देणाऱ्या कॅम्पेनमध्ये तिने काम करावं अशी त्यांची इच्छा होती. ते सगळे ज्येष्ठ नागरिक निराशेच्या गर्तेत न जाता धीराने आणि शौर्याने आल्या प्रसंगाला तोंड देत होते. यातूनच आरतीचा पुढचा प्रकल्प सुरू झाला. वेळेवर बाथरूमपर्यंत जाण्याचंही त्राण नसणाऱ्या ज्येष्ठ नागरिकांसाठी अॅडल्ट डायपर पुरवण्याकरता निधी गोळा करायला तिने सुरुवात केली. एकीकडे, आघाडीवर कार्य करणाऱ्या कार्यकर्त्यांसाठी पीपीई सूट्स आणि मास्क्स आणण्याकरता पैसे गोळा केले जात होते; तर दुसरीकडे आरती ज्येष्ठ नागरिकांकरता तसंच सार्वजनिक इस्पितळातल्या गरीब कोविड रुग्णांकरता सॅनिटरी नॅपकिन्स आणि अॅडल्ट डायपर पुरवण्याचं काम करत होती. अवघ्या पंधरवड्यात तिच्या निष्ठावंत स्वयंसेवकांनी मुंबईभर या वस्तूंची हजारो खोकी पुरवली.

आजकाल तर आरतीचा आणि माझा संपर्कसुद्धा होत नाही. खरं सांगायचं तर, मला तिची फार उणीव वाटते. आमच्या गप्पागोष्टींची उणीव भासते. रोजच्या फालतू गॉसिपची उणीव भासते. हल्ली ती कोणी वेगळीच प्रेरित युवती झाली आहे. आपल्या कामाव्यतिरिक्त दुसऱ्या कशाचाही विचार तिच्या मनात नसतो. भविष्यासाठी अनेक विधायक योजना तिच्या मनात येत असतात. सोशल मीडियावरचे तिचे फोटो बघतो तेव्हा लक्षात येतं की, तिच्या केसांतले ब्लॉन्ड हायलाईट्स पूर्णपणे नाहीसे झाले आहेत. ती फार

गोड दिसते आहे. अर्थात, अधूनमधून कधीतरी आमच्या गप्पागोष्टी होतात, नाही असं नाही. तिच्या 'ड्युटीज' आणि 'डेडलाईन्स' यामध्ये ती कसाबसा थोडासा वेळ काढते तेव्हा आम्ही एकमेकांशी बोलतो. पण त्याहून अधिक मी तिला इन्स्टा फिल्डवर बघतो. अतोनात कष्ट करणाऱ्या तिच्या टीमचे फोटो ती त्यावर टाकते. आता तिच्या टीममध्ये अडीचशेहून अधिक स्वयंसेवक आहेत. अनेक जबाबदाऱ्या पेलत ही मंडळी त्यांच्या घरातून आळीपाळीने काम करतात. एकंदरीत कामाचं व्यवस्थापन करण्याच्या दृष्टीने आरतीने आता एक संयोजक कामाला ठेवला आहे. भविष्यासाठी तिच्याकडे अनेक योजना आहेत. ती दोघं सतत एकत्र काम करताना दिसतात. आरतीने सुरू केलेला प्रत्येक उपक्रम पुढे पुढे चालत राहील याकडे त्या दोघांचं आवर्जून लक्ष असतं. आणि हो, तिचे व्हिडिओज आता फारच वेगळे असतात. हल्ली ती गंजी, ब्रा टॉप्स किंवा कटऑफ जीन्स घालून स्वैपाकघरात वावरताना दिसत नाही. फॅब इंडियामध्ये मिळणाऱ्या कॉटन सलवार-कमीजमध्येच ती वावरत असते. ज्या कपड्यांना ती 'काकूबाईंचे कपडे' असं म्हणून रेवडी उडवत असे, तेच कपडे ती आता घातले. तरीसुद्धा, ती पूर्वीसारखीच क्यूट आणि हॉट दिसते, निदान माझ्या नजरेला तरी. तिला मागणी घालणाऱ्यांच्या संख्येत खूप वाढ झाली आहे याबद्दलही ती मला मुद्दाम सांगत राहते. आरतीच्या दृष्टीने सगळं किती छान झालं.

हे सगळं झालं ते त्या ठेपल्यांमुळे!

अँजीची बनारसी साडी

लोकांना वाटतंय की, मला वेड लागलंय... मी नेहमीच वेडा होतो असंही त्यांना वाटतंय. कदाचित, त्यांचं बरोबरही असेल. का? 'माझा हातमाग माझ्याशी बोलतो' असं मी त्यांना सांगितलं की ते हसतात. त्यांचा माझ्यावर विश्वासच बसत नाही. पण खरंच बोलतो, अहो! नेहमीच बोलत आला आहे हातमाग माझ्याशी. अगदी माझ्या आजोबांच्या काळापासून. ते मला स्वतःच्या बाजूला बसवून घेत असत. वधूचं वस्त्र कसं विणायचं ते मला दाखवत. सहा-सात वर्षांचाच होतो मी तेव्हा. इतका भारावून गेलो होतो ना... अक्षरशः झपाटून टाकलं होतं मला त्यावेळेस! जणू काही मी एखादं दैवी दृश्य पाहत होतो. अब्बाजींची बोटं झरझर आणि अलवार इकडून तिकडे-तिकडून इकडे फिरत होती. माझी नजर खिळली होती त्या बोटांवर. ज्या हातमागावर ते काम करत होते तो खूप प्राचीन होता. पाच पिढ्यांपासून तो आमच्या घरात होता.

त्याचवेळेस माझे वडील त्या खोलीच्या दुसऱ्या कोपऱ्यातल्या स्वतःच्या मागावर मुकाट्याने काम करत होते. अगदी चूपचाप मी त्यांचं निरीक्षण केलं होतं. ते अखंड प्रार्थना पुटपुटत होते. पण मला जे संगीत ऐकू येत होतं, ते माझ्या आजोबांच्या हातमागातून. फक्त मला ऐकू येत होतं ते... आजही ते तसंच ऐकू येतं. आणि हो, माझा हातमाग माझ्याशी बोलतो. हा माझ्या अब्बाजींचा हातमाग आहे. तो वडिलांना न देता त्यांनी मला देऊ केला. हातमागाची भाषा त्यांना कळत होती. तशीच ती मलासुद्धा समजते.

माझ्या वडिलांचं म्हणाल तर, वस्त्र विणणं हे त्यांच्या दृष्टीने निव्वळ एक काम आहे. कौटुंबिक परंपरा. माझ्यासाठी वस्त्र विणणं हेच जीवन आहे! साधारणतः, वर्षाच्या या कालावधीत मी आणि माझा माग एकमेकांशी आनंदाने गप्पागोष्टी करत असू. आमच्या हातात भरभरून ऑर्डर्स असत. त्या वेळेवर पुऱ्या व्हाव्यात म्हणून ग्राहकांचा सतत तगादा लागलेला असे आमच्यामागे. आमच्या या संपूर्ण गल्लीत हातमागांच्या आवाजांव्यतिरिक्त दुसरं काहीही ऐकू येत नसे. गिरक्या घेत फिरणाऱ्या चाटी, त्यातून सरसर सुटणारे वेगवेगळ्या रंगांचे रेशमी धागे आणि त्या सगळ्यांतून आकाराला येणारी हाताने विणलेली रेशमी साडी. बनारसमधल्या मोजक्या कुटुंबांमध्येच ही कला आजही जिवंत आहे (आजही मी आमच्या गावाचा उल्लेख मूळ नावानेच करतो. वाराणसी या नावात ती लय नाहीच). या कुटुंबांवर अल्लाहचा वरदहस्त आहे.

यातल्या काही नक्षी तर शेकडो वर्षं जुन्या आहेत. माझ्या अब्बाजींनी निर्माण केलेल्या काही विशिष्ट नक्षींबद्दल मी खूप आग्रही आहे. हाताखालच्या विणकरांना मी त्या अजिबात शिकवत नाही. अरे, आमचा कौटुंबिक वारसा आहे तो! माझं आयुष्य पणाला लावून या नक्षीकामाचं रक्षण करतो मी. साधारण, सत्तर वर्षांपूर्वी अतिशय निष्णात विणकरांनी हातांनी या सगळ्या गुंतागुंतीची नक्षी काढल्या होत्या. काही वर्षांपूर्वी माझे वडील या कामातून निवृत्त झाले. तासन्‌तास झुकलेल्या अवस्थेत बसणं त्यांना अशक्य होऊ लागलं होतं. त्यानंतर, आमच्या कुटुंबाची पुरातन विणकर परंपरा पुढे नेण्याचा कार्यभार माझ्यावर येऊन पडला. माझा मुलगा अली याच्यावर इथून पुढे माझी भिस्त आहे.

त्याने माझ्या हातातून ही पेढी स्वतःच्या हातात घ्यावी आणि मी जसं तरुण विणकरांना प्रशिक्षण देत आहे तसंच इतर तरुण विणकरांना त्याने प्रशिक्षित करावं ही माझी इच्छा होती. पण अलीच्या मनात काही वेगळ्याच कल्पना होत्या. त्याला नाव कमवायचं होतं. सूटबूट घालून हिंडायचं होतं. इथून बाहेर पडायचं होतं. अगदी घाटाच्या मागे आहे आमची वस्ती. परंतु, बनारस शहराच्या दूरच्या टोकाला नव्याने वसणाऱ्या चकाचक वस्तीत राहायला जायची त्याची इच्छा होती. आमच्या लहानशा घराची लाज वाटत असे त्याला. म्हणूनच अगदी ईद असली तरी तो आपल्या मित्रांना कधीच घरी बोलवत नसे.

ते असो! या वर्षीची ईद काही वेगळीच आहे. माझ्या आठवणीत अशी ईद कधीच झाली नाही. इथून पुढे अशा प्रकारे ईद साजरी करण्याची वेळ माझ्यावर येऊ नये अशीच माझी इच्छा आहे. माझा हातमाग मुकाट आणि दुःखी आहे. म्हणून, मीसुद्धा गप्प आणि दुःखी आहे. आमची सगळी गल्ली मौन आहे. दोन महिने झाले, आम्हाला मिळालेल्या सगळ्या ऑर्डर्स रद्द झाल्या. आधी करून पाठवलेल्या साड्या आणि लेंग्यांचे पैसे दलालांनी आम्हाला दिलेच नाहीत. खुशाल हात झटकून मोकळे झाले ते सगळे. आम्हाला द्यायला पैसेच नाहीत, असंही त्यांनी सांगितलं. आमच्या पुढच्या ऑर्डर्ससुद्धा रद्द झाल्या.

एका रात्रीतून सगळं गडगडलं. माझ्या छोट्याशा पत्र्याच्या पेटीत थोडीफार नगद रक्कम होती त्यासाठी अल्लाहचे आभारच मानायला हवेत. एका पर्यटकाने आगाऊ रक्कम दिली होती मला. कोणी विदेशी महिला होती ती! विचार करा, त्या मेमसाबना मी विणलेली साडी नेसून अमेरिकेत लग्नाला उभं राहायचं होतं. आजवर या गोऱ्या लोकांना मी हातमागाची कितीतरी वस्त्रं विकली आहेत. पर्यटक म्हणून ते बनारसला येतात. हातमागावरचं विणकाम कसं चालतं हे पाहण्यासाठी गाईड त्यांना मुद्दाम आमच्या गल्लीत घेऊन येतात. पण मेमसाबची ऑर्डर जरा वेगळी होती. त्यांचं नाव अँजेलिना असं आहे हे त्यांनीच मला सांगितलं होतं. त्यांनी ते लिहून दाखवलं होतं. त्याचा उच्चार करणं मला कठीण जात होतं हे पाहून त्या म्हणाल्या होत्या, 'अँजी म्हणा मला!' ते जमलं मला.

मी त्यांना, 'मॅडम अँजी' अशी हाक मारली, तेव्हा त्या हसून म्हणाल्या होत्या, 'मॅडम नको, नुसतंच अँजी म्हणा!' इतक्या मोठ्या मेमसाब आणि किती ती नम्रता म्हणायची! त्यांनी माझ्याकडे एक विशेष मागणी केली होती. त्यांचं काम पूर्ण करताना दुपटीने-चौपटीने काम वाढणार होतं म्हणूनच गल्लीतल्या इतर सर्व विणकरांनी त्यांना नकार दिला आहे, हे त्यांनी माझ्या कानांवर घातलं. ते विणकर त्यांना म्हणाले होते, 'अझहर भाईकडे जा. वेडा आहे तो. कदाचित, तो करून देईल तुम्हाला हे काम!'

अशा रीतीने त्या माझ्या दुकानात येऊन दाखल झाल्या होत्या. स्वतःची कल्पना समजावून सांगताना त्यांनी मला विचारलं होतं, 'माझी प्रेमकहाणी मांडणारी साडी विणून द्याल का मला? या कामासाठी मी तुम्हाला जास्तीचे पैसे देईन.' त्यांनी प्रस्ताव मांडताक्षणीच तो मला आवडला होता.

मी माझ्या हातमागाला विचारलं. त्याने होकार दिला. हे काम विशेष होतं आणि त्यात आव्हानही होतं. आम्ही दोघांनी कठोर परिश्रम केले, तर ते काम साध्य करणं आम्हाला शक्य होतं. जून महिन्यात मेमसाबचं लग्न होतं. त्यावेळेस ती साडी पूर्ण करून हवी होती. न्यू यॉर्कमधे जून महिना लग्नाच्या दृष्टीने चांगला आहे, असं त्या म्हणाल्या होत्या. त्या काळात तिथली हवा खूप छान असते. मग आमच्यात किंमत ठरली. अवाच्या सवा पैसे नाही आकारले मी. अगदी वाजवी मूल्य सांगितलं त्यांना. खास दुधाचा चहा आणि जिलबी मागवली मी त्यांच्यासाठी. फार आवडली ती त्यांना.

मग त्यांनी त्यांची प्रेमकहाणी मला ऐकवली. हृदयाला स्पर्श करून गेली ती माझ्या. ती ऐकून होताच माझ्या मनात एकाहून एक सुंदर कल्पना येऊ लागल्या. त्या विशेष साडीवर घेता येतील अशा कित्येक प्रतिमा माझ्या नजरेसमोर तरळू लागल्या. त्या साडीवर ताजमहाल दिसावा अशी मॅडम अँजी यांची इच्छा होती. कारण ज्याच्यावर त्यांचं प्रेम होतं आणि ज्याच्याशी त्या लग्न करणार होत्या, त्या माणसाबरोबर बसून त्यांनी ताजमहालसमोर फोटो काढला होता. प्रेम असंच असतं!

पण मी त्यांना समजावलं, ‘नाही मॅडम. या गरीब विणकराचं ऐका थोडं. तुमच्या लग्नाच्या दिवशी एखाद्या थडग्याचं चित्र कशाला हवं? लग्न हा किती मंगलविधी आहे. तुमच्यासाठी आपण केवळ मंगलमय चिन्हच विणू यात.’

सुदैवाने, त्यांनी माझं म्हणण ऐकलं. त्यांच्या आयुष्याच्या दृष्टीने अर्थपूर्ण अशा चार-पाच चित्रांवर आमचं एकमत झालं. त्यांच्या नवऱ्यालासुद्धा भारत फार आवडत होता. मॅडम अँजी यांना त्याने बनारस इथेच लग्नाची मागणी घातली होती. तीसुद्धा घाटावर. तेव्हा नुकतीच गंगेची आरती संपली होती. हे सगळं ऐकल्यावर मी त्यांना म्हटलं की, त्यांच्या साडीच्या काठावर मी गंगेचा घाटच विणेन. त्यात अधूनमधून पणत्या असतील. त्याव्यतिरिक्त त्यांना जे काही हवं होतं, ते सगळं मी पदरावर विणणार होतो. ज्या हॉटेलमध्ये त्या दोघांचं वास्तव्य होतं तिथल्या बगीच्यात अनेक मोर असल्यामुळे पदरावरती नाचणारे मोर भरावेत ही कल्पना त्यांना पटली.

अगदी हळुवारपणे आणि काळजीपूर्वक एक भावकथा निर्माण झाली. नव्याने रक्कम ठरली. खरं पाहिलं तर, मी वाटेल तितकं मोल लावू शकलो

असतो त्यांना. तरीसुद्धा मी फार वाजवी आकारणी केली. ती साडी पूर्ण करायला मला महिनोन्‌महिने अतोनात कष्ट घ्यावे लागणार होते. परंतु मला आणि माझ्या हातमागाला आता सनईचे सूर ऐकू येऊ लागले होते. अल्लाहचे आशीर्वाद घेऊन आणि अँजी व तिच्या होणाऱ्या नवऱ्यासाठी म्हणजेच मार्क साहेबांसाठी दुवा मागून मी कामाला सुरुवात केली. त्या भारतातून परत गेल्यावर व्हॉट्सअपच्या माध्यमातून आम्ही दोघं संपर्कात होतो. त्यासाठी मला अलीचा स्मार्ट फोन वापरावा लागत होता. हातमागावर साडी जसजशी पूर्ण होत होती, तसतसे मी त्यांना फोटो पाठवत होतो.

त्या काळात मी केवळ उस्ताद बिस्मिल्ला खान यांची शहनाई तेवढी ऐकत असे. विणकराच्या चित्तवृत्तीचा आणि मनोवृत्तीचा परिणाम त्याच्या निर्मितीवर होतो असं मला वाटतं. एका चांगल्या स्त्रीने माझ्यावर फार महत्त्वाची जबाबदारी टाकली होती. त्यांची साडी सर्वोत्तम घडावी इतकीच माझी इच्छा होती. त्यात मला कुठलंही न्यून नको होतं.

अर्धी साडी विणून झाली असेल, तोच जगावर फार मोठी आपत्ती येऊन कोसळली. माझ्या कानांवर काहीबाही पडत होतं; परंतु सुरुवातीला मी त्याकडे दुर्लक्ष करून माझं काम सुरू ठेवलं. 'निव्वळ गावगप्पा आहेत या सगळ्या' असं मी स्वतःला सांगत राहिलो. 'भारतात तर वाटेल त्या प्रकारचे रोग असतात, आपल्याला सवय आहे सगळ्यांची' असं मी म्हणत राहिलो. बनारसमध्ये तर शतकानुशतकं जीवन आणि मृत्यू हातात हात घालून चालत आले आहेत. दोन्हीही गृहीतच धरलेलं असतं आपण. घाटावर रात्रंदिवस जळणाऱ्या चिता पाहतच लहानाचा मोठा झालो होतो मी. मृत्यू मला नाही घाबरवू शकत. परंतु अली त्याच्या मित्रमैत्रिणींना किंवा कधी कधी त्याच्या अम्मीला आणि मला जे काही सांगत होता ते फार भीतिदायक होतं. मृत्यूचा आणि वेदनांचा कुणी अनोळखी दूत येऊन उभा ठाकला होता. कदाचित, त्या विषयावर चर्चा करून आम्हाला घाबरवून टाकण्याची अलीची इच्छा नसावी. परंतु टीव्हीवर जे काही दाखवत होते, त्यावरून माझा मी तर्क लढवला. फार मोठी आपत्ती येऊन कोसळल्याचं माझ्या लक्षात आलं. संपूर्ण जग त्याला बळी पडलं होतं. कुणी कीटकाचं नाव घेत होत, कुणी वटवाघळाचं, तर कुणी रसायनाचं. जे काही आहे ते चीनमधून आलं असंच सगळ्यांचं म्हणणं होतं.

सरतेशेवटी, जगभरच्या मोठमोठ्या शास्त्रज्ञांचं एकमत झालं की, एका वटवाघळानेच आपल्या जगात असा उत्पात घडवून आणला आहे. वटवाघूळ! तौबा! तौबा! वटवाघळासारखा अभद्र पक्षी सगळ्यांनाच ठाऊक होता. बनारसमधल्या फळांच्या झाडांमध्ये कितीतरी वटवाघळं लटकलेली असतात. हे पक्षी हजारो-लाखो लोकांना कसं काय ठार करू शकतील? नक्कीच काहीतरी चूक असणार. टीव्हीवर चालणाऱ्या आरडाओरडीकडे दुर्लक्ष करत मी माझं विणकाम सुरूच ठेवलं. निष्कारणच सगळ्यांना घाबरवत होते टीव्हीवाले. असंच कितीतरी दिवस सुरू राहिलं. अचानक एक दिवस, मला वाटतं २४ मार्च असावा तो दिवस, जेवायला बसण्याआधी टीव्हीच्या पडद्यावर मी मोदीजींना पाहिलं.

पंतप्रधानांचा बनारसला किती अभिमान आहे, हे तुम्हाला ठाऊक आहेच. इथूनच तर ते निवडणुकीला उभे होते. इथूनच तर ते जिंकले. मी स्वतः त्यांच्या प्रचारासाठी हिंडलो होतो. आमच्या गल्लीतल्या अनेकांना आता ते आवडत नाहीत. त्यांचा ते तिरस्कारही करतात. माझं तसं नाही. आजही मी उघडपणे सगळं मान्य करतो. मी त्यांचा तिरस्कार नाही करत. ते असो! ते जे काही म्हणाले त्याने धक्का बसून मी बधीर झालो. येत्या चार तासांत आमच्या जगाची उलथापालथ होणार आहे आणि सारं काही आमूलाग्र बदलणार आहे हे मला सुरुवातीला समजूच शकलं नाही. बदलही इतक्या झटक्यात की, पुढचं जेवण कुठून आणि कसं येणार, याचा विचार करण्यातच आम्ही अस्वस्थ असणार होतो.

हे सगळं काय सुरू आहे ते मला समजावून सांग, असं मी अलीला सांगताच तो चढ्या आवाजात बोलू लागला. त्याच्या अम्मीने त्याला शांत व्हायला सांगितलं, आदरपूर्वक बोलायला सांगितलं पण अली फारच संतापला होता. त्याला इतकं संतापलेलं मी आजवर पाहिलं नव्हतं. त्याने आम्हा दोघांना सांगितलं, ''दोन वर्षांपूर्वीच हा मुलूख सोडून मी निघून जायला हवं होतं. न्यूझीलंड इथे जायला हवं होतं. उगाच थांबलो मी इथे. कशासाठी? या सगळ्यासाठी?'' त्याचं इतकं बोलणं ऐकूनही 'लॉकडाऊन'ची नेमकी काय कथा आहे हे मला माहीत नव्हतं. एक नवाच शब्द मी शिकलो होतो, पण त्या शब्दाची माझ्या आयुष्यात काय जागा आहे हे मला तोवर ठाऊक नव्हतं. आज मात्र मला ते स्थान कळून चुकलं आहे. माझ्या हातमागालासुद्धा ते समजलं आहे. आताशा आम्ही दोघं

एकमेकांचं सांत्वन करत उद्याचा दिवस चांगला उजाडावा म्हणून प्रार्थना करत राहतो.

आमच्या आयुष्यात पहिल्यांदाच ईदच्या दिवशी घालायला नवीन कपडे नव्हते. पण इतर अनेकांच्या तुलनेत आम्ही खूप सुदैवी म्हणायला हवे. आमच्या डोक्यावर निदान छप्पर तरी होतं. ॲंजी मॅडमने दिलेली आगाऊ रक्कम माझ्याजवळ होती. पण या सगळ्यात ॲंजी मॅडम कुठे गायब झाल्या होत्या? थोडे अजून पैसे पाठवता येतील का, अशी विनवणी त्यांना करण्यासाठी मी अलीला अनेकदा सांगून पाहिलं. यंदाच्या दिवाळीसाठी एकही ऑर्डर नव्हती. एरवी हा काळ आमच्यासाठी किती व्यग्रतेचा असे! अलीने त्यांच्याशी संपर्क साधण्याचा बराच प्रयत्न केला होता. त्याला उत्तर मिळत नव्हतं. कदाचित, लग्नाच्या तयारीत मॅडम ॲंजी गुंतलेल्या असाव्यात. त्याने प्रयत्न करत राहावा असं मी त्याला सांगितलं. मदत मागण्याची लाज वाटून घेण्याची काहीही गरज नव्हती. सहसा अमेरिकन माणसं श्रीमंत आणि उदार असतात. आमची परिस्थिती समजून घेत त्यांना शक्य असेल तितकी मदत त्या पाठवतील याबद्दल मला खात्री होती.

त्यांना व्हॉट्सॲप मेसेजेस पाठवून दोन-तीन आठवडे उलटल्यानंतरही जेव्हा त्यांचं काहीच उत्तर आलं नाही, तेव्हा मात्र मला काळजी वाटू लागली. न्यू यॉर्क शहरात नेमकं काय घडत आहे, हे मी तोवर टीव्हीवर पाहिलं होतं. ते भलं मोठं शहर एखाद्या अवाढव्य कब्रस्तानासारखं दिसू लागलं होतं. आमच्या बनारसच्या घाटांवर जितक्या चिता जळतात, त्याहून कित्येक अधिक शवं तिथे दिसत होती. फारच मोठा धक्का बसला मला ते सगळं पाहून. काहीतरी हुकलं आहे याची जाणीव माझ्या हातमागालासुद्धा झाली. आलेल्या मेसेजेसकडे दुर्लक्ष करणं ही मॅडम ॲंजी यांची प्रवृत्ती नव्हतीच. त्यांच्या साडीचं अगदी थोडं काम उरलेलं होतं. जरीकाम सुरू करण्याआधी त्यांच्या चमकदार निळ्या डोळ्यांची छटा तंतोतंत उतरवण्यासाठी मी रेशीम रंगवून तयार ठेवलं होतं. पदराला मी रंगीबेरंगी रेशमी गोंडे बांधले होते. माझ्याकडून मॅडम ॲंजी यांना ती लग्नाची भेट असणार होती. सुरुवातीच्या नक्षीकामात किंवा मूल्यात त्याचा अंतर्भाव नव्हता.

त्यांच्या लग्नाची तारीख जवळ येऊ लागली. मी काळजीत पडलो. कुरिअरने त्यांना साडी वेळेत पोहोचेल की नाही हे मला समजेना. आधीच खूप उशीर झाला होता. कुरिअर सेवा म्हणावी तशी सुरू झाली नव्हती. त्या

दिवशी सकाळी मी अलीला म्हटलं, 'बेटा..., जरा पुन्हा एकदा प्रयत्न करून पाहा ना. मॅडम अँजीना फोन लावूनच बोल जरा. माझा आवाज ऐकून आनंद होईल त्यांना. कुरिअर सेवा सुरळीत होण्याची वाट आपण पाहत आहोत हे सांग त्यांना. बस! आपल्याकडून बाकी सगळी तयारी झालेली आहे.'

अत्यंत नाईलाजाने अलीने संपर्क साधण्याचा प्रयत्न केला. ते करतानाही तो मानेने नाही म्हणत होता. जणू काही मला माहीत नसलेली एखादी बाब त्याला माहीत असावी. सरतेशेवटी अगदी हळू आवाजात तो म्हणाला, 'अब्बा... जाऊ दे. मला असं वाटतं की... मला वाटतं... नाही, मी नाही सांगू शकत... तसं मला काहीच माहीत नाही... पण गेले दोन आठवडे त्यांचा नंबर डेड आहे. हे तुम्हाला सांगायची माझी इच्छा नव्हती... कदाचित मॅडम अँजी...'

हात वर करून मी झटक्यात म्हणालो, 'थांब!'

आता मला सनईचे सूर ऐकू येईनासे झाले आहेत. माझे कान – ते बदलले आहेत, माझं मन बदललं आहे. माझ्या पोटाचं काय? आधीच्या निम्मं झालं आहे ते आकाराने. माझा हातमाग माझ्याइतकाच उपाशी असताना स्वतःच्या पोटाची खळगी कशी भरू मी? या खोलीत दिवसभर आम्ही बसून राहतो. कुणीतरी येईल, काहीतरी घडेल याची वाट पाहतो. एकमेकांचं सांत्वन करतो. ज्या दिवशी अलीने संपर्क साधायचा प्रयत्न केला होता, त्या दिवसापासून सनई ऐकणं मी पूर्णपणे थांबवलं आहे. त्यांच्याशी संपर्क – नाही, त्यांचं नाव उच्चारायची माझी हिंमतच होत नाही. त्यांची प्रेमकथा गुंफलेली ती साडी आता पेटीत बंद आहे. इतर कुठलीही वधू ती साडी कधीच नेसू शकणार नाही. आताशा, मी आणि माझा हातमाग घाटावरची शांतता तेवढी ऐकतो.

व्होडका... टॉनिकशिवाय

लॉकडाऊनच्या या फालतूपणाचा मला अगदी तिरस्कार वाटतो, समजलं ना? तसंही आमच्या वैवाहिक जीवनात चांगल्याच अडचणी उभ्या होत्या – त्याचं काम, माझं काम... घरोघरी मातीच्या चुली! त्याच्यातच हा ब्लडी, फकिंग लॉकडाऊन सुरू झाला! तब्बल वीस दिवस या माणसाबरोबर सातत्याने राहिल्यावर आता एकही दिवस किंवा रात्र त्याच्याबरोबर घालवण्याऐवजी करोना व्हायरसपायी मरण पत्करायला मी तयार आहे. मुळात, तो इतका भयानक आहे हे मला माहीतच नव्हतं. निदान लॉकडाऊन होईपर्यंत तरी. खरं म्हणजे, आपण एका छानशा माणसाशी लग्न केलं ह्या भ्रमात होते मी.

तसं पाहिलं तर, फार पूर्वीपासून आम्ही एकमेकांना ओळखत होतो. अचानक आमच्या आईवडिलांनी कुठलं तरी स्थळ आणून आमच्यासमोर उभं केलं आणि आम्ही 'होकार' दिला असं काही आमच्याबाबत झालं नाही. त्या डेटिंगच्या ज्या बकवास साईट्स असतात त्यावरसुद्धा आम्ही भेटलो नव्हतो... किंवा, एनआरआयची जी स्थळं चालून येतात तसंही आमच्याबाबत काही झालं नव्हतं. एकाच सोसायटीत राहत होतो आम्ही. आम्हा दोघांचे वडील फौजी होते. एकमेकांची जीवनशैली आम्ही जाणून होतो. आमच्या शाळाही सारख्या होत्या. खरं सांगते, मेहनती होतो आम्ही दोघंही. ते आपलं एमबीए वगैरेही पूर्ण केलं आम्ही. अर्थात, वेगवेगळ्या ठिकाणी. त्यामुळे, आमच्यासाठी कठोर परिश्रम ही कुठली नवी संकल्पना

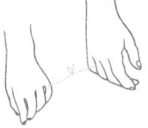

नक्कीच नव्हती. अरे बाबा, आम्ही काय अंबानी किंवा बिर्ला किंवा टाटा म्हणून जन्माला नव्हतो आलो. अगदी खास मध्यमवर्गीय मूल्यं जोपासत वाढलो होतो आम्ही. पण आमची स्वप्नं – ती स्वप्नं तर मोठी होती ना! खोटं कशाला बोलू? या जगात काहीतरी भव्यदिव्य करायचं आमच्या मनात होतं. पार टोकियोपासून पॅरिसपर्यंत प्रवास करायचा. एकमेकांबरोबर धमाल करायची. एकदम अलिशान आणि देखणं घर तयार करायचं. मित्रमैत्रिणींबरोबर भरपूर दंगामस्ती आणि पार्ट्या करायच्या. अर्थात हेही सगळं अगदी टिपिकलच म्हणा.

आमचा लग्न-सोहळा... अहाहा! काय धमाल आली होती यार! खास वेडिंग प्लॅनरच्या माध्यमातून आम्ही सगळे विधी आणि कार्यक्रम चपखल बसवले होते. परवाच लॅपटॉपवर मी माझ्या लग्नाचा व्हिडीओ पाहत होते तेव्हा माझ्या मनात आलंसुद्धा, यार...पाहा तर खरं! काय आनंदीत दिसत होतो आम्ही! त्या फुकेतला केलेल्या बिकिनी शूटमध्ये मी कसली हॉट दिसते आहे. आमच्यासारख्या इतर चार जोडप्यांबरोबर आम्ही धमाल करायला गेलो होतो तिथे – तरुणाई, दुसरं काय?

लॉकडाऊनच्या काळात हे सगळे व्हिडीओ पाहण्याने माझ्या नैराश्यात भर पडली. सगळा भूतकाळ झाला होता. आमची आयुष्यं कायमची बदलली होती. इथून पुढे आम्ही कितीही प्रयत्न केला तरी आमचं वैवाहिक जीवन पुन्हा पहिल्यासारखं होणार नाही हे मी जाणून होते. हे तर अगदी नक्कीच की विकी बदलला होता. त्याचं म्हणणं आहे की मी बदलले आहे. काहीतरी काय? खोटं आहे सगळं! मी अगदी तीच पहिली मंजू आहे – माझ्या मित्रमैत्रिणींना विचारून पाहा! दर दिवसाआड संध्याकाळी आमच्या झूम पार्ट्या होत असतात. त्यात आमच्या गप्पा सुरू असतात. आम्ही अजून जिवंत आहोत याची एकमेकांना आठवण करून देण्याचा मार्ग आहे तो आमचा. विकीच्या मते या पार्ट्या म्हणजे अगदी मूर्खपणा आहे आणि म्हणूनच तो आमच्यासोबत त्यात कधीच सामील होत नाही. त्याऐवजी बेडरूममध्ये स्वतःला बंद करून घेत उगाचच स्वतःभोवती चौकट उभी करतो आणि माझ्या मूडचा मात्र अगदी कचरा करतो. अर्थात, या पार्टी व्हर्च्युअल असल्या तरी मी माझी दारू पिते मस्तपैकी. का नको पिऊ? तो काही गुन्हा नाही! मी दुसरं काय करणं अपेक्षित आहे त्याला? जपमाळ घेऊन बसू की काय?

एक तर याला एकही मित्रमैत्रीण नाही म्हणूनच माझ्या मित्रमैत्रिणींबद्दल असूया वाटते आहे त्याला. हे पाहा, मी आपली मोकळीढाकळी आहे. सगळ्यांमध्ये मिळूनमिसळून राहायला मला आवडतं. मला खूप मित्रमैत्रिणी आहेत. विकीसुद्धा असाच तर होता. आमचे कित्येक मित्र सामायिक होते. हळूहळू बदलला तो – तेच नेमकं नाकारतो आहे आता तो. असं कसं नाकारू शकतो? प्रत्येक गोष्ट लॉकडाऊनच्या माथी मारून कसं चालेल? मी त्याला धमकावलं की, मला फालतू कारणं देणं आणि मूळ मुद्द्यापासून दूर पळणं बंद कर. खरं सांगायचं तर, आजकाल आम्ही एकत्र झोपतसुद्धा नाही. हां, आता सेक्समधे ब्रेक घ्यायचा ही कल्पना माझीच म्हणायची. मान्य करते मी ते. अति झालं होतं मला ते सगळं. मी कामासाठी गुरुग्राममध्ये जात होते आणि तो नोएडामध्ये. आपापल्या क्षेत्रात आम्ही चमकत होतो. पैसे काय, इन्सेन्टिव्ह काय; सगळं उत्तम होतं. पण कामाचे तास – फार वेळ काम करावं लागायचं आम्हाला. नोकरीच्या निमित्ताने खूप प्रवासही करावा लागत असे. या सगळ्याचा परिणाम दुसरा काय होणार म्हणा? थकवा! माझ्या सगळ्या मैत्रिणींचंही अगदी हेच म्हणणं होतं. मग त्यावर एकत्रित चर्चा करून आम्ही ठरवलं की, काही काळ हे 'सेक्स-चक्र' थांबवायला हवं.

आम्ही म्हटलं, 'चला, सेक्स डिटॉक्स करू यात.' आमच्या या वाक्यावर आम्ही खळखळून हसलोसुद्धा होतो. सेक्सचा कंटाळा आलेली मी एकटीच नाही, हे जाणून तर मला फार छान वाटलं होतं. पण विकीचं काय? त्याने ते मनाला लावून घेतलं. त्याला असं वाटलं की, मी त्याला नाकारते आहे. सेक्स नाकारणं आणि त्याला नाकारणं या दोन बाबी भिन्न आहेत, त्यात फरक आहे हे त्याला समजावण्याचा केवढा प्रयत्न केला मी. काही केल्या त्याला ते लक्षात आलं नाही. त्यानंतर तर त्यानं माझ्याशी बोलणंच बंद केलं.

हे सगळं घडलं आणि नेमक्या दोन दिवसांनी लॉकडाऊन सुरू झालं. आम्ही जाम अडकलो. माझं आयुष्य... वाट लागली त्याची!

तसं म्हणाल तर, आमचा फ्लॅट काही छोटासा नाही. पण तो असा खूप अलिशानसुद्धा नाही. घराला एक बाल्कनी वगैरेसुद्धा आहे म्हणा. हा हा हा! तीच बाल्कनी, जिथून खाली उडी मारायचा विचार माझ्या मनात

हल्ली येत असतो. सगळं असह्य झालं की, वाटतं मला कधी कधी. मग मी माझ्या झाडांकडे पाहते. फार प्रेम आहे माझं त्या झाडांवर. त्यांच्याकडे पाहून मी स्वतःला म्हणते, 'हे पाहा, या झाडांशी असं इतकं वाईट नाही हं वागू शकत आपण! त्यांची काय चूक आहे या सगळ्यांमधे? समजा, मीच जर मेले तर ती झाडंसुद्धा मरून जातील. विकी काही त्यांना पाणी वगैरे घालायचा नाही. त्याला मुळीच आवडत नाही ते.'

असंच कधीतरी एकदा मी माझ्या कामाच्या कॉलमधे व्यग्र होते, तेव्हा मलूल झालेली झाडं पाहून झाडांना पाणी देण्याची विनंती मी त्याला केली होती. चक्क नकार देत तो म्हणाला होता, 'ते माझं काम नाही!' फार वाईट वाटलं होतं मला तेव्हा. जरा काही झाडांना पाणी देणं हे 'काम' आहे. ही झाडं – हीच माझी खरी बाळं आहेत. तसंही आम्हा दोघांना मूल नाही ना. असं असताना या विकीने अशी प्रतिक्रिया द्यावी?

आता अशा या परिस्थितीत आम्हाला एखादं मूल असतं तर काय झालं असतं मला सांगा? बाळाकडे पाहायला कुठली बाई नाही. आम्ही आपले जीवाचा आटापिटा करत त्या बाळाला सांभाळण्याचा प्रयत्न करत आहोत. छे छे! असं काही झालं असतं ना तर मी खात्रीने बाल्कनीतून खाली उडी मारली असती – बाळासकट. कारण, विकीने आमच्या बाळाचीसुद्धा काळजी घेतली नसती ह्याची मला अगदी पुरेपूर खात्री आहे. झाडांना पाणी घालणं 'माझं काम नाही' असं त्यानेच म्हटलं होतं. मग त्याचं काम तरी काय आहे नेमकं? हो, मी सांगायला विसरले. त्याला कामावरून कमी केलं आहे. तसंही त्याला आता दुसरं कुठलंच काम नाही. कदाचित, माझी नोकरी अजूनही सुरू आहे म्हणून त्याला असूया वाटत असावी माझी. पण ते तो मान्य करणारच नाही. हे घर माझ्या नावाने आहे. का? साधी गोष्ट – कर्जसुद्धा माझ्या नावानं आहे ना. अर्थात, घराचा इएमआय आम्ही दोघं मिळून भरतो म्हणा. पण तरीसुद्धा, माझा पगार जास्त असल्यामुळे इएमआयसुद्धा मीच जास्त भरते.

तशी आजवर कुठलीच अडचण आली नव्हती. पण हे लॉकडाऊन! हे सुरू झालं आणि सगळं संपलं. आम्ही तर पूर्वी पगाराबद्दल विनोदसुद्धा करायचो. तो आपल्या मित्रांना हसतमुखाने सांगायचा, 'अरे! नशीबवान आहे की नाही मी? मंजू काय उत्तम बडदास्त राखते ती माझी! आम्हा दोघांनाही शानशौकीत ठेवते ती.'

त्यावेळेस माझ्या मनात येत असे, 'वा! विकीचा आत्मविश्वास पाहा! नाहीतर बाकीचे नवरे! मी त्याच्याहून जास्त यशस्वी आहे हे मान्य करताना त्याचा पुरुषी अहंकार कुठेही मध्ये येत नाही. किती सुरक्षित भावना असते त्याच्या मनात!' पण ते तेव्हा. आता काय? जरा पाहा त्याच्याकडे. दिवसभर नुसता गुरगुर करत असतो. प्रत्येक लहानसहान गोष्टीबद्दल तक्रार करत असतो.

रोज रात्री पलंगावर त्याच्या बाजूला, त्याला स्पर्शही न होऊ देता निजणं ही एक मोठी कसरतच झाली आहे आजकाल. आता मला सांगा, रात्री कधी तरी अंगाला अंग लागणारच ना? त्याच्या अंगाला माझ्या हातापायाचा नुसता स्पर्श जरी झाला, तरी अगदी घाईघाईने झटकून टाकतो तो मला. जसं काही मी मुद्दामच त्याच्या अंगावर हातपाय टाकत असते. हे एवढ्यावर थांबत नाही. त्यानंतर मोठं नाटक होतं. संतापून तो उठतो. सगळे दिवे लावतो. एअरकंडिशनर बंद करून टाकतो. का? मला चिरडीला आणण्यासाठी. एप्रिल महिना असला तरी बाहेर हमखास चाळीस डिग्रीपर्यंत तापमान चढलेलं असतं.

'आय ॲम सो हॉट!' अशी तक्रार मी परवा केली. तो हसून म्हणाला, 'खरं की काय? तू... आणि हॉऽट? स्वप्नात तर नाहीस ना?' खरं तर मी तोंड बंद ठेवणार होते. पण म्हटलंच मी चटकन, 'विजेचं बिल कोण भरतंय? मी.' सोडते होय त्याला?

इतकं सगळं झाल्यावर त्याने त्याचा मोबाईल उचलला (एकदम लेटेस्ट, सगळ्यांत महागडं मॉडेल आहे ते. लॉकडाऊन सुरू होण्याआधी त्याच्या वाढदिवसाला मीच भेट दिला त्याला तो), माझ्या संतापाचा व्हिडिओ काढायला त्याने सुरुवात केली. एकीकडे त्याचं तोंड सुरू होतं, 'तुझ्या व्हॉट्सॲप चॅट ग्रुपवर टाकतो बघ हा व्हिडिओ. मग कळेल त्यांना तू कशी आहेस आणि तुझ्याबरोबर राहण्याची माझी का इच्छा नाही.' त्या दिवशी पहिल्यांदा 'डिव्होर्स' हा शब्द न उच्चारताही त्याने सूतोवाच केलं.

अर्थात, मी संतापून किंचाळले, 'भित्र्या, मला डिव्होर्स द्यायची इच्छा आहे असं का सांगत नाहीस?' माझ्या तोंडून हेच ऐकायची तर त्याची इच्छा होती. तो शब्द त्याने उच्चारलाच नव्हता – तो मी उच्चारला होता. त्याच्याजवळ 'पुरावा' होता.

हातातला फोन माझ्यासमोर विजयाने उंचावत तो म्हणाला, 'ओह हो! आता बघा कशी धमाल येणार आहे!' डिव्होर्स म्हणजे त्याला धमाल वाटते का? आमचा डिव्होर्स? याला वेडबिड तर लागलं नाही ना?

शांती या माझ्या खास मैत्रिणीला मी फोन लावला. आमच्या ग्रुपमधे ती सगळ्यांत शांत आणि प्रगल्भ आहे. पार्टीजमध्ये वावरताना 'मी फक्त गृहिणी आहे' असं ती नेहमीच सांगत असे. तसं तिने सांगितलं की, मी तिला टेबलखालून लाथ मारत असे. तिने मला अगदी साधा-सरळ सल्ला दिला. ती म्हणाली, 'हे बघ मंजू, हे सगळं लॉकडाऊनमुळे झालं आहे. अगं, जगभरातले लोक वेड्यासारखे वागू लागले आहेत. विकीच्या म्हणण्याचा तसा काही अर्थ नव्हता गं. तू त्याला उचकवते आहेस असं त्याला वाटलं असणार. एक तर हे सगळं मध्यरात्री सुरू झालं. हे बघ मंजू, तू आता अगदी गप्प बस. मुकाट्याने आपलं काम करत राहा. त्याच्या मधेमधे करू नकोस. लॉकडाऊन संपला ना की सगळं स्थिरस्थावर होईल बघ.'

तिचा सल्ला ऐकून मला बरं वाटलं. स्वतःसाठी कॉफी करून घेतली मी. 'माझी' कॉफी पिणं त्याने साधारणतः आठ दहा दिवसांपूर्वीच बंद केलं होतं. माझ्या टेबलशी जाऊन मी लॉग-इन केलं. दहा बारा इ-मेल्स येऊन पडल्या होत्या. आठवड्याच्या मध्यावर नेहमीच जसा गदारोळ असतो तसंच. मी अस्वस्थ होते. एखादं व्होडका टॉनिक घेतलं, तर आपला दिवस बरा जाईल असा विचार माझ्या मनात आला.

मग मी कपाटाशी गेले. मागच्या वेळेस बाली इथे भटकायला गेलं असताना ड्युटी फ्री शॉपमधून आणलेली बेल्व्हेडीअरची बाटली पाहण्यासाठी मी कपाट उघडलं. ती तिथे नव्हतीच. व्हॉट द फक्! संतापून मी बेडरूममध्ये गेले. सकाळचे अकरा वाजले होते, तरी विकी अगदी गाढ झोपला होता. आताशा हे नेहमीचंच झालं होतं म्हणा! मी त्याला खडसावून विचारलं, 'बेल्व्हेडीअर कुठे आहे?'

एक डोळा उघडून माझी टर खेचत तो म्हणाला, 'सकाळी सकाळी लिपस्टिक? मोत्याचे दागिने? एखादी खास व्हिडीओ कॉन्फरन्स आहे वाटतं? नवा बकरा शोधायची तयारी सुरू झाली का लगेच?'

हे ऐकताच पलंगाजवळ जात मी त्याला गदागदा हलवलं. मी जरा आततायीपणा केला हे मी मान्य करते. तो जोरात खेकसला, 'हे बघ,

ताबडतोब पोलिसांना फोन लावून सांगेन की, तू माझा शारीरिक छळ करते आहेस.' हे ऐकताच मी थक्क झाले. माझ्या तोंडातून शब्दही फुटेना. या माणसाला मी खूप चांगली ओळखते असं मला वाटलं होतं. कोणे एकेकाळी त्याच्यावर मी प्रेम केलं होतं. हो प्रेम! आज मात्र मी नुसतीच पाहत राहिले.

कसंबसं स्वतःला सावरत मी फुत्कारले, 'हे बघ, तेवढी बाटली दे मला आत्ताच्या आत्ता!' तो हसून म्हणाला, 'कसली बाटली? तुझी बाटली नाही ती. माझी बाटली आहे. त्याचे पैसे मी भरले होते हे आठवतंय ना?'

माझ्या तोंडून निघून गेलं, 'ठीक आहे... ते पैसे नगद मोजते मी. आत्ताच्या आत्ता! फक्त, ती फकिंग बाटली तेवढी मला दे.'

माझ्या बोलण्यात हरियाणाचा हेल असतो. माझी नक्कल करत, मला चिडवत तो तसाच पलंगावर बसून खदाखदा हसत राहिला. तो स्वतः हिमाचल प्रदेशचा होता. काही दिवसांसाठी का होईना पण तो पब्लिक स्कूलमधे गेला होता. मला सहन झालं नाही. नाहीच झालं मला सहन.

'आय नो!' मी फार मूर्खासारखी वागत आहे हे कळत होतं मला पण तरीसुद्धा मी त्याच्या दिशेने जात त्याच्या अंगावर झेपावले. या सगळ्या भानगडीत पलंगाखाली टाकलेल्या काश्मिरी गालिचावरून माझा पाय घसरला. मी आपटले. फार जोरात पडले मी. कुठेही रक्त आलं नाही, जखमा झाल्या नाहीत, साधा ओरखडासुद्धा उठला नाही. पण मुका मार मात्र फारच बसला. त्यात परत माझा एक डोळा काळा झाला. लगेच फोन हातात घेऊन मी स्वतःचा व्हिडिओ काढला.

मी नाटक करू लागले. काय उत्तम वठलं होतं माझं नाटक! मी हुंदके देऊ लागले. मी काहीही केलं नसताना माझा नवरा निष्कारण माझा छळ करत आहे असं मी हमसून रडत सांगू लागले. पाहता पाहता माझा डोळा सुजू लागला. त्यावर आईसपॅक ठेवताना मी माझे फोटो काढले. त्यानंतर अस्ताव्यस्त पलंगावर भांबावून बसलेल्या विकीचा व्हिडिओसुद्धा मी काढला.

हे सगळं पाहून वकील काय म्हणतात ते आता पाहू यात. कधी एकदा कोर्ट उघडतं असं झालं आहे मला.

अडकलेला

अरे देवा! माझ्या दिल्लीच्या घरात मी चांगलाच अडकून पडलो आहे. आमचं मूळ घर इथून शेकडो मैल दूर आहे. माझी बायको आणि दोन्ही मुलं तिथे आहेत. तसं आमचं एकत्र कुटुंब आहे... तरीसुद्धा आम्हा प्रत्येकाला भरपूर स्वातंत्र्य आहे. माझे आजीआजोबासुद्धा त्याच घरात राहतात. प्रत्येकाला मोकळेपणाने राहता येईल इतकी जागा आहे आमच्या त्या घरात. एकाच छताखाली चार पिढ्या नांदतात तिथे. सगळ्यांना सांभाळणं फार त्रासदायक आहे याबद्दल माझी बायको नेहमीच तक्रार करते. आधुनिक विचारांची पिढी आहे ती. तिला आयुष्याचा आनंद घ्यायला आवडतो. तरीसुद्धा, आमच्या कुटुंबाचे घनिष्ट संबंध आहेत एकमेकांशी.

जी जोडपी एकत्र काम करतात ती एकत्र प्रवास करतात, एकत्र पार्टी करतात. एकमेकांची गुपितं माहीत असल्यामुळे सुरक्षिततेची विशिष्ट भावना त्यांना जाणवते. कोण कोणावर पाळत ठेवणार? नेमकं कुणाचं कुठे काय सुरू आहे ह्याबद्दल आम्हाला माहीत असलं तरी प्रत्येकाच्या तोंडाला कुलूप लावलेलं असतं. कामामुळे मला दिल्लीला यावं लागतं. यशस्वी उद्योजक म्हणून मला जे काही करावं लागतं त्यापैकी बहुतांश भाग दिल्लीतून पाहावा लागतो. आठवड्यातले दोन दिवस तरी मला दिल्लीत राहावं लागत असल्यामुळे इथेच एखादं घर घ्यावं असा विचार मी आणि माझ्या बायकोने केला. हा सुंदर टुमदार बंगला त्याचाच परिणाम. या घटकेला याच घरात

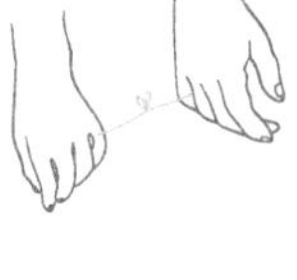

तर मी राहत आहे. तसं पाहिलं तर, दुसऱ्या दिवशी दुपारी मी आमच्या घरी जाणार होतो पण करता काय? अचानक राष्ट्रव्यापी लॉकडाऊन जाहीर झाला. शहरांच्या सीमा बंद झाल्या.

'वाह, वाह! आता मजाच मजा. इथे मस्त निवांत वेळ घालवू यात, माझ्या अनुपस्थितीत कोणी काय म्हटलं याबद्दल बायकोची टकळी दिवसभर ऐकण्याची वेळ आता आपल्यावर येणार नाही!' अशी माझी पहिली प्रतिक्रिया झाली हे मी मान्य करतो. तिचं म्हणणं ऐकून घेण्याचं प्रशिक्षण मी स्वतःला दिलं होतं; परंतु तिची अखंड कटकट ऐकण्याची सवय काही मी स्वतःला लावली नव्हती. बरं, तिचं बोलून झालं म्हणजे सगळं संपलं का? नाही! माझ्या बायकोचं कसं चुकतं याबद्दल माझ्या आईच्या तोंडाचा पट्टा मग सुरू व्हायचा. ते झालं की, माझी आजी सुरू व्हायची. सातत्याने मी घरापासून दूर असतो म्हणून ती माझ्यावर चांगलंच तोंडसुख घ्यायची.

पण माझी दोन्ही मुलं मला जराही त्रास देत नाहीत. त्यांच्याबरोबर मला फार मजा वाटते. टीनएजर झालेत दोघंही. गल्लीत क्रिकेट खेळणं हा आमचा आवडता छंद. त्या दोघांची फार उणीव भासते बुवा मला. फक्त त्या दोघांचीच हं. हे पाहा, अगदी मोकळेपणाने सांगतो – काही वर्षांपूर्वीच स्वीटीचं (माझ्या बायकोचं लाडाचं नाव) आणि माझं सेक्स लाईफ पूर्णपणे थांबलं आहे. म्हणजे एकमेकांबरोबर! हाहाहा! परदेशवारी दरम्यान मी माझी सोय करून घेत होतो. स्वीटीचं म्हणाल तर आमच्याच ग्रुपमधल्या एकाशी तिचं काही तरी सुरू आहे हे माहीत आहे मला. काणाडोळा करतो मी तिच्याकडे. आता मला सांगा, रोजच्या वरणभातासारख्या सेक्सचा बायकोलाही कंटाळा येईल की नाही? तिलाही कधीतरी थाई करी खावीशी वाटेलच ना? घरी भाजीपोळीचं साधं जेवण जेवल्यावर मला जसं अख्ख्या कोंबडीवर ताव मारायला आवडेल तसंच तिचं होत असणार.

बहुतेक वेळा माझ्या या 'कोंबड्या' दिल्लीच्या असतात. आकर्षक, स्मार्ट, नोकरी करणाऱ्या. त्या सगळ्यांमधली एक कॉर्पोरेट वकील माझी खास लाडकी आहे. माझ्या व्यवसायात असणाऱ्या गुंतागुंतीच्या कॉन्ट्रॅक्ट संदर्भात ती मला नेहमीच मदत करते. त्यामुळे, कित्येक संध्याकाळी आम्ही एकत्र घालवतो हे स्वाभाविकच नाही का? महत्त्वाचे आणि कळीचे मुद्दे शोधून काढायचे म्हणजे असा वेळ द्यावाच लागणार. कधी कधी उशीर

झाला तर रोनिता इथेच राहते. अशा वेळेस दुसऱ्या दिवशी नाश्ता करूनच ती परत जाते. गेस्टरूममधल्या कपाटात तिने स्वतःची कपड्यांची एक जोडीसुद्धा आणून ठेवली आहे.

माझ्या वागण्याची सवय माझ्या स्टाफला झाली आहे. त्यांची अगदी अळीमिळी गुपचिळी असते. सुदैवाने, तीन स्मार्ट नेपाळी माणसं आणि बिहारचा एक ड्रायव्हर मी कायमस्वरूपी नोकरीवर ठेवला आहे. बंगल्याच्या सर्व्हन्ट क्वार्टर्समधे ते राहतात. आपापल्या कामात चोख आहेत ते. मी पण त्यांची उत्तम काळजी घेतो. कोणाला कुठे काहीही तक्रार करायला जागाच नाही. लॉकडाऊनमुळे तेही सगळे हबकले आहेत, तरीसुद्धा माझी उत्तम बडदास्त राखली जाईल असं आश्वासन त्यांनी दिलं आहे.

या सगळ्यात रोनिताचं काय करायचं ही खरी समस्या माझ्यासमोर उभी आहे. तीही माझ्याबरोबर या घरात अडकून पडली आहे. दिवसेन्‌दिवस हे सगळं फारच विचित्र होऊ लागलं आहे. तिची आई चंदिगडला राहते. आईला काय सांगणार आहे ती? वर्क फ्रॉम होम करायला सांगणाऱ्या सिनियर्सना ती काय उत्तर देणार आहे? तिच्या मित्रमैत्रिणींना याबद्दल काहीच वाटत नाही. मी काही तिचा पहिलाच क्लाएंटवजा बॉयफ्रेंड नाही हे त्या सगळ्यांना माहीत आहे. तिनेच मला तसं सांगितलं होतं. असं असूनही ही जी काही परिस्थिती निर्माण झाली आहे ती फार विचित्र आहे. पहिले काही दिवस वाढीव हनीमूनसारखे वाटले मला. दिवसरात्र पलंगावर पडून आम्ही एकमेकांच्या मेंदूचा अक्षरशः भुगा केला. एकमेकांच्या प्रेमात पडलो आहोत असंही आम्हाला वाटलं. लॉकडाऊन संपल्यानंतर एकत्र जगण्याच्या कल्पनादेखील आमच्या मनात येऊन गेल्या. किती हा बावळटपणा! जसं काही आमच्या कल्पनेप्रमाणेच सगळं घडणार होतं.

वास्तविकतेची जाणीव त्यानंतर झाली मला. प्रत्येक गोष्ट आयती मिळण्याची सोय स्वीटीने मला लावली होती. तिथल्याच नाही, तर अगदी इथल्या घरातसुद्धा माझी उत्तम बडदास्त राखली जायची ती तिच्यामुळेच. स्वैपाक काय करायचा; मला काय, कधी, कसं वाढायचं; सकाळी माझ्यासाठी कोणते कपडे तयार ठेवायचे अशा अनेक गोष्टींबद्दल सविस्तर सूचना देण्यासाठी दिवसातून दहादा माझ्या स्टाफला फोन करायची सवय तिला होती. बायको म्हणून फार परिपूर्ण म्हणायला हवं तिला. आम्हाला

कधीही कशाचीही कमतरता भासत नसे. विजेची बिलं भरली आहेत का, टॉयलेटमध्ये टिश्यूरोल आहे का... अशा कुठल्याच गोष्टीची चिंता मला करावी लागत नसे. हे सगळं तिच्या हातात होतं.

स्टाफलासुद्धा स्वीटी खूप आवडत होती. ती त्यांचीही तशीच छान काळजी घेत होती. नेपाळमध्ये राहणाऱ्या स्टाफच्या बायकांसाठी ती आवर्जून भेटवस्तू पाठवत असे. मुलांची खेळणी जुनी झाली की, त्यांच्या मुलांना पाठवून देत असे. उन्हाळा आणि हिवाळा या दोन्ही ऋतूंसाठी मुलांकरता वेगवेगळे युनिफॉर्म पाठवत असे. आता रोनिता इथे राहते आहे म्हटल्यावर नेमकं कोणाचं ऐकायचं याबद्दल स्टाफचा गोंधळ होऊ लागला होता. घरात असणारी मॅडम की, घरात नसणाऱ्या बाईसाहेब. मध्ये पडण्याची माझी इच्छा नसल्यामुळे सगळं काही रोनितावर सोपवून मी नामानिराळा झालो होतो. मला सांगायला चांगलं नाही वाटत, पण रोनिताने सगळ्याची वाट लावली. लॉकडाऊनमुळे आपण 'भंजाळलो' आहोत असं कारणही तिने पुढे केलं. अरेच्चा! हा काय मूर्खपणा! जसं काही जगात कोणी त्रासलं नव्हतंच! त्यानंतर तिने मला सांगितलं की, माझा स्टाफ तिचं काहीही ऐकत नव्हता. केवळ बाईसाहेबांचे हुकूम आम्ही ऐकतो असं त्यांचं म्हणणं होतं.

घर कसं चालवतात हे रोनिताला माहीतच नव्हतं. त्याबाबत आपण अतिशय गलथान आहोत हे तिला समजायला हवं होतं. फारच मध्यमवर्गीय बुवा ती! माझ्या सुंदर बंगल्याची अगदी वाट लावून टाकली तिने. स्टाफही अगदी कंटाळला तिला. त्यातून, ड्रायव्हरला आता काहीच काम नव्हतं. जाणार तरी कुठे? आपल्या गावी परत जावं असं त्याला वाटत होतं. या दिल्लीत 'एकट्याने मरण्याची' त्याची तयारी नव्हती. नेपाळी मंडळीसुद्धा हवालदिल झाली होती. शहराच्या सीमा बंद केल्या आहेत हे काही केल्या त्यांच्या डोक्यात शिरत नव्हतं. त्यांना काठमांडूपर्यंत पोहोचवण्याची व्यवस्था करणं मला शक्यच नव्हतं.

दिवसरात्र 'करोना, करोना, करोना' हा एकच विषय ऐकू येत होता. मी तर टीव्ही पाहणं पूर्णपणे बंद केलं होतं. स्वीटीचा फोन आला तरी तो उचलणं मी टाळू लागलो होतो. मुलांशी फेसटाईमवर बोलावं, झूम कॉन्फरन्स किंवा वेबिनारला हजेरी लावावी अशीही माझी इच्छा राहिली नव्हती. रशीदभाईबरोबर दर आठवड्याला ग्रुमिंग सेशन होत नसल्याने मी

फार भयानक दिसू लागलो होतो. माझी दाढी आणि डोक्यावरचे केस वेडेवाकडे वाढले होते. माझं वय चक्क दहा वर्षांनी जास्त दिसू लागलं होतं.

रोनिताचं काय सांगा! हे परमेश्वरा! तिच्या ओठांवर तर माझ्यापेक्षा जास्त लव उगवली होती. चक्क मिशी फुटली होती तिला! भुवयांची अवस्था फारच विचित्र होती. अनेक सुरवंटं कपाळावरून वर सरकत असल्यासारखे दिसत होते. आजवर मी कल्पनाही केली नसेल इतकी ती केसाळ दिसू लागली होती. फार भीती वाटू लागली होती मला तिची. हे कमी म्हणून की काय तिच्या डोक्यावरचे केस चांगलेच पांढरे दिसू लागले होते, फक्त डोक्यावरचेच नाही हं! याचा अर्थ एकच होता. तिने स्वतःचं वय मला खोटं सांगितलं होतं. पण मीही हेच केलं होतं ना? फार गबाळी होती ती. मला टापटिपीची सवय होती. स्वीटीने तशा छान नीटनेटक्या सवयी लावल्या होत्या आम्हा सगळ्यांना. रोनिताला अंथरुणात जेवायची सवय होती. त्या दिवशी तिने आमच्या दुलईवर लोणचं सांडलं. झालं! लोणच्याचा तो डाग पाहताच माझं डोकं सटकलं. काय महाग होती ती दुलई! इम्पोर्टेड! खास लंडनहून स्वीटीने ती मागवली होती माझ्यासाठी. तिथल्या एकाच दुकानात हाताने शिवलेल्या या दुलया मिळतात. दुलईची अवस्था स्वीटीच्या कानावर गेली, तर ती नक्कीच संतापणार होती. लोणच्याचे डाग कधी जातात का? झालेली घटना माझा स्टाफ तिच्या कानांवर घालणार होता हे नक्कीच. नाहीतर, तो आळ त्यांच्यावर आला असता. मीही प्रश्नात पडलो होतो. ही अशी परिस्थिती मी कशी काय ओढवून घेतली हे कोडं मला सुटत नव्हतं. या रोनिताने इथे असण्याची काही गरजच नव्हती. पण आता त्याबाबत मी काहीच करू शकत नव्हतो.

दिल्लीतल्या पोलिसांशी असलेले माझे काही कॉन्टॅक्ट्स वापरून रोनिताला परत पाठवण्याचा काही मार्ग सापडतो आहे का, हे शोधण्याचा मी खूप प्रयत्न केला. ती जिथे राहत होती, तो भाग रेड झोनमधे आल्याचं तिने मला सांगितलं. कोविड टेस्ट केल्याशिवाय तिच्या सोसायटीतली मंडळी तिला आत घेणार नाहीत असंही ती म्हणाली. 'कोणत्या भागात राहतेस तू?' हे काही मी तिला विचारलं नाही. माझा मूर्खपणाच झाला म्हणा. मीही अतिशय काळजीत होतो. समजा, तिला कोविड-१९ असेल आणि लक्षणं दिसत नसतील तर? या इथे अशा अवस्थेत मरायची माझी इच्छा नव्हती. कालच मी तिला शिंकताना आणि वरचेवर नाक शिंकरताना

पाहिलं होतं. नाकात मिरपूड गेल्याचा बहाणा केला होता तिने. असं असेल तर माझ्याही नाकात मिरपूड जायला हवी होती ना त्याच वेळेस? एकाच टेबलवर बाजूबाजूला बसून आम्ही दोघंही उकडलेलं अंडं खात होतो. रोज संध्याकाळी शिशा ओढायचा असतो तिला. तसं केलं की, फार छान वाटतं असं तिचं म्हणणं आहे. तसंही, स्वतःला आनंदी ठेवण्यासाठी आमच्यासमोर कुठला दुसरा उपाय आहे? माझा दारुचा साठा पूर्णपणे रिकामा झाला होता. आमच्या चांगल्या शेजाऱ्यांकडून एखादी बाटली आणण्याची जराही शक्यता उरली नव्हती. बिचारा शेजारी! त्याच्याजवळची शेवटची हेन्ड्रिकची बाटली त्याने नुकतीच संपवली होती. त्याच्या लग्नाच्या ॲनिव्हर्सरीसाठी जी दुर्मिळ कॉग्नॅकची बाटली त्याने जपून ठेवली होती, तीसुद्धा त्याने उघडली होती.

मला काही शिशाची विशेष आवड नाही. शिवाय, इतक्या उकाड्यात बाहेर कोण बसणार? पण रोनिता एक नंबरची हट्टी चेटकीण आहे! फार वाद घालते बुवा! तो शिशा उचल आणि घाल आपल्या गांडीत म्हटलं मी तिला. आता तुम्हीच सांगा, पुरुषाच्या संयमालासुद्धा काही सीमा असेल का नाही? पण माझं बोलणं ऐकताच तिने थयथयाट करायला सुरुवात केली. मी सांगितलं तिला, 'थोबाड बंद ठेव नाही तर...'

खदाखदा हसत तिने विचारलं, 'नाही तर... काय?' मी लगेच तोंड बंद केलं. माझा स्टाफ तिच्याबद्दल सारख्या तक्रारी करू लागला होता. इथून पुढे आम्ही तिचं काहीही ऐकणार नाही असं त्यांनी मला बजावलं होतं. त्याला कारणही तसंच घडलं होतं. तिच्या सिगारेट्स संपल्या म्हणून रात्री दहा वाजता तिने त्यांना सिगारेट घेऊन यायला सांगितलं होतं. त्यावर त्यांनी नकार देताच तिने 'फक् ऑफ!' असं ऐकवलं होतं. रात्रीची संचारबंदी आहे याची आठवण बहादूरने करून दिल्यावर ती चिडून ओरडली होती, 'भोसडीची संचारबंदी! घाल सगळं गांडीमध्ये! आत्ताच्या आत्ता मला सिगारेट्स आणून द्या!'

त्यावर मी काही बोलू तर शकलो नाहीच, पण तिला गप्पदेखील करू शकलो नाही. सरतेशेवटी, मी स्वीटीला फोन लावला. अशा परिस्थितीत काय करावं याचा तोडगा केवळ तीच काढू शकली असती. तसा तो तिने काढलाही. सुरुवातीला तर अत्यंत धक्का बसल्याचं आणि संतापल्याचं नाटक तिने केलं. पण तिच्या आवाजावरून ते नाटक आहे हे माझ्या लक्षात

आलं होतं. इतक्या दिवसात बहादूरने तिला रोनिताबद्दल सांगितलं नसेल, हे कसं शक्य होतं. 'सॉरी... प्लीज, प्लीज, प्लीज, बेबी... आय एम रिअली सॉरी!' अशी गयावया करत मी बोलायला सुरुवात केली होती.

सुरुवातीपासून शेवटपर्यंत सारं काही तिला सांगण्याची माझी तयारी होती. पण तिला त्या कशातही स्वारस्य नव्हतं. मला मधेच तोडत ती ओरडली, 'शट अप... इडियट! कसला च्युतिया आहेस तू!'

तिला फोन लावण्यासाठी मी गेस्ट बेडरूममधे गेलो होतो. कमोडवर बसून मी तिच्याशी अगदी मधाळ आवाजात बोलत होतो. ती मला अंतर्बाह्य जाणत असल्याने तिने फटकारलं, 'हे बघ, उगाच मधाळ स्वरात बोलू नकोस! तुझ्या पलंगावर शिरलेल्या त्या रांडेपासून सुटका करून घेण्यासाठी काय करावं लागेल याचा मला जरा विचार करू दे. माझ्या सुंदर चादरींवर तिने डाग पाडला नसेल अशी आशा बाळगते मी.'

अरे देवा! म्हणजेच लोणच्याच्या त्या डागाबद्दल स्वीटीला समजलं आहे तर! मी चक्क खोटं बोललो. मी म्हटलं, 'नाही, नाही, नाही... स्वीटी, माझी लाडकी स्वीटी... तू काळजी करू नकोस. या सगळ्या राड्यातून बाहेर कसं पडायचं तेवढंच मला सांग. त्या हरामखोर बाईचं काय करायचं ते मला सांग.'

किंचित थांबून स्वीटी म्हणाली, 'एकच मार्ग आहे बघ... आपण आजारी आहोत असं नाटक करायला तू ड्रायव्हरला सांग. त्यानंतर तू स्वतः डॉक्टरला खोटाच फोन लाव. ड्रायव्हर बहुतेक करोना पॉझिटीव्ह असल्याची शंका तुला आली असून तसं निदान हातात आल्यावर घर सील केलं जाईल असं तिला सांग. ती समोर असताना मुद्दाम काही वेळा खोटंच शिंक. त्यानंतर डॉक्टर अगरवाल यांना खोटा फोन लाव. चेहऱ्यावर एकदम त्रस्त भाव आण. स्टाफला बोलवून घे. इथून पुढे तुला एकान्तवासात राहावं लागल्याची तुझी खात्री पटली असून त्यासाठी तुझ्याकरता बॅग भरायला स्टाफला सांग. विलगीकरण! क्वारंटाइन, पूर्ण क्वारंटाइन, हे शब्द ती बाजूला असताना मुद्दाम वारंवार वापर. तुझ्याप्रमाणेच तिनेही मरावं असं तुला वाटत नसल्यामुळे तिने ताबडतोब इथून निघून जाण्याची सोय करावी असं तिला सांग. तिला घाबरव. तुला डायबिटिस असल्यामुळे हा रोग तुला होण्याची शक्यता अतिशय जास्त आहे असं दणकावून खोटं सांग तिला.

आणि हे बघ, हे सगळं तिला खरं वाटेल अशा पद्धतीने सांग. गेल्या तीन पिढ्या तुझ्या आईवडिलांकडे सगळ्यांनाच डायबिटिस आहे असं सांग. तिने स्वतःच्या रक्षणासाठी गेस्टरूममध्ये मुक्काम हलवावा असं तिला सांग. त्यानंतर, अगदी तिच्यासमोर मला फोन लाव. मुलांची आठवण येते आहे, घराची आठवण येते आहे असं काहीतरी भावनाविवश बोलणं फोनवर कर. माझ्यावर विश्वास ठेव, हे सगळं ऐकताच ती चांगलीच हादरेल. ती जिथून आली आहे, तिथे ती आपल्या पायांनी पळून जाईल.'

स्वीटीचं म्हणणं अगदी बरोबर होतं. स्वीटी नेहमीच बरोबर असते. रोनिता खरंच पळून गेली इथून. लंडनच्या त्याच दुकानातून अगदी तशीच दुलई मी पुन्हा ऑनलाईन मागवून घेतली आहे. एकदा का डिलीव्हरी सुरू झाल्या की, माझी ऑर्डर पूर्ण होईल. लोणच्याचा डाग पडलेली ती दुलई मी ड्रायव्हरला भेट दिली आहे. त्याने ती जाड प्लॅस्टिक कव्हरमध्ये काळजीपूर्वक बांधून ठेवली आहे. काठमांडूमध्ये असलेल्या त्याच्या बायकोच्या उपयोगात येईल ती दुलई असं तो मला म्हणाला. बिहारमध्येही फार कडाक्याची थंडी असते ना! शिवाय, ड्रायव्हरची बायको मेमसाब नसल्यामुळे दुलईवर पडलेला लोणच्याचा डाग तिच्या लक्षातही येणार नाही.

डॉक्टर डॉक्टर

'तू किती थकली आहेस हे ऐकण्याचा मला अगदी वीट आला आहे, समजलं? मीसुद्धा थकलो आहे. प्रत्येक जण थकला आहे, हे सगळं जग थकलं आहे.' मला वैतागायचं नव्हतं. पण इतका लांबलचक थकवणारा दिवस होता ना. अतिशय गर्दी झालेल्या सार्वजनिक रुग्णालयातल्या कोविड वॉर्डकडे लक्ष देणं ही काही खायची गोष्ट नाही.

सगळ्यांत वाईट काय असेल, तर तो गलिच्छ पीपीई सूट घालून वावरणं. एकदा तो अंगावर चढवला की, उकडलेल्या झिंग्यागत मला वाटू लागे. तो सूट अंगावर चढवणं, त्यानंतर शूज कव्हर्स घालणं, हातात ग्लोव्हज् घालणं आणि त्यानंतर फेस मास्क चढवणं या सगळ्या यातायातीपायी किती त्रास होईल याची आम्हाला पूर्वकल्पना कुठून असणार? एकदा का त्या स्पेस सूटमध्ये शिरकाव केला की, त्यातून सहजासहजी बाहेर पडणं कठीण, अगदी बाथरूमला जायलासुद्धा नाही. इतकी यातायात होती त्यामध्ये. त्याचाच दुसरा अर्थ असा की, कितीही घाईची बाथरूमला लागली तरी धरून ठेवण्याचं प्रशिक्षण मूत्राशयाला देण्याची नवीन कामगिरी आमच्यावर आली होती. काय वाटेल ते झालं तरी निसर्गाच्या हाकेला 'ओ' देणं टाळावं लागत होतं.

हो! ते भयंकर सूट फारच त्रासदायक होते. माझ्या काही सहकाऱ्यांना तर चक्क मूत्रमार्गाचा संसर्गसुद्धा झाला. मी जरा व्यवहार्य दृष्टिकोन

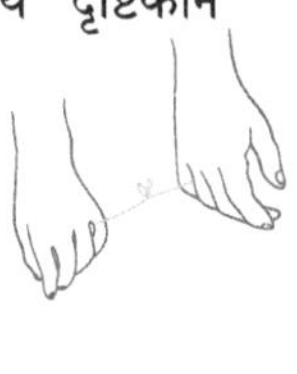

बाळगायचं ठरवलं. चक्क मोठ्यांसाठीचे डायपर चढवले मी. दुसरा काही पर्यायच नव्हता. डायपरचं पॅकेट पाहून नितीन जो काही हसत सुटला ना, काय सांगावं! जरा हलकटपणाच केला त्याने असं माझं मत होतं. हे अशा नॅपीज घालण्यात मला काही आनंद मिळत होता अशातला तर भाग नव्हता. माझ्या गुप्तांगावर किती रॅश आला होता त्या खाजणाऱ्या डायपरमुळे हे त्याला काय समजणार. त्याने थोडासा विचार करून बोलायला हवं होतं. या असल्या वॉर्डांमधून दिवस भरलेल्या बायांचं बाळंतपण करणं म्हणजे नेमकं काय याची जाणीव तरी आहे का त्याला? इथल्या त्या भयानक कोविड-१९च्या जगात नवीन आयुष्याला प्रवेश करायला मदत करण्याच्या कल्पनेचासुद्धा मला तिरस्कार वाटत होता.

एका रात्रीत माझी विचारधारा बदलली होती. या व्हायरसशी यशस्वी सामना केल्यानंतर दुसरा एखादा व्हायरस येईल, मग तिसरा, मग चौथा याची मला खात्री होती. माझं असं बोलणं नितीनला विचित्र वाटे. आम्हा दोघांच्या ओळखीच्या सायकिॲट्रिस्ट मित्राला मी जाऊन भेटावं असं त्याने सुचवलं होतं. मला वेड लागू लागलं आहे असाही त्याच्या बोलण्याचा रोख होता. रुग्णालयाचे वाढीव तास माझ्या या अतिताणामागे होते हे मला माहीत होतं. दुसरं कुठलंच कारण नव्हतं. आणि हो, माझ्या मानेतून निघणाऱ्या भयानक कळा... ताण! सगळ्यांनाच होतं असं हे मी स्वतःला बजावत राहिले. त्यावर त्याचा प्रश्न होता की, 'असं! मग ही विचित्र चिन्हं माझ्यात कशी काय दिसत नाहीत? मला काही ताण नाही की काय?'

ताणासंदर्भात आम्हा दोघांमध्ये कुठलीही स्पर्धा सुरू नाही, असं मी त्याला बजावलं. माझा ताण हा माझा ताण होता. माझी मर्यादा त्याला कशी काय समजणार होती. मी काही खोटेपणा करत नव्हते. परंतु सगळ्यांनी माझ्याकडे लक्ष द्यावं हा माझा आटापिटा असल्याने मी अशी वागते आहे असा त्याच्या बोलण्याचा रोख होता. त्याच्या मते, प्रत्येकाने पुढे होत एकमेकांना मदत करणं गरजेचं होतं. त्याहून महत्त्वाचं म्हणजे, आमच्याहून अधिक विकल असलेल्यांना आम्ही मदत करणं अपेक्षित होतं. त्याने मला अशा प्रकारे लेक्चर देऊ नये असं मी त्याला बजावलं. एक तर त्याने माझी परिस्थिती समजून घ्यावी किंवा घेऊ नये. त्यावर तो म्हणाला होता, 'नाही घेणार! लक्षात ठेव, मीसुद्धा डॉक्टर आहे. मला जर 'समजणार' नसेल तर इतर कोणालाही समजणार नाही. लक्षात घे की, तू स्वतः अतिशय

उच्चशिक्षित आणि यशस्वी गायनॅकॉलॉजिस्ट आहेस. कुठली अशिक्षित, गावंढळ बाई नाहीस. इतकं माजवणं करण्याऐवजी शांतपणे या नवीन परिस्थितीचा सामना तू करायला हवास.' इतकं बोलून तो गप्प बसला नाही. माझ्या काही स्त्री सहकाऱ्यांची नावं घेत तो पुढे म्हणाला, 'त्या कशा वागत आहेत पाहिलंस का? जरा शीक त्यांच्याकडून काही.'

हरामी साला! माझा संतापाने थयथयाट झाला! कोविडचे हे वॉर्ड्स नरकापेक्षा भयानक आहेत. त्याच्यावर वेळ आलीच नाहीये या वॉर्डांमध्ये काम करण्याची. इथे येण्यास मी अतिशय नाखूश होते पण माझी वर्णी नेमकी इथे लागली. काहीतरी कारण देत सुटका करून घेण्याचा प्रयत्न मी केला होता खरा. हे योग्य नव्हतंच. एक तर डॉक्टरांवर किती ताण होता. डॉक्टर म्हणजे माणसं नाहीत का? आम्हाला स्वतःच्या तब्येतीची काळजी नसते का? कोविडपायी मरायची माझी तरी इच्छा नव्हती.

काहीही झालं तरी मी अशी किती काळजी घेऊ शकणार होते? माझा नवरा स्वतः अशिक्षित असल्याप्रमाणे वागत होता. दर दिवशी 'क' जीवनसत्त्वाच्या मोठ्या गोळ्या गिळल्या की, या व्हायरसची लागण होण्यापासून आम्ही पूर्ण सुरक्षित राहू असं त्याचं ठाम मत होतं. इम्पोर्टेड होत्या त्या गोळ्या! तो गाढव ट्रम्पसुद्धा त्याच गोळ्या गिळत असून सगळ्यांनी त्या घ्याव्यात अशी शिफारससुद्धा करतो आहे, हे त्याने नंतर मला बजावलं. म्हणून मीसुद्धा त्या गिळायला हव्या होत्या.

मी अगदी गोड आवाजात म्हटलं, 'कृपा करून सीएनएनवर येणारे रिपोर्ट्स आणि बातम्या ऐक जरा. कोविडवर कुठलाही उतारा नाही. उद्या सकाळी जरी एखादं व्हॅक्सिन सापडलं ना, तरी पुढची दोन वर्षं कुठल्याही प्रकारे ते व्हॅक्सिन आपल्याला उपलब्ध होणार नाही. आपल्या मूर्ख शेजाऱ्यांप्रमाणे वागणं थांबव! ते डॉक्टर्स नाहीत. पण आपण तर आहोत ना!' आमच्या शेजारची मिसेस गुप्ता येता जाता मला व्हॉट्सअॅप मेसेज करत राहते. दर दिवशी हळदीचं तीन लिटर गरम पाणी प्यावं आणि भिजवलेले मिरे चघळत राहावेत असं त्यात लिहिलेलं असतं.

मी विचारलं तिला सरळ, 'याने प्रतिकार केला जाईल असं तुला वाटत असेल तर मला एक सांग, सगळं जग हा उपाय का करत नाही?' हे ऐकून ती गप्प झाली होती. अंग मोडून मेहनत करून डॉक्टर होण्याचा निर्णय मी घेतला. त्यानंतर मी स्त्रीरोगतज्ज्ञ व्हायचं ठरवलं पण ते तेव्हा! हे कोविड

प्रकरण जगाला येऊन असं ग्रासेल हे मला कसं काय माहीत असणार? वास मारणाऱ्या, अतिगर्दी झालेल्या रुग्णालयात दिवसातले १४ ते १८ तास ड्युटी करून कोविड-पॉझिटिव्ह बायकांची बाळंतपणं करून मी घामाघूम होणार आहे हे मला कसं माहीत असणार? त्यापैकी कित्येक बायकांमध्ये लक्षणं दिसतसुद्धा नसत. कित्येकींना अतिशय ताप आणि खोकला असे. खरोखरंच, त्यांना स्पर्श करण्याची कोणाचीही इच्छा नसे. नर्सेसनासुद्धा खूप भीती वाटे. या भीतीपायी अनेक नर्सेसनी आपापल्या नोकरीला रामराम ठोकून केरळमध्ये गावी परत जाण्याचा निर्णय घेतला होता. त्यांनी तो अंमलातही आणल्यामुळे इथल्या वॉर्ड्समध्ये नर्सेसची कमतरता तीव्रतेने जाणवत होती.

दर दिवशी त्या बाधित गर्भाशयातून बाळांना बाहेर काढल्यानंतर मी ताबडतोब बाथरूम गाठत असे. तिथे भडभडून ओकल्यावर मला बरं वाटत असे. दिवस भरलेल्या, पोट पुढे आलेल्या, बेंबी पुढे आलेल्या आणि रंग उडालेल्या स्त्रियांना पाहण्याचा मला तिरस्कार वाटू लागला होता. गर्भारपणाच्या या प्रकाराने मला अचानक मळमळू लागलं होतं. या सगळ्या स्त्रियांना काहीतरी सांगायची इच्छा होती... त्यांच्यावर ओरडावं... त्यांना खडसवावं असं मला वाटत होतं. किती मूर्ख होत्या त्या! अत्यंत बावळट! या भयानक जगात खाणारं अजून एक तोंड जन्माला घालत होत्या त्या. या सगळ्या बाळांना प्रदूषित हवा, विषारी समुद्र, विखारी युद्धं आणि भविष्यात येऊन कोसळणाऱ्या याहून अधिक वाईट साथींना तोंड द्यावं लागणार होतं. काही गरज होती का हे सगळं करायची? मनातल्या या अशा सुन्न विचारांपायी मला रात्ररात्र झोप लागत नसे. कित्येक रात्री मी तळमळत काढत असे. नव्याने जन्माला येणाऱ्या त्या बाळांना मारून टाकण्याचे विचार माझ्या मनात थैमान घालत. त्यांची नाळ त्यांच्या गळ्याभोवती गुंडाळून त्यांना संपवावं आणि त्यानंतर उकिरड्यावर फेकून द्यावं असं मला वाटत असे. आपण नेमकं काय करून बसलो आहोत हे त्या आयांना समजत कसं नव्हतं? मला तर काहीच समजेनासं झालं होतं.

वैद्यकीय शिक्षण घेत असताना माझी आणि माझा नवऱ्याची भेट झाली होती. तो मला सिनियर होता. मॅटर्निटी वॉर्ड – बाळंतपण कक्षात पहिल्यांदा आम्ही भेटलो त्या क्षणी आम्हाला जाणवलं की, आमची वेव्हलेन्थ अगदी जुळते आहे. मी ज्युनिअर डॉक्टर होते. या वॉर्डमधून त्या वॉर्डमध्ये जाणं, गर्भार स्त्रियांचा रक्तदाब तपासणं, त्यांच्या घोट्यावर सूज आली आहे का

याची नोंद घेणं अशी कामं मला करावी लागत. अगदी उत्साहात करत असे मी ह्या सगळ्या गोष्टी. विशेषतः, नर्सिंग स्टाफबरोबर सिनियर डॉक्टर येणार असले की, माझा उत्साह ओसंडून वाहू लागे. मी हॉस्टेलमध्ये राहत होते. पाच ज्युनिअर डॉक्टरांच्या गटातल्या माझ्याकडे या सिनिअर डॉक्टरचं लक्ष वेधलं गेलं होतं. प्रश्नांचा रोख माझ्याकडे वळवून त्याने माझ्या ज्ञानाची तपासणी केली होती. आमच्या समोर गर्भार स्त्रीला सातवा महिना लागला होता. ती अस्वस्थ होती. स्पॉटिंग सुरू झालं होतं. हे दुश्चिन्ह होतं. माझ्या उत्तरांनी तो प्रभावित झाला असावा. त्या कक्षात तो जेव्हा जेव्हा राऊंड घ्यायला येत असे, तेव्हा तेव्हा माझं नाव घेऊन तो मला बोलवत असे. मी जोवर वैद्यकीय शिक्षण संपवलं तोवर कान-नाक-घसा तज्ज्ञ म्हणून 'डॉ. नितीन साहेब' यांनी चांगलाच नावलौकिकही प्राप्त केला होता.

त्या अतिकष्टाच्या काळात आमचं डेटिंग सुरू होतं. आमच्या दोन्ही कुटुंबीयांना ते मान्य होतं. 'एका डॉक्टरने दुसऱ्या डॉक्टरशी लग्न करणं कितपत योग्य आहे?' असा प्रश्न माझ्या आईने काळजीने विचारल्यावर मला कवटाळत नितीनने उत्साहाने उत्तर दिलं होतं. 'सर्वोत्तम कल्पना आहे ती! आम्हा दोघांना एकमेकांचा ताण समजू शकतो. आपत्कालीन परिस्थितीत नेमकं कसं वागायचं हे आम्हाला समजतं.'

अगदी बरोबर होतं त्याचं म्हणणं. कामाच्या ताणापायी स्वतःची बिकट अवस्था न होऊ देण्याचं प्रशिक्षण आम्हाला मिळालं होतं. कान-नाक-घसा तज्ज्ञ म्हणून नितीनचा नावलौकिक वाढला होता. स्त्रीरोगतज्ज्ञ म्हणून माझंही बस्तान बसू लागलं होतं. आम्ही दोघं मिळून बऱ्यापैकी कमाई करू लागलो होतो. हो! आमच्यासारख्या उत्तम शिक्षण घेतलेल्या प्रोफेशनल डॉक्टरांसाठी मुंबई ही उत्तम निवड होती. अतिशय आजारी आणि अतिशय श्रीमंत लोकांनी ही महानगरं ओसंडून वाहत होती.

माझ्याकडे येणाऱ्या गर्भार स्त्रियांमध्ये श्रीमंत घरातल्या सुनांचा समावेश होता. प्रत्येक वेळेस कुठे काही 'खुट्टं' झालं की, त्या धावत मला गाठत असत. त्यांना अक्कल वगैरे होती की नाही देव जाणे. नाही, म्हणजे मी काही तशी तक्रार करत नाही – प्रत्येक वेळेस माझ्याकडून तपासून घ्यायला आल्या की, ३००० रुपये अलगद माझ्या पर्समध्ये पडत. 'काळजी करू नका, बाळतंपण अगदी सुखरूप पार पडेल' इतकंच सांगण्याचे ते पैसे असत. त्या सगळ्या मला 'डॉ. ए.' अशी हाक मारत. त्यांच्यासमोर एक

तरुण, कूल, समंजस डॉक्टरच्या वेशात उभं राहायला मलाही आवडे. त्या सगळ्या मूर्ख आणि बिघडलेल्या पोरींना मी सांभाळून घेत असे. दक्षिण मुंबईमधले तथाकथित सोशालिस्ट आणि त्यांच्या अति लाडावलेल्या सुना येता जाता एकच वाक्य बोलत, 'मम्मीजींना ना फक्त 'डॉ. ए'चाच विश्वास वाटतो.' भेटणाऱ्या प्रत्येकाला त्या मोठ्या गर्वाने सांगत, 'आम्ही की नाही 'डॉ. ए'च्या सुपर एक्सक्ल्युझिव्ह बेबी क्लबच्या सभासद आहोत, बरं का! माय गॉऽऽऽऽऽड! 'डॉ. ए'ची वेटिंग लिस्ट पाहिली आहे का कधी?' कसंबसं तिने मला त्या यादीत सामावून घेतलं आहे. काय करणार तिची एक गर्भार पेशंट जाकुझीमध्ये पाय घसरून पडली आणि तिचा गर्भपात झाला! हो ना... खूपच वाईट झालं, नाही का?

तसं पाहिलं तर माझी आणि नितीनची कुठल्याही प्रकारे स्पर्धा नव्हती. आमचे कामाचे तास कितीही विचित्र असले तरी त्यापायी आमच्या सोशल लाईफमध्ये कुठलीही अडचण येत नसे. इतकंच नाही तर, आमच्या सेक्स लाईफमध्येसुद्धा अडचण येत नसे. त्याचे पेशंट्स आणि माझे पेशंट्स यादरम्यान आम्ही आमचा सेक्स कार्यक्रम बरोबर राबवत असू. कॉयटस् इंटरप्टस् - खंडित संभोग? आमचं वर्णन असंच करावं लागेल. वेगवान विजयवीर! सगळ्याच डॉक्टरांची आमच्यासारखी गत होती. आमचे मित्रमैत्रिणीसुद्धा एकदम बिनधास्त होते. शनिवार रविवार फक्त धमाल करण्यासाठी असतात हे सर्वमान्य होतं. शक्यतो रविवारी आम्ही दोघंही काम करणं टाळत असू. म्हणजे मग आम्हाला शनिवारी ड्रिंक्सचा आनंद घेता येई. मुव्ही बघायची, क्लबमध्ये जाऊन बारमध्ये बसायचं या सगळ्या गोष्टी आम्हाला करता येत असत. सारं काही नीटनेटकं सुरू होतं हे किती चांगलं होतं. काळजी करायला आमच्या डोक्यावर कर्जाचं ओझं नव्हतं. आत्तापर्यंत दोनदा आमच्या विदेशवाऱ्या झाल्या होत्या. आमच्या घरी तीन जणांचा स्टाफ कामाला होता. सगळ्यात महत्त्वाचं म्हणजे, आमच्याकडे दोन ड्रायव्हर्स होते. एक माझा आणि एक त्याचा.

अशातच एक दिवस माझा ड्रायव्हर हरीभाऊ पॉझिटिव्ह निघाल्याची बातमी आली. तात्पुरत्या कोविड-१९ बाळंतपण कक्षाकडे आम्ही जात असताना डोकं दुखत असल्याची तक्रार हरीभाऊने जेव्हा केली, तेव्हाच काहीतरी बिनसल्याचा संशय मला आला. तातडीचं सिझेरियन करण्यासाठी मी निघाले होते. तुला ताप आहे का? असं मी विचारल्यावर तो नाही म्हणाला

होता. लॉकडाऊन जाहीर झाल्यापासून तो खालच्या गॅरेजमध्येच राहत होता. माझ्या पथ्यावरच पडलं होतं म्हणा ते. तो जर त्याच्या घरी अंधेरीला गेला असता, तर तिथेच अडकून पडला असता. मग रोजच्या ड्रायव्हिंगच्या कामावर तो हजर होऊ शकला नसता. आमच्या बिल्डिंगमधलं ड्रायव्हर्सचं नेटवर्क अगदी चांगलं होतं. त्यांच्यापैकी काहींनी बेसमेंटमध्येच राहायचा निर्णय घेतला होता. तिथे कामगारांसाठी दोन बाथरूमची सोय केलेली होती. हरीभाऊसुद्धा तिथेच राहणार आहे असं समजल्यावर मी सुटकेचा निःश्वास टाकला होता. आता कोणत्याही वेळेस तो ड्युटीवर हजर राहू शकणार होता. त्याबद्दल नितीनशी चर्चा केल्यावर आम्ही दोघं अशा निष्कर्षावर आलो होतो की, हरीभाऊला दोन वेळचं जेवण, चहा, कॉफी, बिस्किटं, बाटलीबंद पाणी, सॅनिटायझर, साबण, दोन टॉवेल आणि एक डिओडरन्ट द्यायला हवं. खालच्या त्या घाणेरड्या बेसमेन्टमध्ये इतर ड्रायव्हरनी शिजवलेलं अन्न खाण्यापेक्षा आमच्या स्वैपाकघरात शिजणारं स्वच्छ अन्न त्याने खाणं जास्त योग्य होतं. हरीभाऊ तर आमच्या उपकारांच्या ओझ्याखाली दबलाच होता. त्याची बायको आणि आई उपनगरात एका खोलीत राहत होते. त्यांना पैसे पाठवण्यासाठी हरीभाऊने माझ्याकडे ॲडव्हान्स मागितला. मला आश्चर्य वाटलं. त्याची आई इथे आहे किंवा त्याला बायको आहे, हे मला माहीतच नव्हतं. म्हणजे मला असं म्हणायचं आहे की, आजवर मी त्याच्या वैयक्तिक आयुष्याचा विचार कधीच केला नव्हता.

हे बघा, इथे बेसमेन्टमध्ये इतर ड्रायव्हर्ससोबत राहण्याचा निर्णय हरीभाऊने स्वतःच घेतला होता. त्याने इथे राहावं असं मी त्याला कधीच सुचवलं नव्हतं. त्याला पगाराची गरज होती. शिवाय, लॉकडाऊन संपल्यावर नोकरी गमावण्याचा धोका त्याला पत्करायचा नव्हता. अर्थात, हे त्याचंच म्हणणं होतं. आमची कशालाच हरकत नव्हती. खरं सांगायचं तर, मनातल्या मनात मी सुटकेचा निःश्वास टाकला होता. मला आनंदसुद्धा झाला होता. पण तसं काही मी हरीभाऊला दिसू दिलं नाही. हो, उगाच परिस्थितीचा गैरफायदा घेऊन जास्त पैशांची मागणी त्याने केली तर काय घ्या? गडीमाणसांचं शोषण करणाऱ्या इतर भयानक लोकांसारखे आम्ही दोघं नव्हतो. सगळ्यांना पगार पूर्णपणे देण्याचा निर्णय आम्ही घेतला होता. तसंही ते सगळे गरीब लोक होते. शिवाय, कोणीही आपल्या कामातून अंग काढून घेत नव्हतं. आम्हाला हवं तिथे गाडी नेण्याची त्यांची तयारी

होती. पण जाणार कुठे हा प्रश्न होता. ते त्यांच्या 'कामावर' हजर होते. पण कामच नव्हतं त्याला ते काय करणार? मी आणि माझा नवरा मूर्खपणा करत आहोत, असं आमच्या बहुतांश मित्रमैत्रिणींचं मत होतं. कित्येकांनी तर त्यांच्या स्टाफला पगारच दिला नव्हता. काही थोड्याफार लोकांनी अत्यंत नाईलाजाने अर्धा पगार केला होता. आम्हाला तर त्या सगळ्यांनी तोंडावर सांगितलं, 'फारच वेड्यासारखे वागत आहात तुम्ही. आपण जेव्हा कामावर जात नाही, तेव्हा आपल्याला पैसे मिळतात का?' त्यांच्या बोलण्यात अर्थ होता हे नक्की.

'जे काम केलं जात नाही त्याचे पैसे कसे काय देणार? म्हणजे तुम्हाला असं म्हणायचं आहे की, पायावर पाय टाकून आरामात घरात बसल्याने पैसे आपण त्यांना द्यायला हवेत, बरोबर ना? माशा मारत बसायचं त्यांनी, आपण मात्र अडचणी सहन करत राहायच्या. अरे बाबांनो, माझ्या घरच्या झाडांना कित्येक आठवड्यात पाणीसुद्धा मिळालेलं नाही. मला सांगा, एवढाल्या जड बादल्या उचलून मी कशी काय पाणी घालणार झाडांना?' नितीनच्या गोल्फ पार्टनरची बायको संतापून म्हणाली होती. दुसऱ्या एकीने सांगितलं की, त्या महिन्याच्या २४ तारखेला लॉकडाऊन जाहीर झाल्यामुळे तिने चार दिवसांचा पगार कापून घेतला होता. त्यानंतर तिच्या कामवाल्या मावशींना बिल्डिंगमध्ये यायला परवानगी दिली नव्हती. मी आणि नितीन इतके कंजूस आणि अवास्तव विचार करणारे नक्कीच नव्हतो. आमच्या बिल्डिंगमधली इतर सगळीच कुटुंबं आमच्यासारखीच उदार होती. आम्ही सर्वांनी मिळून ठरवलं की, लॉकडाऊनच्या दरम्यान आमच्या स्टाफपैकी किमान एक दोन जणं घरात असणं ही फार नशिबाची गोष्ट होती. त्यांना थोडे जास्त पैसे द्यायचीसुद्धा आमची तयारी होती. हरीभाऊला मीदेखील तेच सांगितलं होतं, 'हे बघ, या करोनाच्या सगळ्या समस्या संपल्या की, तुझा पगार थोडा वाढवेन बरं, तू काळजी करू नकोस.' मला गाडी चालवता येत नव्हती. माझा 'ड्रायव्हर' होण्यास नितीनने ठाम नकार दिला होता.

अशा प्रकारे माझं प्रोफेशनल आयुष्य हरीभाऊभोवती घुमू लागलं होतं. नितीनऐवजी त्याच्याबरोबर माझा अधिक वेळ जाऊ लागला होता. हरीभाऊ नसता तर मी काय केलं असतं? चांगला माणूस होता बिचारा. इमानदार आणि शांत. आमच्यात जेमतेम काही वाक्यांची देवाणघेवाण होत असे. तसंही बोलायची गरज होती कुठे? साधरणतः, गाडीत बसून

क्लिनिकला निघाले की, माझा संपूर्ण वेळ फोनवर जाई. मला ते बरं वाटे. समोरच्या आरशातून आम्ही जेव्हा एकमेकांकडे पाहत असू, तेव्हाच काय तो आमचा संवाद होत असे असं म्हणायला हरकत नाही. त्यावेळेस मी त्याला सूचना द्यायचं काम करे. रोज सकाळी आमची मोलकरीण हरीभाऊकडे गाडीच्या किल्ल्या देत असे.

हरीभाऊला थोडासा ताप आला, तेव्हा जवळच्या टेस्टिंग सेंटरमध्ये त्याला पाठवण्यावाचून दुसरा कुठलाही पर्याय माझ्याजवळ नव्हता. जवळपास पाच तास रांगेत उभं राहिल्यावर कोणीतरी त्याच्याकडे लक्ष दिलं. त्यासाठीसुद्धा मला स्थानिक आमदाराला फोन करावा लागला. त्याची बायको माझी पेशंट होती त्यामुळे हे जमलं. हरीभाऊने आपल्या बायकोला आणि आईला फोन करून ही माहिती द्यावी, असं मी त्याला सुचवलं. ही सगळी त्या दोघींची जबाबदारी होती. कोविड चाचणीसाठी आम्हाला पाच हजार रुपये भरायला सांगितले, तेव्हा नितीन चांगलाच हादरला होता. गोल्फ क्लबमधल्या त्याच्या एका मित्राला त्यांच्या मुलीच्या मोलकरणीची ट्रीटमेंट या नवीन सेंटर्समध्ये करण्याकरता जवळपास दीड लाख रुपये भरावे लागले होते. हरीभाऊ जर पॉझिटिव्ह निघाला, तर आपण त्याचा खर्च करणार नाही असं नितीनने अगदी स्पष्ट सांगितलं. मी मान्य करते की, त्या क्षणी मी फक्त स्वतःचाच विचार करत होते. हरीभाऊ किंवा त्याच्या कुटुंबीयांचा विचार माझ्या मनात नव्हता. अगदी स्वार्थी झाले होते मी. तुम्ही मला निष्ठुर म्हटलं तरी मला त्याची पर्वा नाही. हरीभाऊ जर पॉझिटिव्ह निघाला, तर माझी चांगलीच गोची होणार आहे. मला सेल्फ-क्वारंटाईनमध्ये जावं लागणार आहे. जे जे लोक माझ्या संपर्कात आले, त्या सगळ्यांचा मागोवा काढून त्यांची चाचणी करावी लागणार आहे. मला तर कुठेच जायला परवानगी मिळणार नाही. माझे शेजारी माझा तिरस्कार करायला सुरुवात करतील. महानगरपालिकेची माणसं येऊन आमच्या बिल्डिंगला सील लावून टाकतील. बिल्डिंगवर ते घाणेरडं कुरूप भित्तीपत्रकसुद्धा लावतील. ही समस्या निर्माण केल्याबद्दल आम्हालाच दोषी धरलं जाईल. त्या करोनाला आम्ही मोकाट सोडलं होतं का? जणू काही आम्ही सगळं जाणूनबुजूनच केलं होतं. आणि हे सगळं का? तर तो हरीभाऊ आणि त्याचा निष्काळजीपणा यापायी. इतर कुठल्या तरी ड्रायव्हरकडून त्याला हा संसर्ग झाला असणार. कितीदा मी त्याला समजावून सांगितलं

होतं की, बेसमेंटमधल्या त्या माणसांबरोबर इतका रेंगाळू नकोस. यातून तो जरी वाचला तरी, मी अगदी प्रामाणिकपणे सांगते – त्याला पुन्हा कामावर ठेवून घेणं मला आणि नितीनला शक्य होणार नाही.

लॉकडाऊन एकदा संपला की, हरीभाऊच्या जागेवर कोणाला ठेवायचं याचा विचार माझ्या मनात एव्हाना सुरू झाला होता. आमच्या या शहरात चांगले ड्रायव्हर्स शोधणं फार कठीण होतं. अर्थात, हरीभाऊला मी आणि नितीन थोडे जास्त पैसे देऊ म्हणा. त्याच्या गर्भार बायकोला (त्या दिवशी हरीभाऊ कोविड टेस्ट करायला गेला होता, त्याच दिवशी त्याने मला सांगितलं होतं की, त्याच्या बायकोला दिवस गेले आहेत) मी व्हिटामिन्स, टॉनिक्स आणि इतर आवश्यक गोळ्या देईनच. तसंही माझ्याकडे खूप सारी औषधं पडून असतात. पण हरीभाऊला ठेवून घ्यायचं की नाही, हा प्रश्न उद्‌भवणारच नाही. सॉरी. हे पाहा, आपल्याला अगदी वास्तववादी राहून स्वतःचासुद्धा विचार करायला हवा. वेळ किती वाईट आली आहे!

सरतेशेवटी शांतता

लग्नाच्या पहिल्या रात्रीच मला कळून चुकलं होतं की, चुकीच्या माणसाशी मी लग्न केलं आहे. म्हणजे, माझ्या नवऱ्याला ताठरता आली खरी, पण त्याला ते आत घालता काही आलं नाही! काही सेकंद त्याने प्रयत्न करून पाहिला. माझं अंग इकडून तिकडे वळवून पाहिलं. काहीतरी पुटपुट केली. सरतेशेवटी, त्याने प्रयत्न सोडला. मी गप्प राहिले. तो गप्प राहिला नाही.

'ही सगळी तुझीच चूक आहे... तू पाय नीट फाकवले नाहीस,' असं तो म्हणाला.

त्याची क्षमा मागत मी त्याची पाठ कुरवाळत म्हणाले, 'थोड्या वेळाने पुन्हा प्रयत्न करून पाहू यात... मी माझे पाय नीट ठेवेन.' माझा आवाज अगदी नम्र आणि मृदू होता. नजर खाली होती. मी क्षमा मागितली होती; पण कशासाठी? काहीही कारण नसताना! मी स्वतःच त्याच्या हातात कोलीत दिलं होतं. त्याला चेहरा लपवायला संधी दिली होती. तो आळशी, अननुभवी, अकार्यक्षम, गबाळा, असंवेदनशील आणि स्वार्थी भोगी होता.

हेच सत्य होतं. खरं तर, मी क्षमा मागावी असं काहीच घडलं नव्हतं – तरीसुद्धा मी क्षमा मागितली होती. 'सॉरी!' असं म्हटलं होतं. काय हा माझा मूर्खपणा! केवळ शांतता टिकवण्यासाठी आणि त्याच्या अहंकाराला धक्का लागू नये म्हणून. चुकीच्या पद्धतीने माझ्या वैवाहिक जीवनाला सुरुवात होऊ नये म्हणून. त्याचा अहंकार. सगळं नेहमी त्याच्या अहंकारापाशीच येऊन का थांबावं? माझ्या अहंकाराचं काय? तो कमी

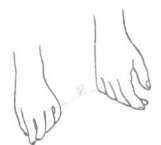

महत्त्वाचा होता का? त्याच्या भावना तेवढ्या दुखावल्या गेल्या होत्या; पण माझ्या भावनांचं काय?

अशा प्रकारे, अनेक वर्षांनंतर आज मला जाणीव झाली की, त्या रात्री, आमच्या पहिल्या रात्री मी जर क्षमा मागितली नसती, तर पुढे वारंवार होणाऱ्या अपमानांतून आणि इजांतून माझी सुटका झाली असती. पहिल्या रात्रीच्या त्या अपयशी कामप्रयोगानंतर आमचं कामजीवन अक्षरशः गर्तेत कोसळलं. आमची एक विशिष्ट शैली ठरली. तो जर घालू शकला नाही किंवा त्याला ताठरता आली नाही, तर प्रत्येक वेळेस दोष केवळ माझाच असायचा. एक तर, त्याला कसं सुखवावं हे मला माहीत नसायचं किंवा माझ्या शरीराचा आकारच चुकीचा आहे असं त्याचं म्हणणं असायचं. त्याने स्वतःचा आकार कधी पाहिला नव्हता का?

कामजीवन ही लग्नाची गुरुकिल्ली असते. चांगल्या कामजीवनामुळे वैवाहिक आयुष्य पुढे पुढे सरकत राहतं. वाईट कामजीवनामुळे वैवाहिक आयुष्याचा सत्यानाश होतो. कामजीवन थांबलं की, वैवाहिक जीवन थबकतं. माझं वैवाहिक जीवन कधी संपुष्टात आलं ते मला चांगलंच ठाऊक आहे. माझ्या नवऱ्यासोबतचे शरीरसंबंध कायमस्वरूपी थांबवण्याचा निर्णय मी ज्या दिवशी घेतला त्याच दिवशी. माझ्यातून कामभावना लोप पावली नव्हती. पण, माझ्या नवऱ्याच्या अनाठायी, अवाजवी कामहल्ल्यांना नकार देण्याइतका ठामपणा माझ्यात सरतेशेवटी आला होता. तोवर मी माझं 'कर्तव्य' पार पाडलं होतं असं मला वाटत होतं. आम्हाला तीन मुलं झाली होती. तिघंही अगदी त्याच्यावर गेली होती. म्हणजेच, आमचं वैवाहिक जीवन सर्वसामान्य असल्याची खात्री जगाला पटणार होती. त्यात कुठलाही घोळ नक्कीच नव्हता. त्याचं पालकत्व योग्य प्रकारे सिद्ध झालं होतं. मुलांच्या चेहऱ्यावर त्याचा ठसा उमटला होता.

'पण झाला तेवढा तमाशा पुरे' असं माझ्या मनाने ठरवलं होतं. माझं शरीर फक्त माझं होतं. इथून पुढे माझ्या नवऱ्याची कामभूक मी भागवणार नव्हते. मेनोपॉझ म्हणजेच रजोनिवृत्ती येऊन गेल्यानंतर तब्बल दहा वर्षांनी मी हा निर्णय घेतला होता. ती दहा वर्षं मात्र मी त्याला कुठल्याही प्रकारे विरोध केला नव्हता. माझ्या शरीरात संप्रेरकांमुळे वाटेल तसे बदल घडत होते. माझं शरीर चिरडीला आलं होतं. माझं हृदय विदीर्ण होत असे.

मी प्रयत्न करत राहिले. माझ्यातलं त्याचं स्वारस्य कमी होऊन कामभूक भागवण्यासाठी त्याने बाहेरचे उकिरडे फुंकावेत अशी माझी जराही इच्छा नव्हती. आमच्यापुरती आमची संरक्षित चौकट तयार झाली होती. बहुतांश मध्यमवर्गीयांच्या वैवाहिक जीवनाची जशी गत होते तशीच आमचीही होती. पोटाला पुरेसं आणि कामजीवन मात्र शून्य.

अशा प्रकारे, प्रदीर्घ काळासाठी, दहा वर्षं मी सातत्याने, सवयीने पाय फाकवत राहिले. त्याला माझ्यात प्रवेश करू देत राहिले. माझी योनी कोरडी पडली तरी, मला वेदना होत राहिल्या तरी! पूर्वीप्रमाणे सहजगत्या तो स्वतःला आत घुसवू शकला नाही की, त्याची धुसफूस होत असे. कसंही करून मी माझे हुंदके दाबून ठेवत असे. पण अश्रूंचं काय? त्यांना कसं आवरायचं? केवळ माझं शरीरच नाही, तर माझं संपूर्ण अस्तित्व जणू बंड करून उठू लागलं होतं. रात्रीची भीती मला वाटू लागली होती. त्याच्या बाजूला झोपायची कल्पना असह्य होऊ लागली होती. संध्याकाळी देवापाशी दिवा लावताना 'रात्रीच्या छळापासून माझी सुटका कर' अशी देवाची मनोभावे प्रार्थना मी करू लागले होते. 'देवा, माझ्यावर दया कर, आज रात्री तो खूप थकलेला असू दे, मी तुझी करुणा भागते. ईश्वरा, मला एकटं सोडण्याची बुद्धी त्याला दे. मला झोपेची गरज आहे रे, ईश्वरा! मी फार श्रमले आहे. त्याला सुखावण्याचा मला अगदी उबग आला आहे! फार वेदना होतात रे!'

रजोनिवृत्तीनंतर स्त्रियांवर कसा परिणाम होतो हे त्याला समजावण्याचा प्रयत्न मी करून पाहिला. शरीरातली संप्रेरकं बदलतात. योनीचे स्नायू शिथिल होतात. अंतःस्राव कमी होतो. योनीमार्ग शुष्क होऊन दाह जाणवू लागतो. योनीमार्गाच्या आतल्या पेशी स्रवू शकत नसल्यामुळे तो मार्ग कोरडा पडतो. ओलावा आटल्याने वेदना होतात. हे सगळं मी त्याला सांगण्याचा प्रयत्न करत होते. तो मात्र घिसडघाई करून आत घुसण्याच्या प्रयत्नात असे. माझं बोलणं त्याच्या कानांत शिरत असेल तरी का? किंवा ते ऐकून न ऐकल्यासारखं तो करत असावा का? त्याला कशाचीच पर्वा नव्हती. कारण तो थांबलाच नाही.

त्या दिवशी नाही, दुसऱ्या दिवशी नाही... पुढची दहा वर्षं. त्याच्या शरीराचा मला तिटकारा येत राहिला. त्याचा श्वास जाणवला की, दोन्ही

हातांनी त्याचा चेहरा ढकलून द्यायची इच्छा माझ्या मनात येत राहिली. कितीतरी आधीच मी त्याचं चुंबन घेणं थांबवलं होतं. आताशा तर, त्याचं तोंड माझ्याजवळ आलं तरी, मला उलटी होईल की काय असं वाटत असे. कसंबसं स्वतःवर नियंत्रण ठेवत, श्वास रोखत, डोळे घट्ट मिटून घेत, मी निष्प्राण असल्यागत पडून राहत असे; किंवा मग त्याला बिलगण्याची वेळ माझ्यावर येऊ नये म्हणून मी माझे दोन्ही हात नितंबांखाली दाबून ठेवत असे.

यातलं त्याला काहीही दिसलं नाही. मी त्याला नाकारत होते हे त्याला जाणवलं नाही. तो माझ्या स्तनाग्रांना चिमटे काढत राहिला, माझे स्तन कुस्करत राहिला. मी त्याच्या डोळ्यांत पाहणं नाकारत राहिले. मी पूर्ण कपड्यात असले तरी हेच डोळे मला नजरेने निर्वस्त्र करत असत. त्याच्या मनात विचित्रपणाची, न्यूनतेची, हीनतेची भावना कशी काय येत नव्हती? आणि...? माझ्यात शिरण्याच्या त्या काही सेकंदांव्यतिरिक्त इतर कशाचाच काही अर्थ नव्हता का? यालाच तो 'एकत्र येणं' म्हणत होता. बळाचा वापर करून माझ्यात प्रवेश करताना 'एकरूप होणं', 'पूर्णत्वाची भावना' या असल्या फालतू गोष्टींवर त्याचा खरोखरच विश्वास होता का? माझ्या भावनांचं काय? तो मला वरचढ होताना माझ्याकडून न दिल्या जाणाऱ्या प्रतिसादाचं काय? मला त्याचा किती तिरस्कार वाटत होता याकडे तो इतकं दुर्लक्ष कसं काय करू शकत होता? इतका निबर होता का तो? की स्वार्थी होता? कशाचीच काहीही पर्वा नव्हती का त्याला?

त्याच्या लेखी मला काही किंमतच नव्हती. माझ्या तिरस्काराला किंमत नव्हती. स्वतःचे शुक्राणू तो जितके दिवस माझ्या शरीरात मुक्तपणे आणि आत्मविश्वासाने सोडू शकत होता तोवर त्याचं काहीही अडत नव्हतं. शिवाय, या वयात मला दिवस जाण्याची शक्यताही उरली नव्हती. त्यामुळेच, कंडोम वापरण्याची गरज उरली नव्हती. त्याला कंडोम वापरण्याचा फार तिरस्कार वाटत असे. आता तर त्याची गरजच उरली नव्हती. त्याचं उद्दिप्त झालेलं लिंग थेंब थेंब गळत राही... माझ्या मांड्यांवर, माझ्या बेंबीवर – वास येणारा तो चिकट स्राव घाईघाईने पुसून टाकण्याचा माझा प्रयत्न असे. त्यासाठी टिश्यू पेपर, नॅपकिन, अंगावरची त्याने ओरबाडून टाकलेली साडी... मला स्वच्छ करू शकणारा कुठलाही कपडा त्या क्षणी मला चालत असे.

तो जणू मला नासवत असल्याप्रमाणे मी प्रतिक्रिया देत होते याबद्दल त्याला वाईट नसेल का वाटत? ज्या क्षणी त्याचा कार्यभाग उरकला जाई, त्या क्षणी स्वतःला स्वच्छ करण्यासाठी मी बाथरूमकडे धाव घेते आहे हे त्याला लक्षात नसेल का आलं? किती तरी वेळ मी बाथरूममध्ये स्वतःचं अंग घासत राही. माझ्या शरीरावरून त्याच्या वीर्याचा सूक्ष्मात सूक्ष्म थेंबसुद्धा धुवून टाकण्याचा माझा आटोकाट प्रयत्न असे. कित्येकदा संतापाच्या भरात मी धाय मोकलून रडत असे. माझा वापर होत आहे, मला हीनत्व येत आहे, माझ्यावर बलात्कार होत आहे असं मला वाटत राही. 'तू जाऊन नरकात सड!' असं त्याच्या तोंडावर त्याला सांगण्याची हिंमत माझ्यात नव्हती आणि याच कारणास्तव मी स्वतःचा तिरस्कार करत होते. तो माझ्यावर चढलेला असताना त्याला मी ढकलून देऊ शकत नव्हते. त्याने सांगताच आज्ञाधारकपणे अंगावरचे कपडे मी उतरवत असे. त्याला नकार देण्याची फार भीती मला वाटत असे. कशाची भीती? सेक्सला नकार दिला तर त्याने मला मारलं असतं याची भीती मला होती का? कुणी सांगावं!

संतापाने ठाव सुटण्याची वृत्ती त्याच्यात होती. पोटात दारुचे एक दोन पेग गेले की, तो आक्रमक होई. क्रूर होई. अशा परिस्थितीत मार खाऊन घेण्याचा धोका पत्करण्याची माझी तयारी नसे. त्याउलट बिनबोभाटपणे त्याची मागणी चटकन पूर्ण करणं आणि मुद्दा संपवणं तेवढं माझ्या हातात होतं. आठवड्यात तो किती वेळा कामक्रीडा करतो याचा हिशोब मी ठेवू लागले. दोनदा? तीनदा? पंधरा दिवसातून एकदा? महिन्यातून एकदा? आणि सरतेशेवटी – माझ्या सुटकेचा दिवस – पूर्णपणे बंद? माझ्या शरीराचा संदेश लक्षात घ्यायला त्याला दहा वर्षं लागली.

जरा कल्पना करा! दहा वर्षं! त्या दहा वर्षांत त्याने स्पर्श केला की, प्रत्येक वेळेस मला मळमळू लागे. त्याच्या त्या स्पर्शात प्रेमच नव्हतं हे मला माहीत होतं. होती ती केवळ वासना किंवा मग प्रेमाची कलुषित कल्पना. त्याने जर माझ्यावर प्रेम केलं असतं तर असं स्वतःला माझ्यात लादलं नसतं – काय वाटेल ते झालं असतं तरीसुद्धा. बदललेल्या माझ्या शरीराप्रति त्याने संवेदनशीलता दाखवली असती. त्याची भूक भागवायला असमर्थ ठरू लागलेल्या शरीराची जाण त्याने ठेवली असती. माझ्याप्रति तो थोडा अदबीनं वागला असता, त्याने मला जपलं असतं. कामक्रीडांमध्ये भाग घेणं मला कठीण जात आहे असं त्याला सांगितल्यावर त्याने माझी

काळजी घेतली असती. मला वेदना होत आहे, माझ्या मांडीचे स्नायू आखडले जात आहेत, माझे पाय फकाटायला नाखूष आहेत या सगळ्याची दखल त्याने घेतली असती. मात्र याऐवजी अत्यंत थंडपणे, ठाम निश्चयाने, माझ्या विरोधाची जराही दखल न घेता तो प्रत्येक वेळेस माझ्यावर आरुढ होत राहिला.

कित्येकदा तर त्याचा खून करण्याची इच्छा माझ्या मनात दाटून येत असे. पलंगाच्या बाजूला सुरा असता तर मी खरोखरच त्याच्या छाताडात खुपसला असता तो. त्या कामक्रीडेतून सुटका करून घेण्यासाठी मी काय वाटेल ते केलं असतं. कामक्रीडा... मैथून... संभोग..., कोणे एके काळी मला ती आवडत असे. आता मात्र माझ्यासाठी ती सर्वाधिक वाईट शिक्षा ठरली होती. कामक्रीडा... कोणे एके काळी मला त्यात मजा वाटत असे. पण त्याच्याबरोबर नाही. तो माझा पहिला बॉयफ्रेंड होता. आम्ही एकाच कॉलेजमध्ये शिकत होतो. शाळकरी प्रेम म्हणावं लागेल त्याला. एकत्र येण्याची एकही संधी आम्ही चुकवत नसू. सुदैवान आम्हा दोघांचा एक सामायिक मित्र होता. त्याचे आईवडील फार मुक्त विचारांचे होते. त्याच्या बेडरूममधे आम्ही दोघं गेलो की, तो चक्क पुस्तक घेऊन बाहेर वाचत बसे. त्याचे आईवडीलही आमच्याकडे दुर्लक्ष करत. माझा देह आणि त्या देहाला सुखावणाऱ्या सगळ्या बाबींचा उलगडा मला त्या तीन वर्षांत झाला होता. विचार करण्यास अशक्य अशा शिक्षेत मी कामक्रीडेला कसं काय बदलू दिलं? केवढं हे नुकसान? एखाद्या तरल संगीतकाराने योग्यरित्या माझ्या देहाला छेडलं की, त्यातून अलगद सूर झंकारत असत. सारं विसरले होते मी. ज्या पुरुषाशी माझं लग्न झालं होतं, त्याला नीट घुसवण्याचीसुद्धा अक्कल नव्हती. संगीताचा तर प्रश्नच येत नव्हता. त्याच्या बाजूने केवळ बेसूर तेवढा उमटत असे. माझ्या बाजूने त्याहून अधिक बेसूर स्वर उमटू लागले होते.

कोविड-१९मुळे सुरू झालेल्या लॉकडाऊनदरम्यान आम्हा दोघांतलं नातं पूर्णतया कोसळलं. नाटक करण्याचा मला अगदी कंटाळा आला होता. त्याच्या मागण्या पूर्ण करणं माझ्या मर्यादेबाहेर गेलं होतं. मी अतिशय क्लांत झाले होते. बाथरूममधल्या आरशात मी भकास नजरेने पाहत राही. माझे अश्रू आटले होते. माझं हृदय दगडी झालं होतं. हा पुरुष! गेल्या कित्येक वर्षांत किमान हजार वेळा तरी मी याच्या अंगाखाली आले होते. हजार वेळा! परंतु एकदासुद्धा मला आंतरिक उर्मी जाणवली नव्हती. अचानक, आमच्या

गलिच्छ आयुष्याहून महत्त्वाच्या अशा कशाचा तरी सामना करण्याची वेळ आमच्यावर आली होती. ते जे काही होतं ते इतकं अचाट होतं की, प्रत्येक भावना विकोपाला गेली. इथून पुढे संपूर्णतया बेसूर होण्याचा निर्णय मी घेतला. कोविड–१९बद्दल मिळणारी प्रत्येक माहिती तो वाचत राहिला, ऐकत राहिला, त्यावेळेस मी मात्र माझ्या जगात खोलखोल शिरू लागले. अचानक, मी स्वतःला एका नवीन जगात पाहिलं. इथे शांतता होती, सौख्य होतं. हे कसं आणि कधी घडलं?

मला वाटतं त्यामागचं कारण मला माहीत असावं. ज्या क्षणी मी स्वतःच्या शरीराचा आनंद घ्यायला सुरुवात केली, माझ्या देहाच्या क्षमता मी जाणून घेतल्या, तेव्हा आजवर आतल्या आत दाबून टाकलेल्या माझ्या भावनांना मी मुक्त होऊ दिलं. मी माझ्या मर्यादांतून स्वतःला बाहेर येऊ दिलं. शृंगाराबद्दलच्या भावना, मानसिक भाव, माझी ऊर्जा माझ्या श्वासात साठू लागली. मी घेतलेल्या प्रत्येक श्वासागणिक पुन्हा एकवार जगण्याची संधी मला मिळू लागली. माझा नवरा केवळ प्रासंगिक म्हणून उरला होता. स्वतःचं संगीत निर्माण करण्यासाठी तो माझ्याकरता केवळ एक माध्यम म्हणून उरला होता. निर्माण होणारी सुसंगती कुणीच माझ्याकडून हिरावून घेऊ शकणार नव्हतं. कानांतल्या इअर प्लग्जनी माझं आयुष्य सुसह्य केलं. अगदी शपथेवर सांगते. त्या दिवसांत, घरी काम करायला कुणीच येत नसल्याने सगळं काम माझं मला उरकावं लागे. रात्रंदिवस टीव्ही पाहण्याव्यतिरिक्त तो दुसरं काहीही करत नसे. मी मात्र स्वयंपाकात आणि घराच्या स्वच्छतेत स्वतःला गुंतवून घेतलं. जगाने मला जसं बंद करून टाकलं आहे, तसंच मीही जगाला स्वतःपासून बंद केलं. मी कुठलीच तक्रार करत नाही. इतकी शांती मी आजवर कधीच अनुभवली नव्हती – अगदी खरं सांगते.

लग्न मोडतं

'बेटा, आता अजून एकदाच प्रयत्न करून पाहा ना! त्या डिझायनरची जी दुसरी असिस्टंट आहे ती तुझ्याबरोबर कॉलेजमधे होती ना? तिला समजावून सांग. आता त्या लेहेंग्याचा उपयोग तरी काय? इथून पुढे कुठे घालणार आहेस तू तो?' मम्मी कधी कधी थोडी कठोर आणि रासवट होऊ शकते. तसंच तर मला खूप विचित्र वाटत होतं... धाय मोकलून रडावंसं वाटत होतं. आणि इथे या दोघांना लेहेंग्याची पडली आहे. माझ्या भावनांपेक्षा तो लेहेंगा अधिक महत्त्वाचा आहे का? त्या लेहेंग्याचे पैसे परत मिळाले तर पप्पांना खूप बरं वाटेल असं सारखं म्हणत राहते ती. खरं तर, या लेहेंग्याची ऑर्डर मी दिली होती तेव्हा मला चांगलं घसघशीत डिस्काऊंट त्यावर मिळालं होतं. माझे आईवडील किती कंजूष आहेत हे मला माहीत आहे. म्हणजे असं बघा ना, त्यांच्या पोटच्या पोरीचं लग्न... आणि मला सांगा; इथे ते खर्च करणार नाहीत तर कुठे करणार... आणि कशावर? असो, माझा मुद्दा हा नाहीच.

ठीक आहे. माझा मुख्य मुद्दा काय आहे ते सांगते - माझं लग्न मोडलं. समजलं? त्या गाढवाने रद्द केलं. कोणता गाढव? माझा वाग्दत्त वर. खरं तर माझा माजी-वाग्दत्त वर. अजूनही त्या फालतू गाढवावर माझं प्रेम आहे - ही मुख्य समस्या आहे. त्याने जे काही केलं त्यानंतरही माझं त्याच्यावर प्रेम आहे. वेळच हुकली, बाकी काही नाही. हा करोना-बिरोना प्रकार

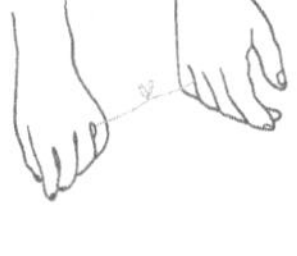

वादळासारखा घोंघावत येईल आणि सगळ्या जगाला झोडपून काढेल हे आम्हाला आगाऊ माहीत होतं का? आमचं लग्न अगदी थाटामाटात होणार होतं. डेस्टिनेशन वेडिंग होतं आमचं.

दोन्ही कुटुंबांमधे खूप वेळा चर्चा झाल्या, अनेक मुद्द्यांचा किस काढला गेला, चक्क भाषणबाजी झाली, हे सगळं झाल्यानंतर कोलंबो या ठिकाणाची निवड आम्ही आमच्या लग्नासाठी केली. तिथले दर सगळ्यांत कमी होते आणि मुख्य म्हणजे तिथे लग्न केलं की 'फॉरेनचं लग्न' असा शिक्का बसणार होता. आम्हा सगळ्यांना पासपोर्ट्स, व्हिजा वगैरे गोष्टी लागणार होत्या. आमच्या नातेवाईकांपैकी बहुतेकांची श्रीलंकेला जाण्यासाठी थोडा अधिक खर्च करण्याची तयारी होतीच. त्यांच्यापैकी कुणीच आजवर तिकडे गेलं नव्हतं. माझ्या लग्नाची सांगड मुलांच्या उन्हाळी सुट्ट्यांशी घालायची आणि भटकून यायचं असा बेत सगळ्यांनी आखला होता. माझ्या ऑफिसातल्या लोकांचा विचारसुद्धा असाच होता. माझे जे काही जवळचे मित्रमैत्रिणी होते त्यांनाही असंच वाटत होतं. प्रत्येक गोष्टीसाठी योग्य दाम मिळवण्याकरता मी तासन्‌तास खर्च केले होते – अक्षरशः हमाली केली होती सगळ्यांची.

माझा फिआंसे – हो – त्याचं नाव रुचिर आहे – त्याला कशाशीच देणंघेणं नव्हतं. आवश्यक त्या सगळ्या सोयी करण्याचं काम त्याने पूर्णपणे माझ्यावर सोपवलं होतं. तो म्हणाला होता, 'याऽऽर... तुला हवंय ना तिथे लग्न. मग तू कर सगळं!' ते ऐकून मला फार छान वाटलं होतं. किती हा माझ्यावर, माझ्या आवडीनिवडींवर आणि माझ्या निर्णयांवर विश्वास!

त्याच्या आईवडिलांनासुद्धा पटलं ते. त्यांनी माझ्या पप्पाजींना सांगितलं, 'पाहा बुवा, आमच्या कुटुंबात तर मुलीकडची मंडळीच लग्नाची सगळी सोय करतात. तुमचे पाहुणे म्हणून येऊ आम्ही तिथे. तेव्हा, काय कशी सोय करायची हे सगळं आम्ही तुमच्यावर सोपवतो. आमच्या हातात फक्त विमानाची तिकिटं तेवढी ठेवा – बस! मुद्दा संपला!'

हे सगळं माझ्या आईवडिलांनी अगदी आनंदाने ऐकून घेतलं. माझ्यानंतर माझ्या कुटुंबात या पिढीत तरी कोणी लग्नाचं नव्हतं. शेवटचीच होते मी. माझ्या लग्नानंतर माझ्या आईवडिलांच्या सगळ्या जबाबदाऱ्या संपणार होत्या. मलाही समजत होतं ते सगळं. मी काही अवाच्या सवा खर्च

करणारच नव्हते. माझ्या दोन्ही बहिणींची लग्नं अगदी धूमधडाक्यात लागली होती. टिपिकल पंजाबी पद्धतीने. माझी पाळी येईल तेव्हा मला मात्र तडजोड करावी लागणार आहे हे मी चांगलंच जाणून होते. माझ्या मोठ्या बहिणींच्या लग्नात घेतलेलं कर्ज अजूनही फेडत होते ना ते. रुचिर मात्र खूप समजूतदार होता. तो सतत म्हणत राहिला, 'जानू, मला तुझ्याशी लग्न करायचंय. इतर कशाशी मला काही करायचं नाही. हे बघ, खर्च, बजेट असल्या गोष्टींची चर्चा करून आपण आनंदाला विरजण का लावायचं? सोड ते.'

मी त्याला खंबीरपणे सांगितलं, 'अरे, पण काही महत्त्वाच्या गोष्टींची चर्चा करावीच लागेल ना? या वयात माझ्या पप्पाजींना जेवढा शक्य आहे तेवढाच खर्च ते करू शकतील.'

रुचिरच्या चेहेऱ्यावर 'ते' हसू आलं. तो म्हणाला, 'ड्यूड... यार, कसली हॉट आहेस तू. जरा तुझी ब्रा खाली ओढ ना. मला तुझे टिट्स पाहायचे आहेत.'

रुचिर अगदी असाच होता पाहा. जेव्हा जेव्हा एखादा गंभीर विषय बोलायची वेळ येई तेव्हा तेव्हा तो असा सेक्सी होऊन विषय टाळत असे. पण मी त्याच्या प्रेमात आकंठ बुडाले होते ना! त्याच्या या युक्त्या माझ्या कुठल्या लक्षात यायच्या!

तसं पाहिलं तर माझी मम्मी सगळ्यांत शहाणी म्हणायची. त्याला भेटल्यावर माझ्या तोंडावर तिने मला सांगितलं, 'मुंडा चंगा है! जॉब-वॉब सब ठीक ठाक... लेकिन, कुछ सॉलिड नही लगता!' कसली संतापले होते मी हे ऐकून!

मी तिला ताडकन् प्रश्न केला होता, 'सॉलिड म्हणजे?' त्यावर मान हलवून ती गप्प राहिली होती. नुकतंच रुचिरने मला प्रपोज केलं होतं आणि मी त्याला होकार दिला होता. म्हणजे, मला असं म्हणायचं आहे की, आमच्या सोशल सर्कलमध्ये रुचिरवर सगळ्यांचं लक्ष खिळलं होतं. माजी सरकारी अधिकाऱ्याचा लाडका लेक होता तो. देखणा, फ्लर्टी, सिक्स पॅक बॉडी असलेला... नवीन व्यवसाय सुरू करण्याच्या खटपटीत होता तो. नॉएडामध्ये छोटंसं रेस्टॉरन्ट टाकायचं होतं त्याला. अगदी छोटं. ऑफिसमधल्या मंडळींना आवडणारं 'चिन्जाबी' पदार्थ पुरवणारं रेस्टॉरंट. सुरुवात तर अगदी छान झाली होती. नेमका तेव्हाच लॉकडाऊन झाला.

झालं, वाट लागली त्याची. सगळ्यांप्रमाणेच त्यालाही दुकान बंद करावं लागलं. हा व्यवसाय सुरू करण्यासाठी त्याने अनेकांकडून पैसे उधार घेतले होते. भविष्याबद्दल त्याला चिंता वाटणं स्वाभाविकच होतं.

ही सगळी काही त्याची चूक नव्हती. कुठला कोण तो व्हायरस अचानक येऊन थडकतो काय आणि सगळ्यांच्या धंद्यांची वाट लावतो काय! अचानक, रुचिरची अर्थप्राप्ती शून्यावर येऊन थांबली. त्याचा मूड बदलला. त्यातून, मी दिल्लीत अडकले होते आणि तो शहर सीमा मर्यादेबाहेर त्याच्या आईवडिलांबरोबर अडकला होता. या भयंकर काळामध्ये आम्ही जर भेटू शकलो असतो तर या मूर्ख कोविड प्रकारापायी जे काही मुद्दे उपस्थित झाले असते त्यांचा आम्ही दोघांनी व्यवस्थित परामर्श घेतला असता. आमच्या लग्नाबाबत कितीतरी गोष्टींचा निर्णय घ्यायचा होता. त्यातून श्रीलंकेला जाणं तर आता अगदी रद्द झालं होतं. आधीचे सगळे बुकिंग्ज रद्द करून आम्हाला नवी तारीख ठरवावी लागणार होती.

प्रत्येक गोष्ट नव्याने ठरवावी लागणार असून बुकिंगसुद्धा परत करावे लागणार आहे, हे लक्षात आल्यावर मी रुचिरसमोर तो विषय जेव्हा काढला तेव्हा त्याने तटस्थपणे म्हटलं, 'ते सगळं मी तुझ्यावर सोडतो.' आमच्या त्या संवादानंतर मला अतिशय धक्का बसला. लग्न असं पुढे ढकलल्यामुळे मी किती नाराज झाले आहे तेसुद्धा मी त्याच्यासमोर व्यक्त करू शकले नाही. त्याने तर लग्नाबद्दल अवाक्षरही काढणं बंद केलं.

त्याच्या डोक्याला भरपूर कल्हई आहे हे लक्षात घेऊन मीही त्याच्या मागे लागले नाही. त्याचं 'मिस्टर चायनामॅन' अचानक बंद करावं लागलं होतं ना! माझी स्वतःचीही नोकरी जाऊ शकते हे मी त्याच्या कानांवर घातलं. आम्हा दोघांची अवस्था फार काही वेगळी नव्हती. त्या क्षणी त्याने मला फटकारलं, 'ड्यूड... यार, बंद कर तो विषय! सारखं काय लग्न, लग्न, लग्न लावलं आहेस? लग्न करायला पैसे कुठे आहेत आपल्याकडे? तुम्हा पोरींना ना एकाच गोष्टीची पडलेली असते - लग्न, लग्न आणि लग्न! जगात काय चाललंय ते दिसतंय का तुला? यार, आपली अगदी वाट लागली आहे. कफल्लक झालो आहोत आपण. सगळी अर्थव्यवस्था कोसळली आहे. पाहावं तिकडे लोक ढसाढसा रडताना दिसत आहेत. कुठलीही गोष्ट करण्यासाठी मार्केटमध्ये पैसेच उरले नाहीत. यार, भारताची तर जबरदस्त

वाट लागली आहे. मी सांगतो तुला, पुढची पाच वर्षं अशीच जाणार आहेत बघ. बढती, पर्क्स, इंसेन्टिव्हज - विसरा आता सगळं. मी तुला विचारतो, कुठलं पॅकेज मिळणार आहे आता आपल्याला नोकरीच्या ठिकाणी? पैसे कुठे आहेत?

कदाचित रुचिरचा मुद्दा बरोबर असेलही. सगळ्यांनाच वाईट वाटत आहे असं सांगून मी त्याच्याशी सहमत होण्याचा प्रयत्न केला. पण त्याचा अर्थ असा तर नाही ना लोकांची लग्नच थांबली होती?

मी अगदी मधाळ स्वरात म्हटलं, 'जानू, पैशांची काळजी नको रे करूस. आपण जमवू ते सगळं. कुठलाही थाटबाट न करता अगदी साधेपणाने लग्न करू आपण. फक्त तुझं आणि माझं कुटुंब आणि काही जवळचे मित्रमैत्रिणी.' माझं म्हणणं ऐकू न आल्यासारखं करत त्याने चक्क विषय बदलला होता.

तोवर मी काही वेडिंग प्लॅनर्सना फोन करायला सुरुवात केली होती. छोट्यामोठ्या प्रमाणावर आयोजन करणारे. घराच्या जवळपासचं एखादं स्थळ पाहावं असा माझा विचार होता. लग्नाचा पोशाख आधीच ऑर्डर केल्याने त्याची मला काळजी नव्हती. माझ्याच बरोबर रुचिरच्या लग्नाचे कपडेसुद्धा मी ऑर्डर केले होते. बरं पडलं होतं तेव्हा ते. त्यामुळे आम्ही कलर कोऑर्डिनेशन करू शकलो होतो ना. हे पाहा, प्रत्येक गोष्टीचं नियोजन अगदी योग्यरीत्या करणं फार महत्त्वाचं असतं. इन्स्टाग्राम आणि इतर सोशल मीडियाच्या दृष्टीने तर हे सगळं फार महत्त्वाचं असतं. आमच्या व्हिडीओज्‌मध्ये आम्ही अगदी अ-मे-झिं-ग दिसायला हवे होतो ना!

आणि मला सांगा, का नको बरं? अरे यार, लग्न करताना इतरांना जळवणं हाच तर महत्त्वाचा उद्देश असतो ना? अगदी प्रामाणिकपणे सांगा मला तुम्ही. रुचिर सगळं खूप खेळीमेळीने घेत होता. कशातच त्याची ढवळाढवळ नव्हती. तक्रार नव्हती. तो म्हणाला होता, 'ड्यूड... कुठल्याही कपड्यात मी देखणाच दिसतो हे माहीत आहे ना तुला? तू फक्त स्वतःची काळजी कर! आणि हे बघ जरा जिममध्ये वगैरे जाऊ लाग, काय? ठीक आहे?' माझ्या मांड्या आणि नितंब यांवरून तो मला नेहमीच चिडवत असे. पण वाईट पद्धतीने नाही. ते काहीही असलं तरी मी एकदम कॉन्शस होत असे. विशेषतः, एखाद्या दिवशी मी मुद्दाम त्याच्यासाठी खास

जामानिमा केला की, माझ्यावर एक नजर टाकून तो चक्क इंग्लिश गाण्याची ओळ म्हणे, 'शकिरा... हिप्स डोंट लाय!'

असो... आता ह्या महागड्या कपड्यांपायी माझे वांधे झाले होते. त्या सगळ्याचं काय करायचं हे मला समजतच नव्हतं. माझा फोन घेणं रुचिरने बंद केलं होतं. इंस्टावर त्याने मला अनफॉलो केलं. माझं विचाराल तर, मी अगदी भंजाळले होते. वाट लागली होती माझी. अशी कोणती चूक केली होती मी? कोणता गुन्हा केला होता मी? तो मला असं ब्लॉक कसं काय करू शकत होता? का? मम्मीने माझी समजूत घालण्याचा खूप प्रयत्न केला पण तिला काही ते जमलं नाही.

खरं तर, ती पुढे जे बोलली त्यामुळे मला फारच वाईट वाटलं. ती म्हणाली, 'बेटा... मी तुला सुरुवातीलाच सांगितलं होतं... हा मुलगा काही सरळ नाही, तिरपागडा आहे. प्रामाणिक मुळीच नाही. पण ऐकलंस का तू? आता पाहा काय होऊन बसलं.'

पप्पा गप्प राहिले होते. उगाच कुठल्याही भावनेच्या आहारी जायची त्यांची तयारी नव्हती. त्यांनी इतकंच विचारलं, 'आपल्याला रिफंड कसे मिळतील?'

मला अगदी मनापासून वाईट वाटत होतं. इथे मी नैराश्याच्या गर्तेत गटांगळ्या खात होते, माझी रात्रीची झोप उडाली होती, वेगवेगळ्या प्रकारची गोळ्या औषधं मी पोटात ढकलत होते... रुचिरची उणीव मला भासत होती! कुठल्याही कारणाशिवाय माझं लग्न मोडलं होतं आणि माझ्या आईवडिलांना फक्त रिफंडची पडली होती. परवा रात्री मी माझ्या खोलीत रडत बसले असताना मम्मी तिथे आली. आत येऊन ती माझ्याजवळ बसली.

'बेटा... जे काय व्हायचं होतं ते आत्ताच झालं हे फार बरं झालं.' माझी समजूत घालण्याचा प्रयत्न ती करत होती. पडद्याच्या रॉडवर माझा लेहेंगा लटकत होता. प्लास्टिकच्या पिशवीत लपेटलेला होता. बाजूला रुचिरची मॅचिंग शेरवानी लटकत होती. दोन्हींवर सुंदर फुलं होती. बच्चन कुटुंबीय अब्बुजानीचे जे कपडे घालतात तशीच. डिझायनर वेअरची नक्कल करण्यात दिल्लीचे कारागीर अगदी वाकबगार होते. अर्थात, अमृतसरच्या कारागिरांना तर तोडच नाही. अनुष्काच्या लग्नातला तिचा गुलाबी लेहेंगा आठवतो का? माझा तिच्याहून जास्त चांगला होता.

माझ्या लेहेंग्याकडे मी एकटक पाहत राहिले. माझ्या डोळ्यांतले अश्रू थांबतच नव्हते. मला शक्य झालं असतं तर, पप्पांची गाडी बाहेर काढून, तो लेहेंगा आणि ती शेरवानी मागच्या सीटवर टाकून मी तडक नोएडाला गेले असते. माझ्या लग्नासाठी खरेदी केलेले आणि मखमली डब्यांमध्ये असलेले दागदागिनेही बरोबर घेतले असते. प्रत्येक सरकारी हुकूम मोडून, लॉकडाऊनकडे दुर्लक्ष करत, अटक होण्याचा धोका पत्करत मी निघून गेले असते! मला रुचिरला समोरासमोर भेटायचं होतं. मला त्याच्याशी बोलायचं होतं – मी केलेलं इतकं सुंदर शॉपिंग त्याला दाखवायचं होतं.

हे सगळं पाहून त्याचं मतपरिवर्तन झालं असतं याची मला खात्री होती. मला पाहताच त्याने त्याचं ते ठेवणीतलं हसू बाहेर काढलं असतं (माझं वजन चांगलंच कमी झालं होतं. जिममुळे नाही. गेले कित्येक दिवस मी जेवतच नव्हते!). मग तो म्हणाला असता, 'जानू... चल, करू यात! इकडे ये जानू... तुझं टॉप वर घे, ब्राच्या स्ट्रीप खाली कर... मला तुझे ते रसाळ टीट्स दाखव.' ह्यॅ! यावेळेस खेळी माझ्या हातात असणार होती. त्याच्या तोंडावर हसून मी फटकारलं असतं, 'जा तिकडे! फक् ऑफ! तुझ्यासारख्या घटिया आणि कचरापट्टी माणसाला दाखवण्याइतके माझे टीट्स स्वस्त नाहीत. लक्षात ठेव, भविष्यात फक्त माझा नवराच त्यांचा आस्वाद घेऊ शकतो. माझ्या लग्नाच्या पत्रिकेची वाट पाहा आता. आणि हे घे... ही तुझी हलकट अचकन! फुकटातच मिळाली आहे मला असं समज. तुला काय वाटलं, या जगात तू एकटाच हलकट माणूस आहेस? ती नकली डायमंडची अंगठी साखरपुड्याला माझ्या बोटात घालून मला उल्लू बनवलं आहेस असं वाटतं का तुला? माझी मम्मीही फार शहाणी आहे बघ. तिने पारख करून घेतली त्या हिऱ्याची... आम्हीसुद्धा लग्नात तुला अशीच नकली अंगठी घालायच्या विचारात होतो!'

प्रेशर कुकर आणि रोमान्स

माझ्या शेजारणीच्या प्रेशर कुकरपायी मला नेहमीच वैताग येत असे. देवा परमेश्वरा! त्यांच्या घरातले लोक काय आणि किती वेळा खातात कोण जाणे. दिवसभरात किमान वीस वेळा तरी त्या कुकरच्या शिट्या मला ऐकाव्या लागत - अर्थात, मी जेव्हा घरी असे तेव्हा. माझी जीवनशैली जरा वेगळीच होती. फिल्ड-वर्कर म्हणून काम करत असे मी. मी काय स्वतःला कार्यकर्ती किंवा ॲक्टिव्हिस्ट असं म्हणून घेत नसे. कारण असं काही ऐकलं की, लोकांना उगाचच संशय येऊ लागतो आणि ते आपल्याला टाळतात असा माझा अनुभव होता.

त्याऐवजी मी म्हणे, 'मी रिसर्च स्कॉलर, संशोधक अभ्यासक आहे.' हे वाक्य ऐकायलाही किती छान वाटतं. मला स्वतःच्या कामात रमायला आवडतं. माझ्या कामात कोणी नाक खुपसलेलं मला मुळीच आवडत नाही. मी प्रवासाला निघते, तेव्हा घराला कुलूप लावून तडक चालू लागते. छोटासाच फ्लॅट आहे माझा. काहींच्या मते तो फारच छोटा आहे. पण माझ्या गरजा अगदी न्यूनतम आहेत. स्वैपाक तर मी करतच नाही मुळी. म्हणून, कदाचित प्रेशर कुकरच्या त्या शिट्ट्यांचा मला वीट येत असेल. लॉकडाऊन झाल्यापासून तर मी या छोट्याशा जागेत नुसती अडकून पडली आहे. त्यातून, घरात कुठलेही खाद्यपदार्थ साठवून ठेवायची सवय मला नसल्याने फारच पंचाईत झाली माझी या काळात. सारखं ब्रेड-बटर तरी किती खाणार माणूस? बाहेर पडल्यावर येता-जाता कटिंग चहा प्यायची

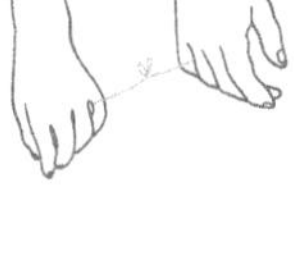

सवय मला होती. गोड मिट्ट चहा. त्या चहातूनच मला चालत राहाण्याची ऊर्जा मिळत राही.

काय भयानक आहे हे सगळं! प्रत्येक वेळेस कुकरची शिट्टी कानावर पडली की, माझ्या मनात हटकून अन्नाचे विचार येतात. भूक लागणं आणि आवाक्यात नसलेल्या गोष्टींची आस बाळगणं या दोन बाबी मला मुळीच आवडत नाहीत. वर्षानुवर्षं मी स्वतःला हीच तर शिस्त लावली आहे. मला पाणी तेवढं लागतं - स्वच्छ पाणी. आणि चहा. बस! इतकंच पुरेसं असतं माझ्यासाठी. माझ्या स्वैपाकघरात कुठल्याच अन्नधान्याची साठवण नाही हे पाहून माझ्या सहकाऱ्यांना फार विचित्र वाटत असे. अहो, साधं मीठ किंवा साखरसुद्धा नाही माझ्याकडे. करू तरी काय मी या दोन्हींचं? वापरते कुठे मी? असल्या वरवरच्या गरजांच्या आहारी माझं शरीर मी कधीच जाऊ दिलं नाही. गरज पडली तर रस्त्याच्या कडेला असणाऱ्या टपऱ्यांवरचं अन्न - वडापावसारखं अन्न नेहमीच उपलब्ध असे माझ्यासाठी. शिवाय, माझ्या जवळच्या सॅकमधे मी नेहमी बिस्किटाचा पुडा ठेवत असे. मला लो ब्लडप्रेशरचा थोडा त्रास आहे. एक दोनदा फिल्ड वर्क करत असताना मी चक्कर येऊन पडले होते.

माझे 'सर' (मी त्यांना कधीच नावाने हाक मारत नाही) चांगले आहेत. ते मला सतत सांगत राहतात, 'खात जा, खात जा...' त्यांनी असं म्हटलं की, मी हसून खोटं बोलत असे, 'घरी खाऊन मगच आले मी कामावर.' अन्नाचा विचार मनात आला की, प्रत्येक वेळेस मला प्रेशर कुकरच्या शिट्ट्या ऐकू येतात. आजकाल तर झोपेतसुद्धा ऐकू येऊ लागल्यात मला त्या. खरं सांगायचं तर, त्या आवाजापायी मी नादावले आहे. बराच वेळ शिट्ट्या ऐकू आल्या नाहीत की, मला त्यांची उणीव भासू लागते. कदाचित, सगळीकडे सन्नाटा पसरलेला असताना तेवढाच एक आवाज मला ऐकू येतो म्हणूनही माझी अशी अवस्था झाली असावी. बाहेर रस्त्यावर एरवी अतिशय रहदारी आणि वर्दळ असे. आमच्या बाजूच्या गल्ल्यांतून ये-जा करणाऱ्या फेरीवाल्यांच्या आरोळ्यांनी हा परिसर दणाणून जाई. आपल्या येण्याची वर्दी ते फेरीवाले अशा आरोळ्यांतून लोकांना देत असत. कधी चाकू, सुरीला धार लावणारे, कधी भंगार विकत घेणारे, तर कधी बोहारीणसुद्धा. कपड्यांच्या गाठोड्याच्या बदल्यात स्टेनलेस स्टीलचे ग्लास देई ती.

त्या सगळ्या गदारोळाची सवय मला होती. पण या लॉकडाऊनमध्ये तर फक्त शांतता तेवढी ऐकू येते आहे. आमच्या भागातल्या भटक्या कुत्र्यांनी तर भुंकणंसुद्धा थांबवलं आहे. प्रत्येकाची चांगलीच सटारली आहे. मला विचाराल तर, अतिशय सटारली आहे. आमच्या घरासमोरची छोटी गल्ली पुढे मोठ्या गल्लीला मिळते. त्या भागात काळ कुत्रंसुद्धा दिसत नाही आताशा. सगळे लोक अचानक कुठे नाहीसे झाले कोण जाणे! बाल्कनीत येऊन उभं राहणं तर सोडाच; लोकांनी खिडकीशी उभं राहणंसुध्दा बंद केलं आहे. नेमका काय विचार करतात ते सगळे? हा करोना व्हायरस म्हणजे काय एखादा गरुड आहे का, जो आकाशातून झपकन् खाली झेपावेल आणि त्यांचे डोळे भोसकून काढेल? तुम्हाला म्हणून सांगते, फार अडाणी आहेत बुवा हे सगळे लोक!

अरे देवा! पुन्हा शिट्टी वाजली! मी मोजते आहेच... सकाळपासून सातवी शिट्टी आहे ही. या आवाजाने माझी झोपमोड होते आहे अशी तक्रार करावी का? कसं वाटेल ते? त्या घरातली बाई कदाचित विचारेल, 'सकाळी साडेअकरापर्यंत कोण झोपतं?' मी झोपते! कोणाचं काही जातं का त्यात? केव्हा उठायचं हे माझं मी ठरवेन की! आणि, उठायचं तरी कशासाठी?

फक्त सरांच्या फोनव्यतिरिक्त. हो, तो महत्त्वाचा आहे. पण ते नेमका कधी फोन करतील हे मला ठाऊक नाही. करतील तरी की नाही? असं काही ठरलेलं नाही. सर म्हणतात मी कशी आहे हे पाहण्यासाठी ते फोन करतात. मला वाटतं त्यांना काळजी वाटत असावी. करोना होऊन मी मेले बिले तर काय? त्यांना कोणी सांगणारसुद्धा नाही. त्यानंतर नवीन रिसर्च असिस्टंटसाठी त्यांना शोध घ्यावा लागेल. आताशा सोप्पं नाहीये ते. झोपडपट्ट्यांत जाणं, फिल्डवर्क करणं हे असं काहीही नको असतं कोणालाच. मला त्या सगळ्याची सवय आहे हो म्हणूनच मला त्याचं काही वाटतसुद्धा नाही. विशेषतः, जेव्हा सरसुद्धा माझ्याबरोबर येतात आणि मग आम्ही घरोघरी प्रश्न विचारत फिरतो तेव्हा तर मला फार छान वाटतं.

या झोपडपट्टीतल्या सेक्सवर्कर्स कधी कधी सरांना विचारतात की, मी त्यांची बायको आहे का? सर फक्त हसतात. बोलत काहीच नाहीत. सरांना बायको आहे की नाही, याबद्दल मला काहीच माहीत नाही. मला वाटतं

नसावी. नाही तर अप्रत्यक्षरीत्या उल्लेख केला असता तसा त्यांनी. हल्ली तर मला जास्तीच वाटतं. त्यांचा फोन येत असतो ना अधूनमधून. प्रत्येक वेळेस कामासाठी येत नाही तो. ते म्हणतात की, आयुष्याचा अर्थ अधिक सखोलतेने समजून घेण्याच्या दृष्टीने लॉकडाऊन ही पर्वणीच आहे. सर नेहमी प्रोत्साहन देणाऱ्या गोष्टी बोलतात. मागच्याच आठवड्यातली गोष्ट आहे ही. मी गोळा केलेल्या डेटासंदर्भात माहिती विचारायला सरांनी फोन केला होता, तेव्हा त्यांनासुद्धा प्रेशर कुकरच्या शिट्ट्या ऐकू आल्या होत्या.

त्यानंतर त्यांनी विचारलं होतं, 'तू स्वैपाक करत नाहीस असं म्हटल्याचं मला आठवतंय. पण आत्ता मला प्रेशर कुकरची शिट्टी ऐकू आली.' फार संकोच वाटला मला त्या क्षणी. थोडा आनंदसुद्धा झाला   गी सहज केलेली टिपणी सरांच्या लक्षात होती तर. मी थोडीशी बावचळले. चाचरत बोलू लागले, 'नाही, सर... म्हणजे, हो, सर... असं आहे ना... माझ्या घरातल्या शिट्ट्या नाहीत त्या. शेजाऱ्यांच्या घरातून ऐकू येत आहेत. माझ्याकडे नाही, सर.' माझं बोलणं सरांनी शांतपणे ऐकून घेतलं आणि मग ते हसू लागले. पहिल्यांदाच मी सरांचं हसणं ऐकत होते. मग मीसुद्धा हसले. आम्ही दोघं पुढचं मिनिटभर हसतच होतो. प्रेशर कुकरच्या शिट्टीने जादू केली होती.

त्यानंतर सर म्हणाले की, हा लॉकडाऊन संपल्यावर ते मला त्यांच्या लाडक्या स्नॅक्सबारमध्ये घेऊन जाणार आहेत. 'पुढच्या फिल्ड ट्रीपसाठी आपण एकत्र पुण्याला जाऊ ना तेव्हा.' मी बरोबर ऐकलं होतं का? सर आणि मी पुण्यापर्यंत प्रवास करणार? मी डोळे मिटून घेतले. कशाचाही जास्त विचार न करण्याचा प्रयत्न मी केला. तितक्यात, शेजारच्या घरातून पुन्हा एकवार प्रेशर कुकरची शिट्टी वाजली. मी तो शुभसंकेत मानला.

डाळिंबापासून प्रेमपत्रांपर्यंत

माझ्या स्वप्नातल्या पुरुषाला एक प्रेमपत्र लिहावं असं मला नेहमी वाटत राहिलं. दुर्दैवाने, माझं ते स्वप्न किंवा तो पुरुष प्रत्यक्षात कधीच आला नाही. मी आता सव्वीस वर्षांचा आहे, पण अजूनही मी प्रेमात पडलो नाही. म्हणजे, अगदी आकंठ प्रेमात बुडणं वगैरे म्हणतात ना तसं. हातचं काहीही न राखून ठेवता. तशा प्रकारचं प्रेम. कॉलेजमध्ये असताना आणि नंतर ऑफिसमध्ये असताना थोडंफार हलकंफुलकं फ्लर्टिंग केलं म्हणा मी काही पोरांशी. पण माझ्या मनात प्रेमाची जी काही कल्पना होती, ती अजून तरी प्रत्यक्षात उतरली नाही. मला वाटतं, अगदी खऱ्या अर्थाने प्रेमात पडायला मला डाळिंबाच्या ज्यूसने मदत केली. हे पाहा, हसू नका! माझ्या ऑफिससमोर असलेल्या ठरलेल्या ज्यूसवाल्याकडून मी नेहमी डाळिंबाचा ज्यूस घेत असे. संध्याकाळी साडेसातच्या सुमारास चर्चगेटच्या दिशेने मी निघालो की, वाटेतच त्याचा स्टॉल होता. मी नजरेस पडताच तो आवर्जून रसरशीत डाळिंब शोधू लागायचा.

दलाल स्ट्रीटवरच्या एका स्टॉकब्रोकर कंपनीत मी अशीच टाईमपास नोकरी करत होतो. तशी माझी नोकरी बेताचीच होती म्हणा. मुळात मी कॉमर्स ग्रॅज्युएट. माझ्या आईवडिलांची परिस्थिती फारशी काही बरी नव्हती. कॉलेज शिक्षण संपताच एकही दिवस वाया न घालवता मला ताबडतोब नोकरी शोधावी लागली होती. अर्थात, इंग्लड किंवा अमेरिका या देशांत जाऊन उत्तम एमबीए पदवी पदरात पाडायची अशी माझी दीर्घसूत्री

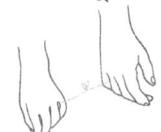

होतीच म्हणा. एका सहकाऱ्याच्या मदतीने मी वेगवेगळ्या युनिव्हर्सिटीमध्ये अर्ज पाठवले होते. थोडीफार बचत केली होती. माझ्या शिक्षणासाठी आईवडिलांनी पैसे द्यावेत अशी माझी इच्छा नव्हती. त्यांना तसाच माझा खूप अभिमान होता. आमच्या लहानशा समाजात मी पहिलाच पदवीधारक होतो. माझं कुटुंब नेहमी मुंबईत राहत असलं, तरी आमचे बहुतेक सर्व नातेवाईक गुजरातमधल्या एका वडिलोपार्जित खेड्यात राहत होते. अरेच्चा! मी माझं स्वतःचं नाव सांगायला विसरलोच की. माझं नाव अनमोल आहे. माझ्या 'बा'ने माझं हे नाव ठेवलं. मी तिचा पहिलाच मुलगा होतो. तिच्या दृष्टीने मी खरोखरंच अमूल्य होतो. माझं मूल्य होऊ शकत नव्हतं. नुकतीच माझी 'बा' गेली. तिची आठवण आली की, मला आजही रडू येतं.

ज्यूसवाला चांगला माणूस होता. मार्केटबद्दल तो माझ्याकडून काही ना काही टिप्स मिळवत असे. कोणता स्टॉक विकत घ्यायचा, कोणता स्टॉक विकायचा अशासारख्या टीप मी त्याला देत असे. एखाद्या ज्यूसवाल्याला मार्केटमध्ये इन्व्हेस्ट करायची गरज का पडावी, असा विचार माझ्या मनात नेहमीच येत असे. तरीसुद्धा, दिवसभरात माझ्या कानांवर आलेल्या टिप्स मी त्याला आवर्जून सांगत असे. कधी कधी माझ्या टिप्स फार उत्तम ठरत. त्याची बऱ्यापैकी कमाई होई. अशा वेळेस दुसऱ्या दिवशी तो माझ्याकडून डाळिंबाच्या ज्यूसचे पैसे घेत नसे. पण माझ्यामुळे त्याचे पैसे जर बुडले तर तो मला बाजूच्या वडापाववाल्याकडून आवर्जून वडापाव विकत घ्यायला लावे. आमच्या दोघांची मस्त मैत्री होती असं मी म्हणू शकतो. आमचा एकमेकांवर विश्वासही होता आणि आम्ही एकमेकांना समजूनही घेऊ शकत होतो.

दलाल स्ट्रीटवर माझ्यासारखी शेकडो मुलंमुली होती. आम्ही सगळेच चांगल्या घरातून आलो होतो. मन लावून आम्ही मेहनत करत असू. आम्ही काही जण एकाच ट्रेनने जात असू. आमच्यात मैत्रीचं चांगलं नातं होतं. एकमेकांना मदत करण्यासाठी आम्ही नेहमी तयार असू. मार्केटमधल्या गॉसिपची देवाणघेवाण आमच्यातही नेहमी होत असे. तसं पाहिलं तर, एका परीने आम्ही एकमेकांचे स्पर्धकही होतो. पण ते काहीही असलं तरी ब्रोकर्सचं एकमेकांशी नातं अगदी अनौपचारिक असतं. आम्ही जे ऐकतो ते सगळ्यांना सांगतो आणि त्यातून सगळ्यांचा फायदा होतो.

मी विकासला भेटलो तो नेमका इथेच... ज्यूसवाल्याकडे. त्यालाही डाळिंबाचा ज्यूस आवडत असे. त्याव्यतिरिक्त तो काहीही पीत नसे. अगदी

माझ्यासारखं. आम्हा दोघांची मैत्री जुळली ती डाळिंब ज्यूसची चर्चा करूनच. तो तब्येतीसाठी चांगला आहे की नाही, उन्हाळ्यात त्याच्यात बर्फाचे क्युब्ज टाकावेत की नाही, इतर ज्यूस त्यात मिसळावेत की नाही, काही डाळिंब इतर डाळिंबांपेक्षा चांगले असतात की नाही, परदेशी डाळिंबांचा ज्यूस प्यावा की भारतीय डाळिंबांचाच ज्यूस प्यावा - त्या एका विषयावर विचार करण्यासारखं आणि बोलण्यासारखं खूप काही होतं आमच्याकडे. डाळिंबाच्या किती तरी जातींमधून निवड करणं आम्हाला शक्य होतं. हे सगळं ऐकून तो म्हणाला, 'अरे देवा! इतके दिवस मला असं वाटत होतं की, डाळिंब आवडणारा मी एकटाच आहे. मलासुद्धा अगदी याच सगळ्या अडचणी जाणवतात.' त्यानंतर आम्ही दोघांनी एकमेकांना हाय फाईव्ह दिल्या. त्या दिवशी पहिल्यांदाच आम्ही एकमेकांना गळामिठी मारली. वेड्यासारखे हसत सुटलो होतो आम्ही त्या दिवशी. हसून हसून माझं पोट दुखू लागलं. मी घड्याळ्याकडे पाहिलं - अरे बापरे! हे काय! माझी जोगेश्वरीची नेहमीची ट्रेन चुकली होती. बिचारी माझी आई! माझी वाट पाहत असेल. पप्पासुद्धा! अन्न गार होणार आता. मम्मीला वरण आणि भाजी पुन्हा गरम करावी लागणार. ताज्या पोळ्यासुद्धा कराव्या लागणार. मला जरा वाईटच वाटलं. पण... मला खूप छानसुद्धा वाटत होतं. विकासने मारलेली ती पहिली मिठी मला खूप म्हणजे खूपच आवडली होती. किती आवडली होती हे मी सांगू शकत नाही. त्याचं शरीर खूपच छान, मऊ होतं. एखाद्या उशीसारखं मऊ मऊ. घरी माझ्या पलंगावरची उशी किती कडक आहे. तिच्यात गोळे झाले आहेत. रात्रभर मला धड झोपसुद्धा लागत नाही त्या उशीवर. पण मी कधीही तक्रार करत नाही. उगाच तक्रार करायची आणि आपल्याच लोकांना वाईट वाटून घ्यायला लावायचं यात काय अर्थ होता?

तशीही माझी ट्रेन त्या दिवशी चुकलीच होती. मी आणि विकासने एकमेकांकडे पाहिलं. ज्यूसवाल्याने आम्हा दोघांकडे पाहिलं. मी आणि विकास एकमेकांच्या डोळ्यांत डोळे घालून हसत होतो. काहीतरी अंदाज लागल्याप्रमाणे ज्यूसवाला आमच्याकडे रोखून पाहत होता. त्या संध्याकाळी ज्यूसवाल्याने मला शेअरबाजारच्या कुठल्याही टिप्स विचारल्या नाहीत. अर्थात, मीही त्या दिल्या नाहीत. तसं पाहिलं तर, माझ्याकडे थोड्याफार टिप्स होत्या त्या दिवशी. माझं मन आणि हृदय दोन्ही माझ्या ताब्यात उरलं नव्हतं. इतकंच नाही, तर माझी विचारशक्तीसुद्धा मी गमावून बसलो होतो.

माझ्या पावलांचं काय? ते अजून जागेवर होते की नाही याचीही मला खात्री नव्हती. चौपाटीच्या बीचवर मी एखादा हवेचा फुगा होऊन तरंगतो आहे असं काहीसं मला वाटू लागलं. मी विकासला म्हटलं, 'चल, मरीन ड्राईव्हला जाऊ यात. तिथून मलबार हिल्सकडे पाहू यात.'

तो हसून म्हणाला, 'मलबार हिल! त्यात काय पाहायचं. मी रोज पाहतो की.'

मी विचारलं, 'कसं काय? आणि का म्हणून?'

त्याने उत्तर दिलं, 'मी राहतो ना तिथेच...' त्याच्या या उत्तराने मला स्वतःचा मूर्खपणा तर जाणवलाच; पण माझ्यावर त्याचं चांगलंच इम्प्रेशनसुद्धा पडलं. तो जर तिथं राहत असेल तर तो नक्कीच श्रीमंत असणार. तसा काही तो श्रीमंत दिसत नव्हता म्हणा. म्हणजे, माझ्याचप्रमाणे साधा शर्ट–पॅन्ट होता त्याच्याही अंगावर. त्याच्या हातातला फोन तर अगदी डब्बा झालेला अ‍ॅन्ड्रॉईड होता. एखाद्या श्रीमंत मुलाकडे असावा असा मोबाईल नव्हता त्याच्याकडे. म्हणजे, आयफोन वगैरे हो! पायातले जोडेसुद्धा सटरफटर होते. कुलाबा किंवा वांद्र्याला रस्त्यावर मिळणाऱ्या बुटांसारखे. त्याची कुठलीच गोष्ट देखणी नव्हती. मी त्याला नखशिखान्त न्याहाळलं. अगदी आपादमस्तक. मला काहीच वेगळेपणा वाटला नाही त्याच्यात. तो काही श्रीमंत वगैरे वाटला नाही मला. मी असा रोखून पाहत आहे हे विकासच्या लक्षात आलं. माझ्या खांद्यावर हात ठेवून तो म्हणाला, 'घाबरलास की काय?' रस्त्यावर तसं उभं राहणं मला फार विचित्र वाटलं. कारण, ज्यूसवाला सारखा आमच्याकडे रोखून पाहत होता.

मग मीसुद्धा हसलो आणि म्हटलं, 'कशासाठी घाबरणार आहे मी? कारण काय? तू काय मला चावणारा वेडा कुत्रा आहेस का? चल, मरीन ड्राईव्हला जाऊ यात. तुला जर डोळे मिटून घ्यायचे असतील तर खुशाल मीट. मरीन ड्राईव्हकडे पाहण्याची तुला काहीही गरज नाही. तू काय बुवा, तिथला बडा माणूस आहेस ना. तिथेच राहतोस तू. मी मात्र प्रत्येक गोष्टीकडे नीट पाहणार, अगदी मरीन ड्राईव्हपासून चौपाटी आणि राजभवनसुद्धा... समजलं?'

थांबा! काही तरी गैरसमज करून घेऊ नका. हे सगळं करोना व्हायरसच्या आधी झालं. तोवर आमच्यापैकी काहींनी त्या व्हायरसला 'वायरलेस' असं नावही दिलं होतं. फार गोड वाटलं होतं ते नाव. त्यानंतर

जेव्हा मोदींचं लॉकडाऊन सुरू झालं, तेव्हा मला मुकाट्याने घरी बसावं लागलं. हातापायाची घडी बांधून मी रडत राहिलो. दुसरं काय करू शकणार होतो मी? धंदा पूर्ण बंद झाला होता. सगळं काही बंद झालं होतं. आणि विकास? त्याचं काय? थांबा, सांगतो!

पुन्हा एकदा माझ्या प्रेमकथेकडे वळू यात...

त्या लालचुटूक डाळिंबांआडून आमच्या नजरा एकमेकांना भिडल्या. मी अगदी खरं सांगतो, माधुरी दीक्षितच्या गाण्यातल्याप्रमाणे माझं हृदय धक-धक, धक-धक करू लागलं. हातात हात घालून खुल्लमखुल्ला आम्ही दोघं त्या ज्यूसवाल्याकडून निघालो. मी हात धरल्याचा विकासला राग आला नाही हे मला जाणवलं. आम्ही हसत होतो. आमचं कुणाहीकडे लक्ष नव्हतं. आम्हाला कुणाची पर्वाच नव्हती. एकदम बिनधास्त झालो होतो आम्ही. दलाल स्ट्रीटपासून, मरीन ड्राईव्ह जेमतेम पंधरा मिनिटांच्या अंतरावर होतं. त्या तेवढ्या वेळात आम्ही एकमेकांशी खूप गप्पा मारल्या. आज मी त्या गोष्टीचा विचार केला की मला जाणवतं की, त्याच्यापेक्षा मीच जास्त बडबड करत होतो. मला सारखं बोलावंसं वाटत होतं, हसावंसं वाटत होतं, बडबड करत राहाविशी वाटत होती. विकासने मला एक गोष्ट मात्र नक्की सांगितली होती. तो म्हणाला होता, की त्याला त्याच्या पप्पांबरोबर काम करायला मुळीच आवडत नव्हतं. मी विचारलंही, 'का?' त्यावर त्याने उत्तर दिलं होतं, 'काय सांगू रे, इतकी ढवळाढवळ असते त्यांची, मला खाजगी वेळ मिळतच नाही अजिबात.' त्याचं म्हणणं मला पटलं नसलं तरी ते पटल्यागत मी मान डोलावली. स्वतःच्या पप्पांपासून मुलाला वेगळा वेळ का बरं लागत असेल? असा प्रश्न मला पडला. हळूहळू मरीन ड्राईव्हच्या दिशेने चालत जाताना आम्ही मध्येच गेलॉर्ड्स या हॉटेलसमोर थांबलो. तोवर मी आतमध्ये कधीच पाऊलही टाकलं नव्हतं. हे पाहा, मी अगदी साध्याशा घरामधून आलो होतो. आमची न्याहरी अगदी साधीसुधी असे. माझी मम्मी किंवा बा रोजची न्याहरी करत असत. सॅण्डविचवाल्याकडच्या हिरवी चटणी, उकडलेले बटाटे आणि भाज्या घातलेल्या सॅण्डविच यांचा तेवढा आस्वाद मी घेत असे. दलाल स्ट्रीटवर कितीतरी डोसावाल्यांचे स्टॉल्स होते. चायनीज आणि इटालियन डोसे तिथे मिळत. चाऊमिन घातलेला पिझ्झासुद्धा तिथे मिळे. पण अशा पदार्थांवर मी कधीच पैसे खर्च केले नाहीत. माझी सगळी कमाई मी माझ्या पप्पांना देत असे. विकास

असं काही करत नव्हता हे त्याने सांगताच मला थोडं नवलच वाटलं. मी आत्मविश्वासाने विचारलं, 'आपण गेलॉर्ड्समध्ये कॉफी प्यायची का?' जणू काही मी तिथे दर आठवड्यात जात असल्याप्रमाणे माझ्या स्वरात आत्मविश्वास होता. तो म्हणाला होता, 'काय हरकत आहे?' खिशात नेमके किती पैसे आहेत हे मी तपासून पाहिलेलं नाही हे माझ्या लक्षात आल्याने मी चटकन वेळ सावरत म्हणालो, 'आज की नाही आपण फक्त मरीन ड्राईव्हवर जाऊ यात. उद्या गेलॉर्ड्सला जाता येईल. चालेल का?'

त्यावर त्याने मान डोलावली होती. चौकटीचा शर्ट घातलेला एक इसम आमच्या बाजूने गेला. विकासने त्याला हात उंचावून अभिवादन केलं. खरं तर मी विचारायला नको होतं पण मी पटकन विचारलंच, 'कोण होता तो?' हे विचारताना मला फार असूया वाटत होती. ती लक्षात येऊ नये म्हणून मला आटोकाट प्रयत्न करावा लागला होता. विकासने हसून म्हटलं, 'काही नाही रे – असाच कोणीतरी होता.' ते ऐकताच मला जरा वाईटच वाटलं होतं. त्याचा हात मी झटक्यात सोडून दिला होता. पुढे होत विकासने परत माझा हात पकडला होता. यावेळेस त्याने माझा हात अगदी घट्ट धरला होता. मी कितीही प्रयत्न केला, तरी त्याने माझा हात सोडला नाही. मलाही फार बरं वाटलं होतं. चौकडीच्या शर्टमधल्या त्या माणसाचा मलाही लगेच विसर पडला. मी विकासचा हात दाबला.

थोडा वेळ आम्ही दोघंही काहीच बोललो नाही. मग विकास सहजतेने म्हणाला, 'मार्केटमध्ये तुला खूप साऱ्या आतल्या टिप्स मिळत असतील ना. एवढ्यात कोणता नवीन इश्यू येणार आहे? माझ्या पप्पांनासुद्धा टिप्स मिळतात. मोठ्या मोठ्या कंपन्यांचं ऑडिट करतात माझे पप्पा.' मला हसू आलं. फळवालासुद्धा मला शेअरबाजारच्या टिप्स विचारत असे. आता विकासही तेच करत होता. मी फार महत्त्वाची व्यक्ती असल्यागत मला वाटलं. त्याच आविर्भावात मी म्हटलं, 'हां–हां... अरे... प्रत्येक दिवशी कोणी ना कोणी हॉट टिप्स देत असतंच.' हे ऐकताच विकासने माझा गालगुच्चा घेत म्हटलं, 'मेरी जान, माझ्या दृष्टीने तर फक्त तूच हॉट आहेस.' अशा प्रकारे आम्ही एकमेकांच्या जवळ आलो. एकमेकांचे फोन नंबर आम्ही दिले–घेतले. सगळं काही व्यवस्थित सुरू होतं. अर्थात, ज्यूसवालाच्या स्टॉलवर डाळिंबाचा ज्यूस प्यायला आम्ही रोज भेटत होतो. ती आमची भेटायची जागाच ठरून गेली होती.

कधी कधी ज्यूस पिऊन झाल्यावर विकासच्या जिभेची चव घेण्याची संधी मी साधत असे. अर्थात, कोणाचं लक्ष नाही हे पाहूनच. एक दोनदा ज्यूसवाल्याच्या लक्षात आलं होतं ते. त्याने अगदी रागाने पाहिलं होतं. पण मला त्याची मुळीच पर्वा नव्हती. मला फक्त विकासची पर्वा होती. त्याचे काही आर्थिक व्यवहार पूर्ण करण्यासाठी त्याने माझ्याकडून छोट्याशा कर्जाची मागणी केली होती. मीही त्याला ते दिलं होतं. तो काही माझा असा तसा सामान्य मित्र नव्हता. आम्ही एकमेकांना 'जान' म्हणून हाका मारत होतो. मरीन ड्राईव्ह इथे बसून विकासच्या मलबार हिलवरच्या घराकडे पाहत 'चौदवी का चांद' हे गाणं आम्ही ऐकत असू. मी एकदा त्याला विचारलं, 'मला तुझी बिल्डिंग दाखव ना. कोणती आहे तुझी बिल्डिंग?' हे ऐकताच राजभवनच्या मागे दिसणाऱ्या एका उंचच उंच दिसणाऱ्या बिल्डिंगकडे बोट दाखवून त्यानं म्हटलं होतं, 'ती बिल्डिंग!' मी कितीतरी वेळ रोखून पाहत राहिलो होतो. जवळपास तीस, चाळीस, पन्नास इमारती होत्या तिथे. सगळ्या अगदी सारख्या दिसत होत्या. पण प्रत्यक्षात मी मात्र म्हटलं होतं, 'ओहोऽऽऽहो, किती सुंदर, किती देखणी! किती उंच! पन्नास– साठ मजले तर प्रत्येक इमारतीला असतील. वाह वाह! माझ्या बिल्डिंगला तर चार–पाचच मजले आहेत, जान!' त्यानंतर आम्ही थोडे सेल्फी काढले होते. मरीन ड्राईव्हच्या कठड्यावर बसून सेल्फी काढण्याचा प्रघातच आहे. मी त्या दिवशी फारच उत्तेजित झालो होतो. फार म्हणजे फारच उत्तेजित.

त्या दिवशी पहिल्यांदाच मला फार रोमॅन्टिक वाटत होतं आणि मी रोमॅन्टिक सेल्फी क्लिक करत होतो. तसं म्हटलं तर मी आजवर अनेक मित्रांबरोबर सेल्फी काढले होते पण त्यांपैकी कोणीच माझा खास मित्र नक्कीच नव्हता. उगाच आपलं मैत्रीसाठी आमची मैत्री होती सगळ्यांची. शिवाय, फेसबुक आणि इन्स्टाग्रामवर टाकायला हवेत म्हणूनही मी ते फोटो काढले होते. त्या फोटोंना मला खूप लाईक्स मिळत असत. लोकांनी जर वाईटसाईट कमेन्ट केल्या, तर मला वाईटसुद्धा वाटत असे. कित्येकदा लोक मला 'गांडू' म्हणत. आम्हा दोघांचा फोटो पोस्ट करण्याआधी मी विकासला विचारायला हवं होतं. पण नेमकं एकाच वेळेस दोन गोष्टी घडल्या. एक तर मोदीजींनी रविवारी जनता कर्फ्यू जाहीर केला आणि त्याच रात्री मी माझे आणि विकासचे सेल्फी पोस्ट केले. त्यामुळे विकास इतका नाराज होणार आहे हे मला माहीत असतं तर मी ते तसं केलं असतं का?

त्याने मला फोन करून झाप झाप झापलं. मी रडायला सुरुवात केली. माझं रडणं ऐकून माझी मम्मी धावत आली, डॅडी धावत आले. या लॉकडाऊनमुळे मार्केट कोसळणार, आमचा सत्यानाश होणार, आम्ही रस्त्यावर येणार अशा सगळ्या विचारांनी उद्विग्न होऊन मी रडत आहे असं त्यांना वाटलं. मग त्यांना वाटलं की, करोना व्हायरस आम्हा सगळ्यांना मारून टाकेल या विचाराने मी रडत आहे. माझ्या मनाचं सत्य मी माझ्या आईवडिलांना कसं सांगू शकणार होतो? माझं मन, माझं हृदय समोरच्या ताटात पडलेलं मला दिसत होतं. बिचारं माझं हृदय! किती कसंतरीच दिसत होतं ते. काही ठिकाणी तर चक्क काळवंडलं होतं ते. वेड्यासारखे तुकडे झाले होते माझ्या हृदयाचे. इतकं असूनही ते बिचारं धडधडत होतं. काही तरी करून माझ्या हृदयाने त्याची धडधड बंद करावी अशी माझी इच्छा होती. मी खरं तर पूर्ण मेलो होतो. मला आत कुठल्याही हृदयाची गरज नव्हती. कसलं निरुपयोगी झालं होतं माझं हृदय! मी रडत असतानाच विकासने फोन बंद करून टाकला होता.

मला शांत करण्यासाठी माझ्या मम्मीने ताक करून आणलं. डोकं शांत ठेवणं फार गरजेचं असतं असं ती म्हणत होती. मोदीजीसुद्धा नेमकं तेच म्हणत होते. मी फार त्रस्त झालो होतो. असा कोणता मोठा गुन्हा केला होता मी? विकासचे आणि माझे एकत्र सेल्फीज पोस्ट केले होते ना? आम्हा दोघांची सुंदर प्रेमकथा जगाला सांगाविशी वाटली होती मला. आमचा आनंद जगाबरोबर वाटावा असं मला वाटलं होतं. त्या विकासला एवढा संताप येण्यासारखं काय झालं होतं? कशासाठी एवढा राग? मी विकासला किती तरी प्रश्न विचारू इच्छित होतो. मी त्याचा फोन लावला. तो माझा फोन घेणार नाही याची मला खात्री होती तरीही मी त्याला फोन लावला. त्याने माझा फोन चक्क कट केला. माझी थांबायची आणि वाट पाहण्याची तयारी होती. पण, त्यानंतर विकासने अगदी अनपेक्षित गोष्ट केली, त्याने मला ब्लॉक करून टाकलं.

त्या रात्रीपासून मी विकासला प्रेमपत्रं लिहायला सुरुवात केली. माझी लॉकडाऊनमधली प्रेमपत्रं. दर दिवशी मी एक प्रेमपत्र लिहीत होतो. कधी मी सकाळी लिहीत असे; तर कधी रात्री. प्रत्येक पत्रागणिक माझ्या भावना अधिकाधिक खंबीर होऊ लागल्या आहेत. विकासने मला अंतर्बाह्य जाणावं अशी माझी इच्छा आहे. म्हणजे, मी जेव्हा माझ्याशी लग्न करण्याबद्दल

विचारेन तेव्हा माझ्या बाजूने आमच्या दोघांत कुठलंही गुपित असणार नाही. विकासला अद्यापही याबद्दल काही माहीत नाही म्हणा; पण लवकरच त्याला ते लक्षात येईल. मी काही असा त्याचा नाद सोडून देणार नाही. त्याला आत्ता माझ्याशी बोलावंसं वाटत नसेल तर काय झालं? या लॉकडाऊनमुळे आम्ही एकमेकांना भेटू शकत नसलो तर काय झालं? एक दिवस... कधी तरी, एक दिवस मोदीजींना सगळं लक्षात येईल आणि ते लॉकडाऊन उठवतील.

त्यानंतर, पुन्हा एकदा मी आणि विकास त्या ज्यूसवाल्याकडे डाळिंबाचा ज्यूस प्यायला जाऊ. त्यानंतर मरीन ड्राईव्हच्या कठड्यावर आम्ही एकमेकांचं चुंबन घेऊ.

चिकन मुळीच नको

देवा! देवा! पुन्हा मॅडम चिकन मागत आहेत. त्यांना काय सांगावं हे तर मला समजतच नाही. हे घर शुद्ध शाकाहारी आहे हे मॅडमना माहीत आहे. आम्ही गरीब लोक आहोत. त्यांनी जरी चिकन विकत आणायला पैसे दिले तरी या घरात चिकन आणता येणार नाही. ते चिकन त्या कुठे बसून खाणार? बाहेरच्या फुटपाथवर बसून? हे पाहा, खाण्यापिण्याबाबत मी फार दक्ष असतो. मी तर साधा लसूणसुद्धा खात नाही. चिकन-बिकन तर सोडूनच द्या. हो बाबा! मी माझ्या देवीची एकनिष्ठ भक्त आहे. माझी मुलं एकेक करत आजारी पडू लागल्यावर मी मांस-मच्छी-अंडं यांना हात न लावण्याची शपथ घेत देवीची भक्त झाले. माझ्या आवडीच्या पदार्थांपैकी अजून एक अन्नपदार्थ मी सोडून द्यावा असं देवीने मला सांगितल्यावरून मी लसूण खाणं बंद केलं. भात किंवा साखर या दोनपैकी एखादी गोष्ट मी निवडू शकले असते. निदान, त्यामुळे माझं वजन तरी आटोक्यात राहिलं असत. पण, त्याक्षणी तसा काही विचार माझ्या मनात आला नाही. मी पटकन् लसणाची निवड केली. तो मला फार आवडतही नाही. एका प्रकारे, मी काही देवीला पूर्णपणे फसवलं नव्हतं. मी माझ्या इच्छेने लसूण खाणं बंद केलं होतं. माझा त्याग होता तो. माझा मुलगा जेव्हा खूप आजारी पडला होता तेव्हा मी साकडं घातलं होतं देवाला. आता तो मुलगा शाळेत अगदी उत्तम प्रगती करतो आहे. त्याची तब्येतही छान असते. मलाही थोडा निवांतपणा जाणवू लागला आहे.

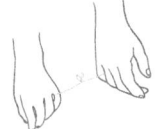

परंतु, मॅडमची सारखी वटवट वटवट सुरू असते त्याचं काय? अखंड बडबड करते बाई! डोळे उघडल्यापासून गाढ झोप लागेपर्यंत बोलतच राहते ही बया. तिच्या आजूबाजूला कोणी नसेल तर ती स्वतःशीच बोलू लागते. जुनी सवय आहे तशी तिची. ते सगळं जाऊ दे. येता-जाता चिकनसाठी तिचा धोशा लागलेला असतो ना, त्यापायी मी अगदी चिरडीला आले आहे. अरे बाबा...सकाळ-दुपार-संध्याकाळ, सारा वेळ चिकन खाण्याचा विचार कोण करतं? तेसुद्धा या लॉकडाऊनच्या काळात? या करोनापायी लोक असे पटापट मरत असताना?

मी त्यांना अगदी छान समजावून सांगितलं, 'हे पाहा मॅडम, जरा समजुतीनं घ्या, धीराने घ्या. एकदा का तुम्ही स्वतःच्या घरी गेलात आणि तुमची स्वैपाकीण पुन्हा कामावर आली की मग तुम्ही तुमचं पंजाबी चिकन रोज खाऊ शकता, दिवसातून दोनदोनदा. पण आत्ता या क्षणी तुम्ही माझ्या छोट्याशा खोलीत अडकून पडला आहात... हो की नाही? कृपा करून माझी अडचण समजून घ्या. या खोलीत मी चिकन नाही आणू शकत. नाही तर माझा मुलगा पुन्हा आजारी पडेल बरं! उगाच त्याला करोना-बिरोना व्हायचा! त्याला जर करोनाची लागण झाली तर ती तुम्हालाही होईल. आता तुमच्या वयाचा विचार करता, जर तुम्हाला करोना झालाच तर... हे बघा, थोडं स्पष्टच बोलते - तुम्ही काही त्यातून वाचू शकणार नाहीत. तुम्हाला हॉस्पिटलमध्ये बेडसुद्धा मिळणार नाही. आयसीयूमध्ये एक रात्र ठेवण्यासाठी लाखभर रुपयांहून जास्त पैसे घेतात ना, तशा मोठमोठ्या महागड्या हॉस्पिटलमध्येसुद्धा तुम्हाला कुणी दाखल करून घेणार नाही. त्यातून व्हेंटीलेटर, औषधं, मास्क्स अशा इतर सगळ्या गोष्टींसाठी वेगळेच पैसे खर्च करावे लागतील. मॅडम, सगळे वॉर्ड अगदी गच्च भरले आहेत. जिथे पाहावं तिथे मृतदेह पसरले आहेत. कॉरिडॉरमधे, पलंगांवर; काय करणार? दहन आणि दफन दोन्हीही थांबवलं आहे. अहो, इतके मृतदेह जाळायचे तरी कुठे? तुम्हाला असं कायमचं संपायचं आहे का? नाही ना?'

माझ्या बोलण्यातलं त्या बाईला किती समजलं कोण जाणे! सगळ्यात पहिली गोष्ट म्हणजे, मॅडमचं वय आहे सत्त्याऐंशी वर्ष. त्यातून तब्येतीच्या किती त्या अडचणी! स्वभाव म्हणाल तर पिरपिऱ्या. सतत, अखंड बडबड, बडबड. हे आण. ते दे. हे कर. देवा! आजवर कुठलीही मावशी टिकली नाहीये तिच्याबरोबर. या बाईचा स्वभाव फार दादागिरी करणारा आहे आणि

सतत वस्काटे मारण्याची तिला सवय आहे असंच प्रत्येकीचं म्हणणं होतं. या कटकट्या बाईसाठी काम करण्याची अगदी कुणाचीही तयारी नव्हती. त्यातून तिला घाणेरड्या इंग्लिश शिव्या द्यायची सवय. आम्हाला त्या शिव्या समजत नाहीत असं तिला वाटतं की काय? हे पाहा, 'बिच', 'स्वाईन', 'बास्टर्ड', अशा शिव्यांचे अर्थ आम्हाला अगदी चांगले समजतात म्हटलं. बिल्डिंगच्या वॉचमनने मला तिच्याबद्दल अगदी सगळं सांगितलं होतं. त्यांनी मला जतावलसुद्धा होतं.

तो म्हणाला होता, 'चौथ्या मजल्यावरची ती म्हातारी – एकदम वेडी आहे बघा. भूत रे बाबा! एकटीच मनाशी बोलत राहते. पाहावं त्याच्याशी भांडण काढत राहते. तिच्या घरात आठवड्याच्यावर कुठलंही गडीमाणूस टिकत नाही. तू तिथे जाते आहेस खरी! पाहा बुवा. तुला शुभेच्छा देतो.'

तिने जेव्हा दार उघडलं तेव्हा इतकी लहानखुरी आक्रसलेली बाई बघण्याची माझी तयारी नव्हती. फोनवर अगदी खणखणीत आवाजात तिने मला प्रश्न विचारले होते. त्यावरून ती धिप्पाड असावी असा तर्क मी काढला होता. असो! तिच्यासारख्या लोकांना मावशी पुरवणाऱ्या एका एजन्सीच्या माध्यमातून मी तिथे आले होते. रात्रंदिवस नर्सेसबरोबर राहण्याची तयारी नसणाऱ्या रुग्णांनासुद्धा या एजन्सीकडून मावशी पुरवल्या जात. गेली पस्तीस वर्षे मी मावशी म्हणून काम करते आहे. याचाच अर्थ असा की, केरळच्या प्रशिक्षित नर्सेसइतकीच मी चांगली आहे. पण करता काय? माझ्या हातात डिग्री नाही आणि त्यामुळे कडकडीत स्टार्च केलेला पांढरा युनिफॉर्म घालून नर्सेसप्रमाणे मी स्मार्ट दिसू शकत नाही.

मी साडी नेसते. पण अशातशा साड्या नेसत नाही हं मी! मला चांगल्या साड्या लागतात. कामावर असताना टापटीप राहायला मला आवडतं. तसं केलं की आपलाही सन्मान राखला जातो. मी साधीसुधी मावशी आहे हो. प्रशिक्षित नर्सेसना मी मदत करते. त्यांच्यापैकी कित्येक नर्सेस तर माझ्या सगळ्यात धाकट्या मुलीहूनही लहान असतात. माझी मुलगी आज तेवीस वर्षांची आहे. मुंबईत आपल्या नवऱ्याबरोबर राहते ती. गेली कित्येक वर्षे मावशी म्हणून मी काम करते आहे. नर्सेसच्या तोऱ्यात वागणाऱ्या या काल आलेल्या पोरींपेक्षा मला खूप चांगलं समजतं. त्याचं काम मी त्यांच्यापेक्षा जास्त चांगलं करू शकते. पण मी आपली गप्प बसते

हो! विशेषतः, डॉक्टर जेव्हा व्हिजिटला येतात ना, तेव्हा तर मी तोंडाला कुलूप लावते. त्यांच्या प्रत्येक प्रश्नाचं उत्तर देता येत असतं मला, पण मी काही मधे पडत नाही. मी जर माझ्या ज्ञानाचं असं प्रदर्शन केलं तर नर्सेसना ते आवडत नाही.

माझ्यातल्या चांगल्या गुणांची जाणीव आहे मला. या मॅडमनी मला ठेवून घेतलं नसतं, तर मला अगदी सहज दुसरं काम मिळालं असतं. अनुभवी मावशींकरता नेहमीच मागणी असते. आश्चर्य म्हणजे, मॅडमना माझं व्यक्तिमत्त्व आणि दृष्टिकोन या दोन्ही बाबी आवडल्या. ट्रायल घेऊन पाहण्यासाठी आठवडाभर ये असं त्यांनी मला सांगितलं. त्यानंतर त्या निर्णय घेणार होत्या. हे सगळं नऊ वर्षांपूर्वी घडलं. मॅडमना काय हवं-नको हे मला फार पटकन् लक्षात आलं. त्यांना एकट्याने बाथरूमला जाता येत नव्हतं. आंघोळ करतानासुद्धा त्यांना मदत लागत असे. त्यामुळे, आठ तास त्यांच्याबरोबर राहू शकेल अशी मावशी त्यांना हवी होती.

रात्रीसाठी मॅडमने केरळच्या नर्सची सोय केली होती. मॅडमना बेडपॅन देणं, श्वास घ्यायला त्रास होत असल्याने नेब्युलायझर देणं, त्यांचं ब्लडप्रेशर तपासणं, शुगर तपासणं, गरज पडल्यास इंजेक्शन देणं, त्यांनी अँटी-अँग्झायटीसाठी असलेल्या गोळ्या घेतल्या आहेत की नाहीत याची खात्री करणं, त्यांना नीट पांघरूण घालणं अशा सगळ्या गोष्टी ती करत असे. ही व्यवस्था आम्हा दोघींसाठी फार छान लागली होती. मॅडम चांगल्या गब्बर होत्या. त्या भागातल्या सगळ्यांनाच ते माहीत होतं. गाठीशी इतका पैसा असूनही बाई भलतीच कंजूष होती. त्यामुळे सगळेच तिची थट्टा उडवत असत. परंतु मला तसा काही अनुभव आला नाही. शिवाय, काही झालं तरी लंडनला राहणारी तिची लेक सगळ्या गोष्टींचे पैसे पाठवत असे.

पाहता पाहता मी त्या घराचा एक भाग झाले. आमचा दिनक्रम अगदी ठरला होता. सकाळी आठ वाजता मी तिथे पोहोचले, की रात्रपाळीची नर्स निघून जायची. हे पाहा, उगाच बारीकसारीक गोष्टी सांगून मी काही तुम्हाला बोअर करत नाही. मला एवढंच सांगायचं आहे, की मी मॅडमना अंतर्बाह्य ओळखू लागले होते. त्यांच्या सगळ्या सवयी माझ्या चांगल्याच परिचयाच्या झाल्या होत्या. फळं कशी कापायची, कशी समोर ठेवायची, टॉयलेट पेपरचा कोणता ब्रँड आणायचा, अशा सगळ्या गोष्टी मला अवगत

झाल्या होत्या. जेव्हा दोन व्यक्ती सातत्याने इतक्या निकट राहतात आणि एक व्यक्ती प्रत्येक गोष्टीसाठी दुसऱ्या व्यक्तीवर अवलंबून असते तेव्हा त्या दोघांमध्ये कुठलं गुपित कसं काय राहणार?

मी मॅडमना माझं बाळ असल्यागत वागवत होते. त्यांना खाऊपिऊ घालायचं, आंघोळ घालायची, स्वच्छता करायची, कपडे बदलायचे, केस विंचरून द्यायचे, पायाची नखं कापून द्यायची, त्यांच्या आवडीची गाणी म्हणायची, त्यांच्या सोबतीने टीव्हीवरच्या बातम्या आणि काही हिंदी सिरिअल्स पाहायच्या, बिलं भरायला त्यांना मदत करायची, त्यांच्यासोबत बँकेत जायचं, किराणा दुकानात जायचं... अशा सगळ्या गोष्टी मी करू लागले होते. कधी कधी आम्ही दोघी पार्लरमध्ये जात असू. दर महिन्यात त्यांची मॅनिक्युअर-पेडिक्युअरची अपॉईंटमेन्ट ठरलेली असते. हातात काठी घेऊन चालायला त्यांना आवडत नसे. त्यामुळेच, आपला डावा हात माझ्या उजव्या खांद्यावर ठेऊन त्या चालत. रस्ता क्रॉस करताना त्यांना माझ्या आधाराची विशेष गरज भासे. जवळपासच्या बगीच्यात फेरफटका मारतानासुद्धा त्यांचा हात माझ्या खांद्यावर विसावलेला असे. समजा जर कधी आम्ही गाडीत बसून फिरायला गेलो, तर घरी परत येताना त्या आवर्जून आईस्क्रीम खात असत. तसं पाहिलं तर बऱ्या होत्या त्या स्वभावाने. स्वतः आईस्क्रीम खाताना माझ्यासाठी आणि ड्रायव्हरसाठीसुद्धा त्या आईस्क्रीम घेत. अर्थात, त्यांचा कप मोठा तर आमचे लहान असत.

अशा प्रकारे सगळं काही सुरळीत सुरू असताना अचानक चोवीस मार्चला लॉकडाऊन जाहीर झाला. मॅडमच्या रात्रपाळीच्या नर्सने फोन करून सांगितलं, की तिथून पुढे मॅडमच्या घरी येणं तिला जमणार नाही. लॉकडाऊन आणि संचारबंदी संपेपर्यंत नर्स येऊ शकणार नव्हती. ते ऐकताच मॅडम हादरल्या. काय करावं हे त्यांना सुचेना. त्यांनी फोन बंद करून टाकला. माझ्याकडे रोखून पाहत त्या करारी स्वरात म्हणाल्या, 'ठरलं तर! जर रात्रपाळीची नर्स येऊ शकणार नसेल, तर तू जाऊ शकत नाहीस. मला एकटीला सगळं कसं काय जमणार? तुला राहावंच लागेल!'

मनातल्या मनात चटकन् विचार करत मी त्यांना ठासून सांगितलं, 'हे पाहा मॅडम, मी रात्री कुठेही राहू शकत नाही हे तुम्हाला माहीत आहे. मी आणि माझ्या नवऱ्याने हे ठरवलं आहे. माझं पोरगं जेमतेम दहा वर्षांचं

आहे. त्याला माझी गरज असते. मला त्या दोघांचा स्वैपाक करावा लागतो. माझ्या पगारावर माझं घर चालतं. मी जर इथे रात्री राहिले, तर किती दिवस अशी अडकून पडेल देव जाणे! अशक्य आहे हे!'

मी जिथे उभी होते तिथे त्या चालत आल्या. पुढे होऊन त्या मला सणसणीत थोबाडीत लगावणार असं माझ्या मनात आलं. पण तसं काही झालं नाही. त्यांच्या कृतीने मी अवाक् झाले. आजवरचा त्यांचा हुकुमशाही बाणा क्षणार्धात पालटला. पुढच्या क्षणी त्यांनी गयावया करायला सुरुवात केली. एखाद्या लहान मुलागत त्यांचा आवाज झाला होता. नजर झुकवून त्या माझ्यासमोर मान खाली घालून उभ्या राहिल्या. हात जोडत त्या म्हणाल्या, 'मी तुझ्याकडे भीक मागते. तू म्हणशील तितके पैसे देईन मी तुला. पुरेसे पैसे देईन मी तुला... दागदागिने देईन... तुझ्या मुलाचं शिक्षण करेन... तुझ्या त्या निरुपयोगी नवऱ्याला माझ्या मैत्रिणीच्या घरी नोकरी मिळवून देईन. पण हे बघ, या क्षणी तू अशी मला एकटीला टाकून निघून जाऊ शकत नाहीस.'

त्यानंतर त्या ढसाढसा रडू लागल्या, हुंदके देऊ लागल्या, विव्हळू लागल्या. माझ्या मॅडम! मी जे काही पाहत होते त्यावर माझा विश्वास बसेना. त्यांच्या बोलण्यावर मी काही प्रतिक्रिया देण्याअगोदर माझ्या पायावर लोळण घेत त्या म्हणाल्या, 'आज रात्री तू जर इथून गेलीस, तर हे लॉकडाऊन संपेपर्यंत तू इथे परतून येऊ शकणार नाहीस. दुसरं कोणीही माझ्या घरात येऊ शकणार नाही. नियम अगदी कडक आहेत. माझ्याकडे कोण लक्ष देणार? मला कोण मदत करणार? उपाशीपोटी मरून जाईन गं मी!'

यावर काय बोलावं किंवा करावं हे मला समजेना. माझ्या मॅडम अशा माझ्या पायांना स्पर्श करत आहेत हे पाहून मला फार लाज वाटू लागली होती. लंडनमधल्या आपल्या मुलीला त्यांनी फोन करावा आणि पुढे काय करू असं विचारावं असं मी त्यांना सुचवलं. किती तरी वेळा मॅडम त्यांच्या मुलीला फोन लावत होत्या. पण तिने त्यांचा फोन घेतलाच नाही. तोवर शांतपणे विचार करून निर्णय घ्यायला मलाही वेळ मिळाला. नवऱ्याला किंवा मुलाला न विचारता काय करायचं हे मी माझ्यापुरतं ठरवलं. परत एकदा लंडनचा नंबर त्या डायल करत असताना मी त्यांना शांत आणि ठाम स्वरात सांगितलं, 'हे पाहा मॅडम, यावर एकच उपाय आहे.'

त्यांनी मान वर करून माझ्याकडे पाहिलं. अजूनही त्यांच्या डोळ्यांतून अश्रू ओघळत होते. मी म्हटलं, 'मी काही इथे तुमच्याबरोबर राहू शकत नाही.' माझं बोलणं संपण्याआधी त्यांनी पुन्हा एकदा गळा काढत माझी साडी घट्ट धरली. मी पुढे म्हणाले, 'पण, तुम्ही माझ्या घरी राहायला येऊ शकता.' हे ऐकून आधी तर त्यांना धक्काच बसला. किती तरी वेळ तोंडाचा आ वासून त्या माझ्याकडे थक्क होऊन पाहत राहिल्या.

मी काही तरी विचित्र मार्ग सुचवला आहे म्हणून त्या माझ्यावर जोरात डाफरणार असा विचार माझ्या मनात आला. मॅडमसारखी ऐषआरामात राहणारी बाई दाट वस्तीत, लहानशा घरात राहणाऱ्या माझ्यासारख्या मावशीकडे कशी येऊन राहणार होती? त्या तशाच थबकल्या. कदाचित त्या मनातल्या मनात आढावा घेत असणार.

चटकन् डोळे पुसत त्यांनी थेट माझ्या नजरेत पाहत सावकाश बोलायला सुरुवात केली, 'तुझं म्हणणं अगदी योग्य आहे. दुसरा कुठलाही मार्गच नाही, आहे का? एक तर मी तुझ्याबरोबर जायला हवं किंवा याच घरात राहून मरण्याची वाट पाहायला हवी. मी मरण्यासाठी तयार नाही. चल... असं बावळटासारखं माझ्याकडे पाहत राहण्यात वेळ घालवू नकोस. कशाची वाट पाहते आहेस? ताबडतोब सामान बांधायला सुरुवात कर. माझी सुटकेस भर. कोणकोणते गाऊन घ्यायचे ते सांगते मी तुला. हे बघ, ती जुनी बॅग घे इकडे. उगाच त्या फॉरेनच्या बॅगा तुझ्या त्या... तुझ्या त्या...'

'झोपडपट्टीतल्या त्या लहानशा, घाणेरड्या, दाटीवाटीच्या घरात' असं त्यांना म्हणायचं होतं हे माझ्या लक्षात आलं होतं. पण माझ्या मॅडम तशा चांगल्याच चतुर होत्या. छानसं हसून त्या पुढे म्हणाल्या, 'काळजी करू नकोस, तुझ्या नवऱ्याशी आणि मुलाशीसुद्धा मी अगदी नीट वागेन बरं! काय नाव आहे तुझ्या मुलाचं? हे बघ, या महिन्यापासून तुझा पगार दुप्पट झाला आहे हे सांग बरं त्यांना. आणि हो, माझ्या रबरी सपाता घ्यायला विसरू नकोस. ते चामड्याचे सॅन्डल्स आहेत ना, ते ठेव इथेच. इथून पुढे काही दिवस मला काही त्यांची गरज भासणार नाही. मला एक सांग, तुझ्याकडे कमोड असेल ना? म्हणजे, तुझ्या घराच्या आतल्या भागात? घाणेरड्या सार्वजनिक संडासात जायची वेळ माझ्यावर नाही ना येणार?'

मी काहीच उत्तर दिलं नाही. आमच्या घरात काय आहे आणि काय नाही हे त्यांचं त्यांना पाहू दे की.

जरा विचार करा! दोन महिन्यांहून अधिक काळ त्या एका दरिद्री माणसाच्या – म्हणजे माझ्याच – घरात अडकून पडल्या आहेत. आम्ही जे खातो तेच त्यांना खावं लागत आहे. माझ्या नवऱ्याने स्वतःचा झोपायचा पलंग त्यांना देऊ केला आहे. भारतीय पद्धतीच्या संडासात त्यांना जावं लागतं. आम्ही जो चहा पितो तोच त्यांना प्यावा लागतो. या सगळ्यावर कोणी कसा बरं विश्वास ठेवेल? मॅडम... त्यांच्या मावशीच्या खोलीत तिच्याबरोबर राहत आहेत. कारण का? भल्यामोठ्या घरात राहणाऱ्या श्रीमंत बाईकडे पाहायला कोणीच नसल्याने एकट्याने मरण पत्करण्याचा पर्याय टाळायचा होता म्हणून. स्वतःच्या घरात बसून चिकन खाणं त्यांना शक्य नव्हतं. माझ्या घरात चिकन आणणं शक्य नव्हतं. आजकाल त्यांची एवढी एकच इच्छा उरली आहे. मला मॅडमसाठी खूप वाईट वाटतं. लॉकडाऊन संपण्याच्या शेवटच्या दिवशी मी माझ्या शेजाऱ्यांकडून मॅडमसाठी कोंबडी शिजवून घेईन. माझ्या नवऱ्याने त्याकरता पैसे द्यायचं कबूल केलं आहे. ते चिकन मी छानशा प्लॅस्टिकच्या डब्यात भरेन. आता मला सांगा, माझ्या नवऱ्याच्या स्टीलच्या टिफीनमध्ये मी ते कसं काय भरणार? चिकनमुळे तो डबा बाटणार नाही का? त्यानंतर मला फेकून द्यावा लागेल तो डबा. त्यापेक्षा प्लॅस्टिक कसं अगदी मस्त! मग माझ्या नवऱ्याच्या टॅक्सीवाल्या मित्राला मी विनंती करेन. त्याच्या मदतीने मी मॅडमना त्यांच्या घरी घेऊन जाईन. एकदा का त्या त्यांच्या घरी पोहोचल्या की, मग त्या त्यांच्या काचेच्या गोल डायनिंग टेबलपाशी बसतील आणि आरामात चिकन खातील. काट्या चमच्याने! 'किती विचित्र परिस्थिती आहे ही' असं तुमच्या मनातही आलं असेलच, नाही का? करता काय? काळच विपरीत आला आहे!

किनाऱ्यावरच्या बंगलीत वाढदिवस

'ओय... आहात कुठे सगळे? पटकन इकडे या. ती वावटळ पाहा कशी येते आहे. फारच जबरदस्त!' काय मूर्खपणा आहे हा! कुठलेतरी मूर्खांसारखे कार्यक्रम पाहत इकडेतिकडे लोळत पडले असणार सगळे. जिझस! असल्या हरणाऱ्याबरोबर अडकून पडावं लागणं हे माझं नशीबच म्हणायचं. हा सगळा माझा सेटअप आहे... फक्! माझ्या बायकोचा तिसावा वाढदिवस साजरा करायला आम्ही इथे जमलो होतो. धमाल करायचा इरादा होता आमचा. करता काय? या लॉकडाऊनमुळे तिच्या त्या चमचेगिरी करणाऱ्या मूर्ख मैत्रिणींबरोबर इथे अडकून पडावं लागलं आहे.

देवा रे देवा! मूर्खपणात एकापेक्षा एक वरचढ आहेत सगळ्या. त्या तर आहेतच - आणि मीही तितकाच! सुदैवाने आमचा स्टाफ आमच्याबरोबर आहे म्हणून... नाही तर, शपथेवर सांगतो की, हा लॉकडाऊन सुरू होण्याची बातमी कानावर पडताच चक्क समुद्रात स्वतःला झोकून देत मुंबईच्या दिशेने पोहायला सुरुवात केली असती मी. अर्थात, ती बातमी ऐकल्यावरही आम्ही त्याकडे फारसं गांभीर्याने पाहिलं नव्हतंच. मी माझ्या स्टाफला म्हटलंसुद्धा, 'हे पाहा, जे काही होईल ते पाहून घेऊ आपण.' त्यानंतर, चक्क दारूचा ग्लास घेऊन निवांत बसलो होतो मी. आम्हाला सगळ्यांना सगळी व्यवस्था करण्यासाठी व्यवस्थित वेळ दिला गेला असता, तर आम्ही सगळं नीट करू शकलो असतो. पण करता काय? फकिंग संडे होता तो! आम्ही आवस

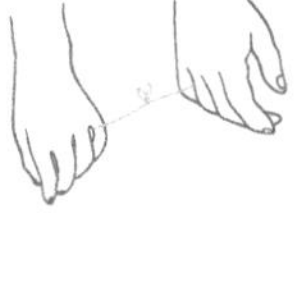

इथे होतो. रात्रीचे आठ वाजले होते. ही जागा माझी फार आवडती आहे हे जरी मला मान्य असलं तरी शेवटी हे एक खेडंगाव आहे. मांडव्यातली जेट्टी माझ्या घराच्या मागे नक्कीच नाही. मुंबईला जाण्यासाठी बोट पकडायची असेल, तर मांडव्यापर्यंत आम्हाला गाडीने जावं लागतं. आमच्या खाजगी जेटीवरून धाडकन् स्पीडबोटमध्ये उड्या मारत रवाना होण्यासाठी मांडवा हे काही मोनॅको नाही. इथे तर मोठ्या प्रमाणावर सुरक्षा व्यवस्था आणि इतर सगळ्या गोष्टींचा धांगडधिंगा सुरू आहे. माझ्या जागी जर शाहरुख खान असता ना, तर तोसुद्धा काही करू शकला नसता! जरा विचार करा. इथे अलिबागमध्ये मी आणि किंग खान अगदी शेजारी बसून राहिलो आहोत. अर्थात, समोरासमोर गाठ पडत नाही म्हणा आमची. समुद्राकाठचं माझं घर आवस या ठिकाणी आहे. तो जवळपासच्या दुसऱ्या कुठल्यातरी गावात राहतो म्हणा. ते असो, काहीही असलं तरी इथे आम्ही शेजारीच आहोत.

गाडीनेसुद्धा परत जाणं शक्य नव्हतं. मी त्याचाही मागोवा घेतला होताच. पोलीसमधे असणाऱ्या माझ्या काही मित्रांशी मी बोललो होतो. हो, हो, तेच ते. ज्यांच्याबरोबर वार्षिक पोलीस कार्यक्रमात मला प्रशिक्षित माकडाप्रमाणे नाचावं लागतं. शीट! म्हणजे, थोड्याफार लोकांना साध्य झालं तसंच आम्हीसुद्धा घाईने सगळं आवरून मुंबईसाठी निघू शकलो असतो. पण त्या रात्री शुद्धीवर होतं तरी कोण? माझं तर डोकं सालं चालतच नव्हतं. काय काय करून बसलो होतो आम्ही... शिवाय, शॉट्स होतेच ना! कशाचाच अर्थ लागत नव्हता! या बायका तर कुठल्या वेगळ्याच विश्वात वावरत होत्या. अगदी प्रामाणिकपणे सांगायचं तर दुसऱ्या दिवशी सकाळी पोलिसांना थोडेफार पैसे चारून आम्ही निघून जाऊ शकतो असं आम्हाला वाटत होतं. बस!

पण ही फकिंग पार्टी! नेहमीप्रमाणे संपणार नव्हती ती. किंवा, पटकन् आटोपणारसुद्धा नव्हती. आम्हाला जाग आली तेव्हा दुपारचे दोन वाजले होते. माझ्या मॅनेजरने तोवर किमान शंभर वेळा तरी मला फोन केला होता. तरीसुद्धा, आम्ही इथेच अडकून पडणार आहोत असं माझ्या मनातही आलं नव्हतं. मिस्टर फिक्सर या सगळ्यांच्या लाडक्या पोलीसला मी फोन लावला. पांडेजी म्हणाले, 'काहीही शक्यता नाही!'

ते पुढे म्हणाले, 'सॉरी बॉस... ऑर्डर्स आहेत. एका जिल्ह्यातून दुसऱ्या जिल्ह्यात प्रवेश करण्यासाठी तुम्हाला विशेष परवानगीची गरज

लागणार आहे. सुरक्षित नाही. जिथे आहात तिथेच थांबा. मजा करा! आराम करा, खा, प्या... धमाल करा... अर्णवजी, करता काय? सगळे एकाच बोटीचे प्रवासी आहेत आता!'

काय तर म्हणे मजा करा! हरामी! वाढदिवस-बिढदिवस या गोष्टी बोलण्यापुरत्या चांगल्या असतात. पार्टीचा हा सगळा गदारोळ मी एमाला समजून सांगू शकलो असतो. असल्या गोष्टींवरून मला माज दाखवण्याइतकी गेंड्याची कातडी नाही तिची. म्हणजे हे पाहा, चार वर्षे डेटिंग केल्यानंतर मी आणि शम्सने लग्न केलं. सहा वर्षे झाली आमच्या लग्नाला. म्हणजे, एकूण दहा वर्षे आम्ही एकत्र आहोत. यार, तब्बल एक दशक! मी जेव्हा कुणीही नव्हतो तेव्हा शम्स माझ्या बरोबर होती. बॉलीवूडमध्ये प्रवेश मिळवण्यासाठी आटोकाट प्रयत्न करणारा भोपाळचा कुणी एक देखणा मुलगा होतो मी तेव्हा.

पुढे सगळं काही सुरळीत झालं नाही, तरी ती भक्कमपणे माझ्या पाठीशी उभी राहिली. तिने माझ्याशी संबंध तोडून कोलकात्याच्या मारवाड्याशी लग्न करावं अशी तिच्या आईवडिलांची इच्छा होती. मी अगदी खालच्या वर्गातला हरामी असेनही, पण मी ते सगळं विसरू शकत नाही. तिच्या वाढदिवसाच्या धुमधडाक्याकडे दुर्लक्ष करू शकत नाही. तसं शम्सने माझ्याकडे कुठल्याही अशक्य गोष्टीची मागणी केली नव्हती. अलिबागच्या आमच्या या घरात तिच्या मैत्रिणींबरोबर तिला आपला वाढदिवस साजरा करायचा होता. एकदम स्टाईलमधे. शॅम्पेनच्या जोडीने. अरे यार, का नाही करायचा तिने? त्यात काय एवढं? सिनेनटांच्या बायकांप्रमाणे शम्स अजिबात हलकट नव्हती. त्या बायकांच्या एकेक मागण्यांबद्दल ऐकलं की थक्क होतो मी. 'दूर हो जाओ' या माझ्या सिनेमातली हिरॉईन सनम - कसली सेक्सी आहे ती! तिने मला सांगितलं होतं की, 'मला रोल्सरॉईस आणि सात कॅरेटचा गुलाबी हिरा हवा आहे,' अशी तंबी तिने रेहानला दिली होती. बिचारा तिचा मूर्ख नवरा- दिली की त्याने तिला हिऱ्याची अंगठी. परंतु, रोल्सरॉईसऐवजी पोर्शे या गाडीवर तिने समाधान मानावं असं त्याने म्हटलं. त्यावर ती उद्गारली होती, 'भिकारडा!' हो... आमची इंडस्ट्री अशीच आहे. बायकोला खुश ठेवावंच लागतं इथे.

शम्सच्या वाढदिवसाचं नियोजन करताना माझी लाडकी एमा अगदी गोड स्वरात म्हणाली होती, 'ओके बेबी... एका रात्रीचाच तर प्रश्न आहे.

तू खुशाल जा. मी राहीन इथेच. हे बघ, वाढदिवस हा वाढदिवस असतो. इन्स्टाग्राम आणि इतर सगळ्या सोशल मीडियासाठी तुम्हाला ते करायलाच पाहिजे. मला काही त्याच्यात वावगं वाटत नाही.' माझी बायडी फारच स्मार्ट आहे. सेटवर अवतीभवती वावरणाऱ्या या गोऱ्या कातडीच्या पोरी भलत्याच स्मार्ट असतात. पाहावं तिकडे या रशियन मुलींचा सुळसुळाट आहे. युक्रेन... लिथुअन... इस्टोनिया... लॅटीव्हिया... आता तर, ज्या वेगवेगळ्या देशांतून त्या येतात त्या देशांची नावंसुद्धा मला माहीत आहेत. माझी बायडी स्लोव्हेनियाची आहे. आपल्या कुटुंबाचं मेलेनिया ट्रम्पशी नातं आहे असं सगळ्यांना सांगत मिरवत असते ती. कुणाला खरंच वाटणार आहे!

मला काही त्याची पर्वा नाही. या सगळ्या मुली कुठून येतात यांच्याशी आमच्या या व्यवसायात कुणालाही देणंघेणं नसतं. जोपर्यंत त्या इथे आहेत तोपर्यंत आहेत. त्या सहज देऊ करतात सारं! एका पार्टीत मी एमाला भेटलो होतो. 'जानू' या सिनेमाचं यश साजरं करण्यासाठी माझ्या निर्मात्याने ती पार्टी ठेवली होती. निदान, तसं तो म्हणाला होता. देव जाणे – कदाचित एखादी नवीन पोरगी पटवली असेल त्याने किंवा कुठेतरी त्याच्यापासून पोर जन्माला आलं असेल. 'जानू' या सिनेमाच्या पुढच्या भागाचं शूटिंग करण्यात आम्ही अगदी गर्क होतो. त्याच्या त्या फालतू पार्टीला हजेरी लावायची माझी इच्छा नव्हती. काहीच अर्थ नव्हता त्याच्यात. सगळं काही बेकार होतं. पण करता काय? तिथे जाऊन तोंड दाखवणं गरजेचं होतं. तिथेच ती होती– एमा! माझ्याहून चांगली तीन इंचांनी उंच – घट्ट नितंबांची, गोरीपान... जेम्स बाँडच्या नायिकांसारखी.

यार... हे पाहा... मी पुरुष आहे, हो ना? असा तसा कोणी पुरुष नाही मी. बॉलीवूडचा हिरो आहे मी – फकिंग नऊ हिट्स दिले आहेत मी! काय मस्करी आहे का? मी महान आहे! म्हणजे हे बघा... मी जिथे जातो तिथे मी कोण आहे हे सगळ्यांना व्यवस्थित ठाऊक असतं. फक्त भारतात नाही... पाकिस्तान, श्रीलंका, मलेशिया, सिंगापूर, लंडन, टोरान्टो. आणि ही फकिंग पोरगी! निर्विकारपणे माझ्याकडे पाहत राहिली. जसं काही मी कुणीच नव्हतो. किंवा, कोणी छोटा मोठा साहाय्यक अभिनेता होतो. ते असो... मी तिच्यासाठी जीन आणि टॉनिक घेऊन आलो. उगाच आपलं तिच्यावर छाप पाडायला हो! मी काही अंगचटीला वगैरे आलो नाही. तसा मी फार आब राखून वागतो, कळलं ना? माझ्याकडे पाहून ती हसली.

कुठलाही आरडाओरडा न करता तिने मला तिच्या केसांना हात लावू दिला. ज्या पोरींचा पाठपुरावा मला करायचा असतो, त्यांच्याकरता माझी ही एक छोटीशी युक्ती आहे. आमच्या पहिल्याच भेटीत मी जर त्यांच्या केसांना हात लावला तर त्या डाफरतील की नाही? जर त्या डाफरल्या तर तिथल्या तिथे त्यांची हकालपट्टी. तिने जेव्हा माझा हात ढकलून दिला नाही तेव्हा माझ्या लक्षात आलं की, मी तिला आवडलो आहे.

तिला माझ्यात स्वारस्य वाटत आहे हे मला अगदी स्पष्ट दिसत होतं. चांगलीच तरुण होती ती. तशी दिसतही होती पण वागत मात्र अगदी प्रगल्भतेने होती. चांगलं दिसण्यासाठी तिने चेहऱ्यावर काही करून घेतल्याचं जाणवत नव्हतं. नाकाचं काम, हनुवटीचं काम, जबड्याचं काम. अनेक एक्स्ट्रा डान्सरप्रमाणे ती असणार असा माझा समज झाला. आमच्या मोठ्या प्रॉडक्शन हाउसमध्ये सेटवर एका वेळेस तिच्यासारख्या शेकडो मुली असतात. फायनान्समधली डबल डिग्री तिच्याकडे आहे असं तिने मला सांगितलं. नो शीट! लंडनमध्ये एका मीडिया ऑफिसमध्ये काम केल्यानंतर इथल्या एका मोठ्या प्रॉडक्शन हाउसमध्ये तिला उत्तम नोकरी मिळाली होती.

हंऽऽऽ! फायनान्स! सेक्सी! नितंब कसले भारी! अच्छाऽऽऽ! एमाची आकड्यांवर हुकूमत होती. पोकर खेळण्यात ती वस्ताद होती. त्याच रात्री मी शम्सला तिच्याबद्दल बोललो. शम्सने माझ्याकडे बायकोच्या जाणत्या नजरेतून पाहिलं. त्या तसल्या फिल्मी पार्ट्यांना माझ्याबरोबर येणं शम्सने जवळपास बंद केलं होतं. त्यामुळेच, एमा किती छान आहे याबद्दल माझी टकळी सुरू असताना तिने माझ्याकडे दुर्लक्ष केलं. एमाच्या हुशारीबद्दल बोलताना मी तिच्या पार्श्वभागाबद्दलदेखील काही तरी बोललो होतो याची मला खात्री आहे... कदाचित नसेनही बोललो. ते असो. त्या पार्टीनंतर पाहता पाहता माझे आणि एमाचे संबंध जुळले. मी नवीन चित्रपटात गुंतलो. मुळात, जे प्रमोटर्स तो चित्रपट काढणार होते, त्यांनी हात वर केल्यावर एमाच्या प्रॉडक्शन हाउसने त्या चित्रपटाची निर्मिती करण्याची तयारी दाखवली.

शूटिंगचं पहिलं शेड्युल लागलं. मॉन्टे नेग्रो इथे सलग वीस दिवसांचं शूटिंग ठरलं होतं. या टूरमधे एमा आमच्याबरोबर असणार होती. खर्चाचा ताळेबंद तिच्या हातात होता. इथून पुढे गोष्टी गंभीर होऊ लागल्या. शूटिंग दरम्यान आलेल्या वीकेंडला आम्ही स्लोव्हेनिया इथल्या तिच्या आरटो

या गावी गाडीतून पोहोचलो. तिचे आईवडील, शेजारी, काका-काकू, धर्मगुरू, अंत्यविधी व्यवस्थापक, बेकर, सलूनवाला... अगदी प्रत्येकाची भेट मी घेतली. आम्ही दोघं निकट आलो आहोत हे आम्ही लपवून ठेवलं नाही. सोशल मीडियावरसुद्धा ते आम्ही लपवलं नाही. एमाच्या गावातून, सावा नदीच्या काठाकाठाने हातात हात घालून आम्ही चालत असतानाचा फोटो एमाने पोस्ट केला. आमच्यामागून तिची भाचीसुद्धा येत होती. 'मिस स्लोव्हेनिया' हिच्याबरोबर 'मिस्टर इंडिया' असं शीर्षक तिने त्या फोटोला दिलं. त्यावर मी हार्टचा इमोजी टाकला.

या फोटोवर शम्सने प्रतिक्रिया दिली तेव्हा मात्र मला आश्चर्य वाटलं. तिच्या त्या चमच्या मैत्रिणींनी तिला उचकवलं. त्यानंतर तिने अगदी मूर्खासारखा गोंधळ घातला. तिने जर त्या फोटोकडे दुर्लक्ष केलं असतं, तर काहीही घडलं नसतं. कम ऑन यार! आम्ही नट आहोत. आमच्या आयुष्याचा हा एक भागच आहे. नटांच्या बायकांना कळायला हवं हे सगळं - बहुतेक सगळ्यांना हे कळतंही म्हणा. घेतात त्या समजून. अरे यार, आजवर शम्ससुद्धा समजून घेत होतीच की. याऽऽऽर!... आमचं लग्न झालेलं होतं. शम्स माझं नाव वापरत होती... पूर्ण सुरक्षितता होती तिला. रोज रात्री घरी तिच्याच मिठीत विसावत होतो ना मी. याहून अधिक तिला तरी काय हवं होतं? आजवर मी तिला कुठलीच गोष्ट नाकारली नव्हती. जुहूला आमचं काय देखणं पेन्ट हाउस होतं! वेगवेगळ्या क्लब्जच्या मेंबरशिप होत्या. सर्वोत्तम जिम इन्स्ट्रक्टर तिच्यासाठी येत होते. पर्सनल जिम होती आमची.

हे सगळं कमी म्हणून की काय, अलिबागला समुद्राच्या काठावर आमची देखणी बंगलीसुद्धा होती. तिच्या लाडक्या मैत्रिणीनेच डिझाईन केलं होतं त्या बंगलीचं. इंटिरियरच्या क्षेत्रात गाजणाऱ्या मासिकांमधल्या वस्तूंनी हे घर सजलं होतं. इंडस्ट्रीमधल्या प्रत्येकाला अगदी हेवा वाटतो. साले! जळतात लेकाचे! मला माहीत आहे ना!

तिच्या त्या जिवाभावाच्या मैत्रिणी - मैत्रिणी कसल्या, जळवा आहेत सगळ्या. सतत तिच्या आजूबाजूला गराडा घातलेला असतो त्यांनी. काही जणी तर कायमच्याच या बंगल्यात राहू लागल्या आहेत. एरवी आमच्या घरीसुद्धा किमान दोघी-तिघी सतत असतातच. फार त्रास व्हायचा मला.

शूटिंग संपवून आपण आपलं घरी यावं तर हिच्या मैत्रिणी घरभर खुशाल वावरत असायच्या. कधी कॉकटेल पीत असायच्या, कधी मॅनिक्युअर नाही तर पेडीक्युअर करत असायच्या. थोडक्यात काय, माझ्या जीवावर बिनधास्त मजा करायच्या. कालांतराने, मी त्या सगळ्याकडे लक्ष देणं थांबवलं. मला कशाचंच काही वाटेनासं झालं होतं. या सगळ्यात डोकं घालायला माझ्याकडे वेळ तरी कुठे होता? एखाद्या पिसाटलेल्या माणसाप्रमाणे मी सारखं काम आणि काम करत होतो. इकडे प्रवास कर, तिकडे प्रवास कर, तिकडे जा... एक शूटिंग संपवून दुसरं शूटिंग पूर्ण करायला जा. गेली काही वर्षं माझ्याबरोबर येण्याची शम्सची इच्छा उरली नव्हती. त्याऐवजी स्वतःच्या मैत्रिणींबरोबर जगभर फिरणं तिला अधिक आवडू लागलं होतं. त्या मैत्रिणींना मी तिचा जनानखाना म्हणत होतो. न्यू यॉर्क, लॉस एंजलिस, लंडन, पॅरिस, मीकोनोस. म्हणून काय झालं यार? 'करू दे त्यांना मजा' असं मी स्वतःला बजावत असे. बायको म्हणून ती खूप छान होती, शक्यतोवर माझ्या आयुष्यापासून दूर राहत होती.

अशातच चोवीस तारखेची ती रात्र आली. काय होत आहे हे आम्हाला समजण्याआधीच आम्ही सगळे लॉकडाऊनमुळे एकमेकांबरोबर अडकून पडलो. तिथून पुढे आम्ही तसेच कित्येक दिवस काढले. मी केस वाढवले. मी दाढी वाढवली. बीचवर व्यायाम करतानाचे फोटो पोस्ट केले. यादरम्यान सलमान चक्क त्याच्या फार्म हाउसवर जाऊन गाणी म्हणत बसला. भाई शेवटी भाई आहे! पण खरं सांगायचं तर, दोन आठवड्यांनंतर मला वैताग येऊ लागला. त्यानंतर अजून दोन आठवडे गेले. कुठलंही शूटिंग नव्हतं. कुठलेही नवीन व्यवहार होत नव्हते. कोणाचाही फोन येत नव्हता. मी माझ्या मॅनेजरला फोन करून झापझाप झापलं. नेमकं काय होत आहे हे विचारलं. ज्यांच्या ज्यांच्याशी मी बोललो त्या सगळ्यांनी मला सांगितलं, 'विसर हे सगळं. सगळी वाट लागली आहे. अख्ख्या इंडस्ट्रीची वाट लागली आहे.' इथून पुढे आम्ही आमचे चित्रपट दाखवणार तरी कसे? कोणत्या थिएटरमध्ये? कोणाला? ते पाहायला येणार तरी कोण? चार आठवडे झाल्यावर मात्र मी सगळं थांबवलं. माझी वाढलेली दाढी किंवा डोक्यावरचे लांब केस पाहून कोणीच काही प्रतिक्रिया देत नव्हतं. इतरांप्रमाणे केक बेक करण्यासारख्या तत्सम बाबींना मी नकार दिला. सगळ्यांची एकत्रित वाट लागली होती. घंटा!

त्यात या सगळ्या बायका! त्यांचे तर जसे कपडेच संपले होते. अर्धनग्न अवस्थेत या खुशाल घरभर वावरत होत्या. जणू काही त्या भूमध्य सागराजवळच्या इबिझा या बेटावरच होत्या... काय महामूर्ख आहेत सगळ्या! अंगावरच्या त्या घाणेरड्या बिकिनींमध्ये वेगवेगळे फोटो देण्यात त्यांना धन्यता वाटत होती. त्या बिकिनींनासुद्धा घाण वास येऊ लागला होता. हे कमी म्हणून की काय, जंगली मांजरींप्रमाणे त्या भांडू लागल्या होत्या एकमेकींशी. सतत शिवीगाळ करत बोचकारत होत्या एकमेकींना. शम्स काही त्यांच्याहून वेगळं वागत नव्हती म्हणा. आता मला सांगा, या गावामध्ये किनोव्हा किंवा ग्रीक योगर्ट मिळत नाही ही कुणाची चूक कशी काय असू शकत होती? दोन्ही वेळेस गरमगरम जेवायला मिळत होतं हे नशीब समजा. या बायकांच्या सततच्या खाण्यापिण्याच्या मागण्यांना माझा स्टाफ अगदी कंटाळला होता. किती उद्धट बायका होत्या या सगळ्या! बंगलीतला स्विमिंग पूलसुद्धा त्यांनी गचाळ करून टाकला होता. समुद्राकाठची माझी ती सुंदर बंगली गोव्यामधल्या एखाद्या झोपडीसारखी दिसू लागली होती. हे सगळं प्रकरण संपलं की, शम्सला बजावणार आहे. मी किंवा त्या यातून शम्सला निवड करावी लागणार आहे.

हे सगळं कमी म्हणून की काय, ते फकिंग वादळ येऊन धडकलं. अलिबागमध्ये निसर्ग जो हैदोस घालत होता, त्याचे फोटो सॅटेलाईटकडून सतत दाखवले जात होते. मी म्हटलंसुद्धा, 'फकर! आमच्या डोक्यावर येऊन आदळण्यापेक्षा दुसरीकडे तोंड मारू नाही शकलास का?' मला एमाची काळजी वाटत होती. बिचारी! मुंबईमध्ये अगदी एकटी होती. काही बरंवाईट झालं, तर तिला मदत करणारंसुद्धा कोणी नव्हतं. त्यातून ह्या वादळाची वाट चुकली. जाऊन जुहूमधे धडकलं ते. गच्च भरून येणारे ढग दिसत होते मला. इथल्या बायकांना मी सांगितलं की, मुकाट्याने नीट वागा. बीचवर जाऊ नका. पूलमध्ये उतरू नका.

एमापर्यंत पोहोचण्यासाठी माझा जीव कासावीस होत होता. पण अलिबागमधे आणि विशेषकरून आमच्या गावात सिग्नल फारच वाईट होता. झाडं किती आजूबाजूला! सहसा, स्विमिंग पूलच्या पलीकडे जाऊन मी तिला फोन लावत असे. तिथे उभं राहिलं की शम्स आणि तिच्या चमच्यांना काहीही ऐकू येत नसे. आजकाल आम्हाला जबरदस्तीने एकत्र राहावं लागत असल्यामुळे आम्ही प्रत्येकाने त्यातून काही ना काही तोडगा

शोधून काढला होता. एमाचा फोन आला की, मला अगदी मनापासून बरं वाटत होतं. तेवढ्या शिदोरीवर मी कसंबसं भागवत होतो. ती घरून काम करत होती. प्रत्येक गोष्ट तत्परतेने सांभाळत होती. इथे मी मात्र काहीही करत नव्हतो. फार नैराश्य दाटून आलं होतं माझ्या मनात. ती कशी आहे हे पाहणं, तिची काळजी घेणं हे माझं कर्तव्य असल्यागत मला वाटत होतं. तसं पाहिलं तर, ती माझी जबाबदारी झाली होती आता. आम्हा दोघांचं खास नातं तयार झालं होतं. वांद्र्यात मी तिच्यासाठी छानसं घर घेऊन दिलं होतं. बिचारी! फॉरेनर होती ना ती. अनेक स्थानिक गोष्टींमध्ये तिला मदत लागत होती. तिच्या जेवणाखाण्याच्या सवयीसुद्धा जरा वेगळ्या होत्या. ती फक्त व्हेगन आहार घेत असे. तिच्याकडचे अन्नपदार्थ संपले की, तिने माझ्या मॅनेजरला फोन करावा असं मी तिला सांगत असे. माझ्या पीआरने मला सुचवलं होतं, 'तुझं आणि एमाचं एकत्रित छान शूट करू यात आपण. सगळ्या पापाराझींना बाहेर उभं करू यात. तुम्ही दोघं जिथून योगर्ट आणता त्या ऑरगॅनिक दुकानाबाहेर राहू दे त्यांना उभं.' पण यावर मी तिला म्हटलं होतं की, 'जरा काही लाज बाळग. माझ्या बायकोप्रति जरा थोडा आदर दाखव. योग्य प्रकारे कसं वागायचं ते समजतं मला, कळलं ना?'

लॉकडाऊन सुरू होईपर्यंत मी आणि एमाने सगळं काही नीट निभावून नेलं होतं. विकेंडला तर मी तिच्याचबरोबर असे. आठवड्यातले शक्य तितके दिवससुद्धा मी तिच्याबरोबर काढत असे. शूटिंग संपलं की, मी तडक तिच्या घरी जाऊन पोहोचत असे. चॉकलेट्स आणि वाईन देऊन तिला आश्चर्याचा धक्का देत असे. अरे बाबांनो, कसला धमाल रोमान्स सुरू होता आमचा. कधी कधी तिचे आईवडील फोन करून विचारत की, मी तिथे आहे का? आम्ही दोघं कधी लग्न करणार आहोत असंही ते तिला विचारत.

त्यावर मी तिला सरळ सांगितलं होतं, 'बेब, ते मात्र होणं नाही! हे बॉलीवूड आहे. इथे आमचा डिव्होर्सवर विश्वास नाही. इथे कुणीच कुणाला डिव्होर्स देत नाही. काय वाट्टेल ते होऊ दे, आम्ही तसंच पुढे जात राहतो.' या विषयावरून आम्हा दोघांत थोडीफार भांडणंसुद्धा झाली होती. पण सुदैवाने एमा मागे लागणाऱ्यातली नव्हती. तसंच, तिने मला कुठलीही तंबी दिली नव्हती. आत्ता इथे अलिबागमध्ये राहत असताना शम्स आणि तिच्या त्या लटांबराने मुद्दाम माझ्यासमोर एमाचा विषय काढण्याचा प्रयत्न केला होता. इतर लोकांच्या इन्स्टाग्राम पोस्ट वाचून दोन आणि दोन पंचवीस असं

दाखवण्याचा त्यांचा प्रयत्न होता. पण त्यांच्या त्या थिल्लर गॉसिपकडे मी कुठला लक्ष देतो? माझा मूडही नव्हता.

ते असो. आकाशात दाटून आलेले वादळी ढग पाहून मला एमाची वेड्यासारखी उणीव भासू लागली. हे वादळ आमच्यावर येऊन कोसळण्याआधी मी पूलच्या माझ्या लाडक्या कोपऱ्याकडे धाव घेतली. एव्हाना, पूलच्या सभोवर लावलेल्या नारळ–पोफळीची भरपूर पानं त्या पाण्यात पडली होती. जोरात वारं वाहू लागलं होतं. अचानक वीज गेली.

शम्सचं लटांबर किंचाळू लागलं, 'ओह गॉड! बेब्स... आपण सगळ्या आता मरणार आहोत असं मला वाटतंय.' आश्चर्य म्हणजे, एमाचा फोन लागला. माझं तिच्यावर किती प्रेम आहे हे मला तिला सांगायचं होतं. समजा, शम्सच्या लटांबराने म्हणल्याप्रमाणे आम्ही त्या वादळात मेलो असतो, तर त्या आधी मला माझ्या प्रेमाची कबुली एमाला द्यायची होती. मी तिला फोन केला तेव्हा पाच वेळा रिंग वाजली. मोजल्या ना मी त्या. फोन जेव्हा उचलला गेला तेव्हा एमा कोणाला तरी सांगत असल्याचं मला ऐकू आलं, 'नको उचलूस! तोच हरामी असणार! अलिबागमध्ये आहे ना तो. वादळ त्याच दिशेने चाललं आहे.' एमाचं चुकलं होतं. पहिल्यांदाच तिची आकडेमोड चुकली होती. त्या वादळाने मला सोडून दिलं. समुद्राकाठच्या माझ्या बंगलीला सोडून दिलं. अलिबागला सोडून दिलं. पण ते वादळ आता तिला सोडणार नव्हतं. मी स्वत: किती वादळी आहे, हे लॉकडाऊन संपल्यानंतर मी तिला दाखवून देणार होतो.

अधिकाची हाव
असलेला माणूस

एक अत्यंत यशस्वी माणूस म्हणून मी स्वतःकडे नेहमीच पाहत आलो आहे. अगदी शाळेच्या दिवसांपासून. प्रत्येकाला माझं कौतुक होतं – माझे आईवडील, माझे शेजारी, माझे शिक्षक. तेव्हा असं पाहा, मला कधीच न्यूनगंड वगैरे नव्हता. म्हणजे ते काय म्हणतात ना 'इन्फिरिऑरिटी कॉम्प्लेक्स' तसलं काही नव्हतं बुवा. सगळं काही आलबेल होतं. माझी नोकरी, माझा हुद्दा – स्टेटस हो – सगळं काही उत्तम! मी माझ्या भावी बायकोला भेटेपर्यंत.

हे बघा, ती फार छान स्त्री होती. म्हणजे, अजूनही ती चांगलीच स्त्री आहे. पण कुठेतरी तिच्यात काहीतरी उणीव होती आणि ती उणीव नेमकी कोणती हे काही मला समजत नव्हतं. हो, आमचं लग्न ठरवून केलेलं होतं – अरेंज्ड मॅरेज. आमच्या कुटुंबातल्या सगळ्यांचीच लग्नं ठरवून झालेली आहेत. आम्हा सर्वानुमते तेच जरा बरं असतं. उगाच, अनोळखी घटकांची जोखीम कशाला पत्करा – माझ्या म्हणण्याचा अर्थ आला ना लक्षात? अगदी उघडपणे आम्ही पुराणमतवादी आणि संकुचित आहोत – ते कशाला लपवा. गोत्र वगैरे या सगळ्या गोष्टी आमच्या दृष्टीने फार महत्त्वाच्या. फक्त ब्राह्मणांसाठी असलेल्या वस्तीतच राहतो आम्ही. ब्राह्मणेतरांना आमच्या सोसायटीत फ्लॅट विकत घेण्याची अनुमतीच देत नाही आम्ही. मुस्लिमांना तर काय हो, शक्यच नाही! खोटं कशाला बोलू?

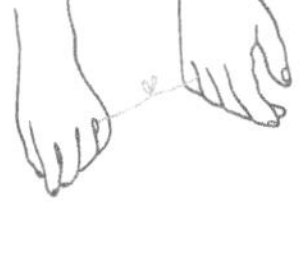

असो! सुशिलाला पहिल्यांदा पाहताक्षणीच आवडली मला ती. तिलाही मी आवडलो असणार याची खात्री आहे मला. न आवडण्यासारखं काय होतं माझ्यात? चांगला उंचपुरा होतो, सरकारी कार्यालयात उत्तम नोकरी होती, आईवडिलांचा एकुलता एक (माझे वडील सिव्हिल इंजिनिअर होते - हे सगळं लक्षात घेता माझं स्थळ उत्तम समजलं जात होतं). लग्नानंतर सुशिलाने नोकरी केलेली मला आवडणार नाही हे मी तिला थेट सांगितलं. माझ्याकडे आणि माझ्या आईवडिलांकडे लक्ष देणारी प्रेमळ बायको हवी होती मला. तेच तर पूर्णवेळचं काम असतं, असंही मी तिला सांगितलं.

किंचित विचारात पडत तिने माझं म्हणणं मान्य केलं. पण माझा मुद्दा असा आहे की, तिने माझं म्हणणं मान्य केलं. तिच्या आईवडिलांनी तिला शेवटची तंबी दिली होती हे मला कसं कळणार? तोवर तिने पाच स्थळं पाहून नाकारली होती. आमच्या समाजात मुली स्थळ नाकारू शकत नाहीत - फक्त मुलंच तसं करू शकतात. ते असो! तिने मला नाकारलं नाही म्हणून मी आनंदात होतो. लग्नाची तारीख ठरली. त्या दृष्टीने आम्ही अगदी मोकळेढाकळे होतो. अगदी सुरुवातीलाच हुंड्याबद्दलसुद्धा चर्चा झाली आमची. अशा नाजूक गोष्टी ठरवायला मध्यस्थाची गरज पडते. संपूर्ण कॉलनीला माहीत असलेल्या एका माणसावर आम्ही विश्वास ठेवला.

आम्हाला देण्याइतके पुरेसे पैसे सुशिलाच्या कुटुंबाकडे नव्हते, तर त्यांनी तसं सुरुवातीला सांगायला हवं होतं - पण ते तर काही बोललेच नाहीत. काहीतरी करून पोरीचे हात पिवळे करायचे आणि कुटुंबाला पुढच्या नाचक्कीतून वाचवायचं इतकीच त्यांची इच्छा होती. नंतर मला सुशिलानेच सांगितलं की, आमची हुंड्याची मागणी पूर्ण करण्याकरता तिच्या वडिलांना अनेकांकडून भरगच्च आर्थिक मदत घ्यावी लागली होती. आता त्यात माझा काय दोष? सांगितलं मी तिला तसं.

मी म्हटलं, 'तुझ्या वडिलांनी आम्हाला जे काही दिलं आहे ना त्याच्या दुप्पट देणारे लोक होते. पण मला तू आवडली होतीस म्हणून आम्ही तडजोड केली होती.' त्या रात्री आमचं पहिलं मोठं भांडण झालं. मी आणि माझे कुटुंबीय फार हावरट आहोत तसंच आमच्या मागण्या अवास्तव आहेत असा आरोप सुशिलाने माझ्यावर केला. तिच्या कुटुंबाकडून एक पैसाही न घेता तिच्याशी लग्न करायला अनेक मुलं तयार झाले असते, असं तिने मला सांगितलं. तिच्या वडिलांना एक पैदेखील खर्च करावी लागली नसती.

अर्थातच, हे ऐकून मला संताप आला. त्यांपैकीच एखाद्याशी तिने लग्न करायला हवं होतं, असं खडसावलं मी तिला. हे सगळं असं असताना तिच्या वडिलांनी आमचं लग्न ठरवण्यासाठी मध्यस्थाला पाठवलं तरी कशाला होतं? त्यानंतर जवळपास आठवडाभर सुशिलाने माझ्याशी अबोला धरला. फार विचित्र परिस्थिती झाली होती. सुशिला स्वैपाकघरात आईला मदत करत असे, वाढत असे, आम्ही सगळे जण एकत्र जेवत असू. त्यामुळे तिचा अबोला फारच विचित्र वाटू लागला मला. साधारण आठवडा गेल्यानंतर मीच पुढे होऊन तिच्याशी बोललो. झालं गेलं विसरून जा असं तिला म्हणालो.

त्यावर तिने उत्तर दिलं, 'स्त्रिया अपमान कधीही विसरत नसतात.' अरेच्चा! मी कुठे तिचा अपमान केला होता? त्या प्रसंगानंतर ती गुपचूप राहू लागली. तिच्याशी शरीरसंबंध ठेवणंसुद्धा कठीण जाऊ लागलं. हे काय भलतंच? बायको होती ती माझी? नवरा म्हणून माझा हक्क पदरात पाडून घेण्याचा अधिकार मला होता. पण स्वतःला तिच्यावर लादणं नकोसं वाटल्याने मी गप्प राहिलो. तसा मी वाईट नाही हो. असाच महिना गेला. माझी घालमेल होऊ लागली – तुमच्या आलंच असेल लक्षात. जरा रागही आला मला. कशासाठी लग्न केलं होतं मी? रात्रभर अंथरुणात या कुशीवरून त्या कुशीवर करण्यासाठी? माझे सहकारी मात्र मजा मारत होते आपापल्या घरी.

फार चुकीचं चाललं होतं ते. त्या रात्री सुशिलाला सोडायचं नाही, असं मी ठरवलं. स्वैपाकघरातली झाकपाक करून आणि भांडी घासून ती आमच्या खोलीत आली. त्या दिवशीच्या आमच्या वादानंतर रात्री कपडे बदलणं तिने बंद केलं होतं. तिच्या कपड्यांना कोथिंबिरीचा आणि हळदीचा वास येत होता. या सगळ्याकडे दुर्लक्ष कर, असं मी स्वतःला बजावलं. प्रयत्न करायचा, बस! मी हात पुढे केला. तिचा खांदा पकडला. ती शहारली. घाईघाईने कूस बदलत ती पलंगाच्या दुसऱ्या टोकाकडे गेली. कोणत्याही क्षणी ती खाली पडेल की काय, असं मला वाटलं. माझा हात तिने अतिशय कठोरपणे झिडकारला.

काय हा तीव्र अपमान! आपल्या बायकोची अशी उर्मट वागणूक कोणता नवरा सहन करेल? तिथल्या तिथे तिच्या एक थोबाडीत लगावून देत तिला ताळ्यावर आणण्याची माझी इच्छा होती. आता हे अती झालं

होतं! माझे आईवडील काय म्हणतील? त्यांचा मुलगा नपुंसक झाला आहे असं त्यांच्या मनात नाही का येणार? स्वतःवर अतिशय नियंत्रण ठेवत मी मला आवरलं. त्या क्षणीच्या माझ्या त्या दुर्बलतेमुळे सुशिलाची हिंमत नक्कीच वाढली असणार... त्या दिवसापासून तिने खाली जमिनीवर झोपायला सुरुवात केली. मी अगदी खोलवर दुखावलो गेलो. त्याहीपेक्षा जास्त म्हणजे मला अतिशय अपमानास्पद वाटलं. चांगल्या घरच्या मुली लग्नानंतर अशा वागत नसतात.

दिवसेन्दिवस माझी परिस्थिती फार विचित्र होत चालली होती. आमचं काहीतरी बिनसलं आहे हे माझ्या आईच्याही लक्षात आल्यामुळे तर माझी फारच पंचाईत होऊ लागली होती. रोज सकाळी जमिनीवरचं अंथरूण आवरताना तिने सुशिलेला नक्कीच पाहिलं असणार. अचानक एक दिवस आईने मला विचारलं, 'काय मग, गोड बातमी कधी देणार आम्हाला?' नेमकी तेव्हा सुशिला माझ्या पानात गरम पोळी वाढत होती. पोळी नम्रतेने माझ्या पानात वाढण्याऐवजी तिने ती माझ्या मांडीवर टाकली. तसं तिने मुद्दामच केलं होतं हे माझ्या लक्षात आलं.

मी काही उत्तर देणार त्या अगोदर सुशिला मोठ्याने म्हणाली, 'मूल वगैरे होऊ देण्याचा माझा तरी विचार नाही. हे लॉकडाऊन संपल्यानंतर नेमकं काय होणार आहे ते केवळ ईश्वरालाच ठाऊक.' तिने आवर्जून 'माझा' असा शब्द वापरला होता. 'आमचा' असं ती म्हणाली नव्हती. जसं काही माझ्याशिवाय तिला आपलं आपण मूल होणार होतं. फार राग आला होता मला. तरीही मी गप्प राहिलो.

त्या रात्री मात्र मी तिला सोडलं नाही. चांगलंच खडसावलं तिला, 'हे बघ, स्वतःला फार शहाणी समजू नकोस. लक्षात ठेव, तू आणि तुझे घरचे मालाडच्या त्या एक बेडरूमच्या घरात दाटीवाटीने राहत होतात. इथे माझ्याबरोबर एखाद्या महाराणीसारखी राहते आहेस तू. स्वतःची वेगळी खोली, स्वतःचं वेगळं बाथरूम आहे तुला. तुझ्या त्या फुटक्या बापाने एक पैसाही दिला नाही आम्हाला या सगळ्या सुखवस्तूपणासाठी. आलं लक्षात? आज तुला दाखवूनच देतो. मी नपुंसक आहे, हिजडा आहे असं नको समजूस. आज रात्री खोलीत आलीस ना की काय होतं ते पाहूच आपण. रोज चांगली दहा मिनिटं दात घासण्यात घालवतेस, त्यानंतर न जाणो त्या बाथरूममध्ये काय काय करतेस. बघच जरा. माझा लग्नाचा

हक्क बजावणारच आहे मी. तिथेच येऊन बजावेन. अगदी जमिनीवर. जर मला दूर ढकलायचा प्रयत्न केलास, तर हात उचलीन तुझ्यावर. अगं, सणसणीत लाथदेखील घालेन. तीच लायकी आहे तुझी! साली कुत्री! तुझे आईबापसुद्धा कुत्तरडेच! आपल्या नवऱ्याला घमेंड दाखवतेस! ज्याच्याशी तुझं लग्न झालं आहे, तो पुरुष नेमका कसा आहे ते दिसेलच आज तुला. आणि हो, एक गोष्ट लक्षात ठेव, माझी आई माझ्यासाठी योग्य बायको शोधू लागली आहे. अशी कोणी तरी जिला माझी कदर आहे. जिचा बाप अगदी आनंदाने एक फ्लॅट आणि गाडी देईल. पण ते होण्यापूर्वी हे लॉकडाऊन संपलं पाहिजे. माझी आई केवळ तेवढ्यासाठी थांबली आहे. ज्या मस्तीत तू आहेस ना, त्यातून जेव्हा जागी होशील तेव्हा तुला जाणीव होईल की, या जगात तू एकमेव स्त्री नाहीस. 'हे लॉकडाऊन संपल्यावर नेमकं काय होणार आहे ते केवळ एका ईश्वरालाच ठाऊक' असं म्हणाली होतीस, नाही का? त्या ईश्वराला समजण्याआधी मीच सांगतो तुला काय होणार आहे ते – आपलं लग्न संपुष्टात येणार आहे.'

गणपती बाप्पा मोरया

'बाबा, या करोना व्हायरसबद्दल गणपती बाप्पाला माहीत आहे का? या वर्षी बाप्पा आपल्या घरी येईल की येणं टाळेल? त्यालासुद्धा मास्क घालावा लागेल का?' या सगळ्या प्रश्नांची उत्तरं कशी देणार होतो मी? हातातलं काम थांबवत, खरं तर मी काहीच करत नव्हतो – मी त्याला थेट उत्तर द्यायचं टाळलं.

मग मी म्हणालो, 'गणपती बाप्पाला सगळं काही ठाऊक असतं...' अमेय, माझा मुलगा (अमेय : आमच्या कुटुंबाचं आराध्यदैवत असलेल्या गणपतीचं नाव) केवळ सात वर्षांचा आहे. पण कसला स्मार्ट आहे माझा पोरगा! हे पाहा, आपली पोरं भलतीच बुद्धिमान आहेत असा माज करणाऱ्या आमच्याच कॉलनीतल्या इतर मुलांप्रमाणे मी काही दर्पोक्ती करत नाहीये. अमेय एका वेगळ्या प्रकाराने स्मार्ट आहे. तसा तो वर्गात सगळ्यांच्या पुढे नाही. अभ्यासात पुढे नाही. इतरांच्या मुलांप्रमाणे तो नाही. कदाचित, त्याच्याकडे बघण्याची इतरांची दृष्टी तशी नसेलही. कारण अमेयला ते कोणी ओळखत नाहीत. त्याला काही विशिष्ट अडचणी आहेत. मला आणि त्याच्या आईला त्याबद्दल कल्पना आहे, पण नेमक्या त्या अडचणी काय आहेत हे आम्हाला लक्षात येत नाही. जवळच्याच नगरपालिकेच्या शाळेत माझी बायको शिकवते. अमेयचं नाव आम्ही त्याच शाळेत टाकलं आहे. मी स्वतः महानगरपालिकेत लिपिक म्हणून कामाला आहे.

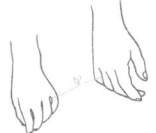

आमचं आयुष्य अगदी साधंसुधं आहे. मी कामावर जातो, माझी बायको कामावर जाते, काही तासांसाठी अमेय शाळेत जातो, त्यानंतर तो घरी येतो. इथे त्याची आजी असतेच. कुठल्याही तक्रारी नाहीत. कटकट करण्याचा माझ्या आईचा स्वभावच नाही. अतिशय मायाळू आहे ती. चांगली आहे. खूप संयम राखत प्रेमाने ती आमच्यासाठी स्वैपाक करते. गणेशोत्सव हा आमच्या कुटुंबाचा सगळ्यात मोठा सण आहे. अगदी दिवाळीहून मोठा. साधारण फेब्रुवारी महिना उजाडला की, अमेयच्या अंगात उत्साहाचं वारं संचारतं. त्याच्या चित्रकलेच्या वहीत तो सारखी गणपती बाप्पाची चित्रं काढू लागतो. त्याची चित्रकला फार सुंदर आहे. त्याच्या वयाच्या इतर मुलांच्या किती तरी पुढे आहे तो. हे खरं आहे की, इतर विषयांत तो जरा मंद आहे. त्याचा मूड खराब असला तर अनेक दिवस तो बोलतसुद्धा नाही. असं असलं तरी, त्याच्या अंगात अनेक गुण आहेत हे मला आणि त्याच्या आईला पक्कं ठाऊक आहे. या गोष्टी इतर कुणाच्या लक्षातसुद्धा येणार नाहीत.

गाणं फार छान म्हणतो अमेय. स्वराला पक्का आहे आणि आवाजही सुंदर आहे. कुठलंही संगीत असो, अमेय पटकन् स्वर पकडतो – अगदी शास्त्रीय संगीतातसुद्धा. जाग आल्यापासून मी भीमसेन जोशी आणि किशोरीताई यांची गाणी ऐकतो. त्याच्या आईच्या पोटात असताना अमेयने सगळे अभंग आणि राग नक्कीच ऐकले असणार.

आमच्या अमेयसारख्या मुलांसाठी लोक 'स्पेशल' असा शब्द वापरतात. अरे बाबांनो, तो स्पेशल आहे हे आम्हाला ठाऊक आहे. आईवडील आहोत ना आम्ही त्याचे! पण लोकांच्या 'स्पेशल' हा शब्द उच्चारण्यामागे वेगळाच अर्थ असतो. आमचा मुलगा 'ॲबनॉर्मल किंवा रिटार्डेड – गतीमंद' आहे असं त्यांना म्हणायचं असतं; फक्त मोठ्याने ते त्या शब्दाचा उच्चार करत नाहीत एवढंच. खरोखरंच, तो तसा नक्कीच नाही. आमचा अमेय अगदी ठीकठाक आहे. आमच्या गळ्यातला ताईत आहे तो. ऑगस्ट महिन्यातला जन्म त्याचा. गणेशोत्सवाच्या मध्यावर जन्मला तो. जरा विचार करून पाहा. आनंदाने वेडे झालो होतो आम्ही. 'अमेय' हे गणपतीचं नाव ठेवलं आम्ही त्याला. त्या नावाचे इतर अनेक अर्थ होतात. अमेय म्हणजे शुद्ध, अमर्यादित आणि मोठ्या मनाचा. पण आमच्या छोट्याशा कुटुंबासाठी 'अमेय' पुरेसा होता. आमच्यासाठी तो गणपतीच होता. दिसायला अगदी इतर बाळांप्रमाणेच होता तो. हॉस्पिटलच्या

बाळंतपण-कक्षातल्या इतर मुलांप्रमाणेच दिसत होता तो. आम्हाला कसं काही कळणार होतं? तो जसा होता तसा आम्हाला तो आवडला होता. तो जसा आज आहे तसाच.

कदाचित, तो सणाच्या दरम्यान जन्मला ही बाब त्याला बिलगून राहिली असावी. म्हणूनच तो ईश्वराशी घट्ट जोडला गेला असावा. तो साधारणतः तीन वर्षांचा झाला, तेव्हा आपण गणपती आहोत असं त्याला वाटू लागलं. मी, माझी बायको आणि माझी आई देवघरातल्या गणपतीची पूजा अगदी नित्यनेमाने करत असतो. सकाळ-संध्याकाळ देवापाशी दिवासुद्धा लावतो आम्ही. जेव्हा सोसायटीतल्या कंपाउंडमधल्या जास्वंदाची लाल फुलं तोडून आणणं आम्हाला शक्य होतं, तेव्हा आम्ही ती गणपतीला वाहतोसुद्धा.

आपली स्वतःची पूजा केली जावी, असं अमेय आम्हाला सांगू लागला असे. 'मी तो आहे आणि तो मी आहे' असं अमेय म्हणू लागला. गणपतीच्या सगळ्या आरत्या आणि संस्कृत श्लोक अमेयला अगदी तोंडपाठ आहेत. मी पूजा करू लागलो की, माझ्या बरोबरीने तोसुद्धा हे सगळं म्हणत असे. त्याच्या वयाच्या इतर कुठल्याही मुलाला एवढं ज्ञान नव्हतं. खेळण्यातला क्ले, माती, रेती, कणकेचा गोळा... कुठल्याही मऊ लगद्यापासून अमेय गणपतीची मूर्ती सहज घडवतो. पोळ्या करण्याकरता कणीक तिंबली की, त्याची आजी त्याला एक छोटा उंडा देत असे. त्यातून तो काय घडवणार हे आम्हाला अगदी पक्कं ठाऊक असे, तो नेहमीच गणपती घडवे. गणपतीला डोळ्यांच्या जागी लावायला त्याची आजी त्याला मोहरीचे दाणे देई. मी दिलेल्या छोट्या काटक्या तो सुळ्यांच्या जागी लावे. पाहता पाहता अवघ्या काही मिनिटांत अमेय गणपतीची सुंदर मूर्ती घडवे. प्रत्येक वेळेस ही मूर्ती थोडीशी वेगळी असे. कधी उजव्या सोंडेचा, कधी डाव्या सोंडेचा गणपती असे तो. कित्येकदा सोंड वरच्या दिशेने वळलेली असे. त्याने घडवलेल्या प्रत्येक गणपतीचे फोटो मी मोबाईलवर काढले आहे. तसं पाहिलं तर, माझ्या फोनचा कॅमेरा फारसा काही खास नाही. पण त्याने घडवलेल्या वेगवेगळ्या गणपतींचे अनेकानेक फोटो माझ्या मोबाईलवर स्टोअर केले आहेत.

हे सगळे फोटो मी त्याच्या शाळेतल्या शिक्षिकांना दाखवले; पण त्या कोणालाही त्यात काही स्वारस्य वाटलं नाही. फोटो पाहून न पाहिल्यासारखं करत त्या मला म्हणाल्या, 'हे सगळं ठीक आहे हो. पण, २+२ = ४ हे

कोण शिकवणार त्याला? त्याला साधे 'अ, ब, क, ड' येत नाही. प्रत्येक गोष्ट उलटी लिहितो तुमचा मुलगा.' एकदा मी त्याच्या बाईंना विचारलं, 'मॅडम, अमेयसारखं आकाश रंगवणारा सात वर्षांचा दुसरा मुलगा पाहिला आहेत का तुम्ही?'

त्यावर हसून थोड्या उद्धटपणे शिक्षिका म्हणाली, 'हे बघा, मोठा झाला की हे आभाळ रंगवण्याने त्याचं पोट नाही भरणार. अशी चित्रं रंगवण्यातून त्याला नोकरी कुठून मिळणार आहे? कोणत्या ऑफिसमध्ये त्याला ठेवून घेतील?' हे ऐकून वाईट वाटलं होतं मला. पण करता काय? बसलो आपला गप्प. अनेकदा अमेय गणपती बाप्पाशी संवाद साधताना मी ऐकलं आहे. अशा वेळेस, बाप्पा जणू समोर बसल्याप्रमाणे अमेय गप्पा मारत असतो. अगदी व्यवस्थित संवाद सुरू असतो त्याचा. मी मुळीच मधेमधे करत नाही. घरातले आम्ही तिघेही अमेयला व्यवस्थित समजून घेतो. गणपती बाप्पा त्याचा मित्र आहे. त्याचा एकमेव मित्र. कारण, शाळेत तर कुणालाच त्याच्याशी मैत्री करायची नसते.

एकदा त्याने बाप्पाला विचारलेलं मी ऐकलं, 'यावर्षी मुंबईला येशील का रे? हे बघ, खोटं बोलू नकोस हं. खरं काय ते सांग. तुला पण करोना व्हायरसची भीती वाटते का रे? मला माहितीये तो फार वाईट आहे. पण तू येऊ शकतोस. मग त्याला भीती वाटेल आणि तो पळून जाईल. तेव्हा हे बघ, अगदी कृपा करून ये बाबा आणि आम्हाला सगळ्यांना वाचव. मी ना तुझ्यासाठी खूप छान, मस्त हार करेन; मागच्या वर्षी केला होता ना त्याच्यापेक्षा पण खूप चांगला. आणि हे बघ, माझा वाढदिवस असेल ना तेव्हा... आपण दोघं मिळून केक कापू यात आणि मग तुझे मोदक खाऊ यात. ठीक आहे? बाय बाय!' त्याच्या बोलण्यावर गणपतीने त्याला जे काही उत्तर दिलं असेल ते त्याला आवडलं असणार. कारण त्या संभाषणानंतर अमेय छान हसत होता. त्या दिवशी ताटात वाढलेली पालकाची भाजीसुद्धा संपवली त्याने. एरवी त्याला भाज्या खायला मुळीच आवडत नसे. अमेयनं ताट स्वच्छ केलेलं पाहून त्याच्या आईला आणि आजीला फार आनंद झाला. त्या दोघींनी मला विचारलंसुद्धा, 'कारखान्यात आपला गणपती तयार आहे की नाही याची खात्री कधी करून घेणार आहात?'

दर वर्षी, परळच्या मूर्ती कारखान्यात आम्ही किमान तीनदा तरी भेट देतो. मूर्ती घडवण्याचं काम इथेच सुरू होतं. प्रत्येक वर्षी आम्ही एकाच

मूर्तिकाराकडून अगदी ठरलेल्याच आकाराची मूर्ती घेतो. गेली कित्येक वर्षे हा पायंडा मोडलेला नाही. सतीशभाऊ गणपतीचे डोळे रंगवतात ते अमेयला फार आवडतं. म्हणूनच, जी मूर्ती घरी आणायची असते त्यात आम्ही कुठलाही बदल करत नाही. गणपती बाप्पाचं सिंहासन आणि पायालगत असलेला उंदीर निळा आणि सोनेरी रंगात रंगवावा असा आग्रह अमेय सतीशभाऊंकडे धरतो. त्याचं म्हणणं सतीशभाऊ नीट ऐकून घेतात. गेल्या काही वर्षांत दोघांची अगदी गट्टी जमली आहे. दोघांचंही बाप्पावर फार प्रेम आहे. म्हणूनच दोघांचं इतकं छान पटतं.

यंदा मात्र अद्याप तरी आम्ही कारखान्यात जाऊ शकलो नाही. लॉकडाऊन! अमेयसारख्या लहान मुलाला हे समजावून सांगणं फार कठीण असलं तरी मी प्रयत्न सोडत नाही. गणेश चतुर्थी येईपर्यंत सगळं काही पूर्ववत सुरू होईल असं त्याच्या आईनं त्याला सांगितलं होतं. तिच्याकडे टक लावून पाहत तो म्हणाला होता, 'कालच विचारलं मी गणपती बाप्पाला तसं. त्यावर त्याने काही उत्तर दिलं नाही. गप्प राहिला तो...' अमेयने फार काळजी करू नये, असं मी त्याला सुचवलं. गणेशचतुर्थीला अजून चिकार अवकाश होता. ऑगस्टपर्यंत सगळं काही ठीकठाक झालं असतं.

हे पाहा... मी खोटं बोलू शकत नाही. मी स्वत: मुंबई महानगरपालिकेच्या ऑफिसमध्ये काम करतो. त्यामुळे समोर कोणतं संकट उभं आहे ते मला चांगलंच ठाऊक आहे. ऑगस्टच्या तिसऱ्या आठवड्यात काय होईल हे कोणी कसं काय सांगू शकेल? उद्‌भवलेल्या परिस्थितीवर नियंत्रण मिळवण्याचा आमचा आटोकाट प्रयत्न सुरू आहे. येणारा प्रत्येक दिवस अत्यंत दुःखद, त्रासदायक आणि ताणाचा असतो. कोविड-१९ची लागण झालेल्या रुग्णांचे कुटुंबीय सारखे येऊन तक्रारी करत असतात, विचारत असतात, 'इथल्या घाणेरड्या आणि गलिच्छ वॉर्डांमध्ये आमचे वडील कुत्र्यासारखे मरण पावणार का? इतके लोक मरत आहेत आणि तुम्ही – चक्क खोटं बोलत आहात. खुशाल आम्हाला सांगत आहात की, 'ते जिवंत आहेत... ते जिवंत आहे.' हे बघा, कित्येक मृतदेह तुम्ही गटारांमध्ये फेकून दिले आहेत. काही मृतदेहांना तर तसंच पुरून टाकलं आहे. हे सगळं फार वाईट आहे बरं. पापकृत्य आहे हे सगळं!'

रुग्णांची संख्या सतत वाढते आहे. डॉक्टर्स अगदी त्रासून गेले आहेत! नर्सेस तर सरळ केरळला परतल्या आहेत. कित्येकदा वॉर्डबॉयसुद्धा

आसपास फिरकत नाहीत. परिस्थिती चांगलीच चिघळली आहे... पण हे सगळं आम्ही उघडपणे बोलून दाखवू शकत नाही. हा वॉर्ड, तो वॉर्ड... ह्या गोष्टी प्रतिबंधित क्षेत्रात ठेवा, ह्या गोष्टी प्रतिबंधित क्षेत्रातून बाहेर काढा. रस्त्यावरचा कचरा उचला. समुद्रकिनारे चकाचक करा. हे सगळं आम्ही कसं काय करू शकणार? लोकांनी थोडा विचार करायला हवा. आमच्या अडचणी समजून घ्यायला हव्यात. हे पाहा, मुंबई किती अवाढव्य आहे. आणि खूप लहान आहोत आम्ही. आता तर आम्ही घरात अडकून पडलो आहोत. ट्रेन्स बंद. बसेस बंद. रस्त्यावर कुणी नाही. लोक नाही. रहदारी नाही. आवाज नाही. काहीच नाही! पण, गणेशचतुर्थीचा उत्सव कधीही थांबू शकत नाही. लॉकडाऊन असो अथवा नसो अमेयने काळजी करू नये असं मी त्याला सांगितलं.

त्याचे लक्ष दुसरीकडे कुठेतरी वेधायला हवं, असं मी त्याच्या आईला सांगितलं. भविष्याच्या उज्ज्वलतेचं कुठेही काही चिन्ह दिसत नसल्याने तीसुद्धा खूप थकून गेली होती. तिची शाळा आणि परीक्षा यांची वाट लागली होती. कुठल्याही प्रकारचा योग्य संवाद किंवा संयोजन उरलं नव्हतं. सुदैवाने ती प्राथमिक शिक्षिका होती. चौथी-पाचवीच्या वर्गांना शिकवत असे ती. मोठ्या वर्गांना शिकवणाऱ्या तिच्या सहकारी सतत तक्रार करत होत्या. कॉलेजच्या उंबरठ्यावर उभ्या असणाऱ्या विद्यार्थ्यांचं भवितव्य अंधारात आहे असं त्या म्हणत होत्या. हे सगळं ऐकलं की अमेय हसू लागे.

तो म्हणे, 'पाहा, मी सांगितलं होतं ना तुम्हाला... शाळा आणि कॉलेज अगदी बेकार असतात. मला तर घरीच राहून बाप्पाबरोबर पकडापकडी खेळायची आहे.' अमेय असा वेगळा का याबद्दल त्याच्या आईने बरंच संशोधन केलं आहे. तो कायम असाच राहील असं तिचं म्हणणं आहे. यावर तसा काही उपायसुद्धा नाही. मात्र ती पुढे असंही म्हणाली की, जगातले अनेक महान लोक असेच जन्माला आले होते. तरीसुद्धा आयुष्यात त्यांनी खूप काही भव्यदिव्य केलं होतं. मला आत्मविश्वास आहे की, गणपती आमच्या अमेयचं रक्षण करेल. म्हणूनच, काय वाटेल ते झालं तरी दरवर्षी मी अमेयला लालबागचा राजा दाखवायला घेऊन जातो. त्याला गणपतीच्या पायावर घालतो. ह्या प्रथेत एकदाही खंड पडलेला नाही. अमेयचं विचाराल तर, त्याच्यासाठी लालबागच्या राजाचं हे दर्शन हा फार मोठा क्षण असतो. आदल्या रात्री तो झोपतच नाही. 'निघू यात का आपण?

गणपती बाप्पा माझी वाट पाहतो आहे. 'लवकर ये, लवकर ये' असं बाप्पा म्हणतो आहे,'' असं तो मला सतत सांगत राहतो.

आजवर मी अमेयला कधीच नाराज केलेलं नाही. सकाळी चहापोहे झाले की, लालबागच्या दिशेने आम्ही निघत असू. आम्ही तिथे पोहोचेपर्यंत चिक्कार गर्दी जमलेली असे – बाप रे बाप! कित्येक भक्तगण आदल्या रात्रीपासून रांगेत लागलेले असत.

राजाचं क्षणभर दर्शन घेण्यासाठी हजारो लोक तिथे येत. हे पाहा, हा सगळा श्रद्धेचा प्रश्न आहे. शुद्ध मनाने येणाऱ्या भक्तांना राजा नेहमीच आशीर्वाद देतो. मी हे जाणून आहे की, अमेयचं हृदय सर्वाधिक शुद्ध आहे. अमेयचं बाप्पावर इतकं मनापासून प्रेम आहे की, विसर्जन पाहायला तो नेहमीच नकार देतो. सार्वजनिक आणि घरगुती गणपतींचा विसर्जनसोहळा पाहण्यासाठी गिरगाव चौपाटीवर जाणं त्याला कधीच आवडलेलं नाही. दहा दिवस इथे पृथ्वीवर राहून गणपती आपल्या आईकडे जातो. त्यासाठी त्याचे भक्त समुद्राच्या पाण्यात त्याचे विसर्जन करतात, अर्थात तशी बुद्धी गणपतीच देतो म्हणा. ह्या सगळ्या सोहळ्याचं थेट प्रक्षेपण टीव्हीवर होत असतं. फार सुंदर आणि हळवा असतो तो निरोपाचा क्षण! पण अमेय आम्हाला टीव्हीवरसुद्धा पाहू देत नाही. त्यातून जर का आम्ही टीव्ही लावला, तर अमेय थयथयाट करू लागतो. हाताला येईल ती वस्तू तो फेकून देतो. कधी काचेचे ग्लास असतात, कधी भरलेलं ताट असतं. एकदा तर त्याने लाकडी दिवाच फेकून दिला होता. अशा वेळेस तो किंचाळू लागतो, 'बाप्पा... नको जाऊस ना! मला सोडून नको जाऊस ना!' त्याचा थयथयाट करून झाला की, तो ढसाढसा रडत राहतो. निरोप घेणं हा प्रकारच अमेयला सहन होत नाही.

यंदाची गोष्ट मात्र वेगळीच आहे. कोविड-१९पायी डोक्याचा नुसता भुगा झाला आहे. गर्दीवर नियंत्रण कसं ठेवायचं? भक्तांवर कोणी कसं नियंत्रण ठेवू शकेल? मी आधीच हवालदिल झालो आहे. तोंडावर मास्क बांधले तरी काय झालं? एखाद्याला कोविड झाला आहे की नाही, हे समजण्याचा कुठला मार्गच नव्हता. पण या सगळ्या गोष्टी मी अमेयला कसा सांगणार होतो? मी जर त्याला असं काही सांगितलं, तर तो खाणंपिणं सोडून देईल याची मला खात्री आहे. तसं झालं तर, त्याला नाराज केल्यावरून माझी आई आणि बायको चांगल्याच खवळतील हेही मला माहीत आहे.

अमेयशी बोलताना मी अगदी सहजस्वरात सांगून पाहिलं, 'अरे... या वर्षी ना या करोना व्हायरसमुळे सगळ्यांसमोर फार अडचणी उभ्या राहिल्यात बघ. योग्य प्रकारे बंदोबस्त राखण्यासाठी सार्वजनिक उत्सव साजरा करणाऱ्या कार्यकर्त्यांकडून आमच्या ऑफिसमध्ये अर्जांचा पाऊस पडतो आहे. नियंत्रण ठेवणं आम्हाला शक्य नाही असं म्हणत पोलिसांनी हात वर केले आहेत. हजारो लोक प्रार्थना म्हणण्यासाठी एकत्र येणार असतील तर सोशल डिस्टन्सिंग राखणं कसं काय शक्य होणार आहे? पण त्याचबरोबर हेही खरं की 'नाही' तरी कसं म्हणायचं?'

माझं बोलणं पूर्ण होण्याआधीच अमेय बेंबीच्या देठापासून किंचाळला. घरातल्या लहानशा देवघराकडे धाव घेत त्याने गणपतीकडे माझं गाऱ्हाणं मांडलं. माझ्या बाळाची समजूत घालणं शक्यच नव्हतं. फार वाईट वाटलं मला! जे काही घडत आहे त्यात कोणाचीच चूक नव्हती. जगात इतक्या मोठ्या प्रमाणावर गडबड होईल असं मागच्या वर्षी कोणाला ठाऊक होतं? लालबागचा गणपती पाहायला गेल्या वर्षी आम्ही गेलो होतो तेव्हा 'गणपती बाप्पा मोरया - पुढच्या वर्षी लवकर या' हा गजर करण्यात आम्हीसुद्धा आनंदाने सामील झालो होतो.

मला आठवतं, ढोलाच्या तालावर अमेय नाचला होता. गायला होता. प्रसाद खाऊन झाल्यावर आनंदाने तो घरी परतला होता. त्याच्या अंगावर नवीन कपडे होते. त्या रात्री त्याने गणपतीचं खूप मोठं चित्र काढलं. मी मुद्दाम त्याच्यासाठी रंगांची पेटी आणली होती. या वेळेस अमेयने घराच्या मुख्य दरवाजावर आतल्या बाजूने चित्र रंगवायचं ठरवलं होतं. त्याने मला समजावून सांगितलं होतं, 'आपण काही आगाऊपणा केला तर आपल्यावर नजर ठेवायला हवी असं बाप्पा म्हणतो आहे.'

मुंबई आणि गणेशोत्सव - संपूर्ण शहर त्या दहा दिवसांची वाट पाहत असतं. आमच्या शहराला भेट देण्यापासून गणपतीला कुणीही थांबवू शकणार नाही अशी अमेयची पक्की खात्री आहे. तो म्हणतो, 'या करोनापेक्षा गणपती खूप मोठा, महान आणि धष्टपुष्ट आहे. त्याने आत्ताच सांगितलं मला तसं. तो येईल आपल्या घरी. त्यानंतर, या भयंकर, अक्राळविक्राळ कुरूप राक्षसाला घालवून देईल तो इथून. हे पाहा बाबा, तुमच्या ऑफिसमध्ये जाऊन सांगा... आपला राजा इकडे यायला निघाला आहे.'

लॉकडाऊन अंत्यविधी

'या बाजूने... या बाजूने... सगळ्या महिलांनी कृपया या बाजूने या.' खरं तर, असा धसमुसळेपणा करत मधे मधे करण्याची अंत्यविधी सांगणाऱ्याला काहीच गरज नव्हती. तसंही, अंत्यदर्शनासाठी आम्ही जेमतेम अठरा लोक होतो. 'एम'ला शेवटचा निरोप द्यायला आम्ही जमलो होतो. गेली बत्तीस वर्षं मी माझं वैवाहिक जीवन ज्याच्यासोबत घालवलं होतं तो माणूस. अगदी शेवटपर्यंत. अर्थात 'शेवटपर्यंत' या शब्दाला काहीच अर्थ उरला नाही. तो गेला आहे आता. समुद्राजवळ असलेल्या या विद्युत शवदाहिनीमध्ये वीसहून अधिक लोकांना येता येणार नाही असं पोलिसांनी बजावून सांगितलं आहे. विद्युतदाहिनी असो की साधी चिता, स्मशानात यायची ही माझी पहिलीच वेळ. आमच्यातल्या चालीरीती अगदी वेगळ्या होत्या. पण ते असो, तो मुद्दा आत्ता नको. 'एम' कोविड-१९मुळे मेला नव्हता, त्यामुळे खरं तर आम्ही आमच्या परंपरेप्रमाणे त्याचे अंत्यविधी करू शकलो असतो. आपलं मरण अगदी जवळ आलं आहे हे लक्षात येताच आपला अंत्यविधी कसा पार पाडला जावा याबद्दल त्याने सूचना लिहून ठेवल्या होत्या.

शिवाय... गेल्या बावीस वर्षांत आम्ही एकमेकांशी अवाक्षरही बोललो नव्हतो. अगदी एकही अक्षर नाही! आमच्या लाडक्या लेकाचं लग्न झालं तेव्हाही नाही. मग आमच्या लाडक्या लेकीचं लग्न झालं, तरीही नाही. तोवर 'एम' मला सोडून गेला होता. अगदी सहजगत्या सोडून गेला होता. त्या तिच्यासाठी. तिचं नाव मी कधीच घेतलं नाही. 'ती' इतकंच पुरेसं

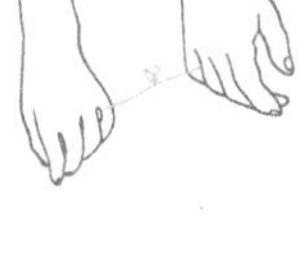

होतं. त्या भयानक दुपारी आम्ही तिघं आमच्या घराच्या बैठकीत बसलो होतो. 'आमचं' घर – माझं आणि 'एम'चं. त्या दिवशी 'एम' मला सोडून निघून गेल्यानंतर आजतागायत मी तिला पाहिलं नव्हतं. मुलं आजीकडे गेली होती. नजरेसमोरून कधी गायब व्हायचं हे आमच्या स्टाफला चांगलंच माहीत होतं. डिव्होर्स देण्याची विनंती करायला 'एम' आला होता. 'ती' होतीच त्याच्याबरोबर.

'का?' किंचाळत मी तिला दारातून बाहेर घालवून द्यायचा प्रयत्न केला. 'एम' तिच्यासमोर ढालीसारखा उभा होता. 'बाजूला हो, आम्हाला घरात येऊ दे,' असं त्याने शांतपणे म्हटलं होतं. मी काय करणार होते त्या परिस्थितीत? माझी जीभ सैल सुटली. मी तिला शिव्यांची लाखोली वाहू लागले. स्वाभाविकच नव्हतं का? भिंतीवर लावलेल्या आम्हा नवराबायकोच्या पोर्ट्रेटकडे मी बोट दाखवलं. एका सुप्रसिद्ध इंग्लिश कलाकाराने ते रंगवलं होतं.

मी संतापून किंचाळले, 'हे पाहिलंस?' त्यानंतर दुसऱ्या पोर्ट्रेटकडे मी त्याचं लक्ष वेधलं. आमची दोन्ही मुलं लहान असताना त्यांच्याबरोबर आम्हा दोघांचं काढलेलं पोर्ट्रेट होतं ते. भारतातल्या एका महान कलाकाराने ते चितारलं होतं.

'आमचं सुंदर कुटुंब तू उद्ध्वस्त करते आहेस. आमच्या देखण्या आयुष्याचं तू वाटोळं करते आहेस. तुला काही लाज वगैरे नाही का गं? कसली बाई आहेस तू?' माझ्या मांजरीसारख्या डोळ्यांत अगदी विखार भरला होता. अंगावरचा रेशमी कफ्तान लपेटून घेत मी छाती पुढे केली. समोरच्या खोल गळ्यातून माझ्या छातीची घळी मी तिला दिसू दिली. गेली कित्येक वर्षं 'एम'ने माझ्यात काय पाहिलं होतं हे तिला दिसावं अशी माझी इच्छा होती. मी सौंदर्याची मूर्ती होते. माझ्याकडे उत्तम वारसा चालत आला होता. त्यामुळे, समाजात मला आदराचं स्थान होतं. पैसा, बुद्धी, सौंदर्य या सगळ्या बाबी माझ्याकडे होत्या. म्हणूनच तर मी होकार देईपर्यंत 'एम'ने पिच्छा पुरवला होता. मला हे मान्य आहे की, 'एम'चं कुटुंब माझ्या कुटुंबापेक्षा जास्त श्रीमंत होतं आणि त्याच्या कुटुंबाचा नावलौकिकही पिढ्यान्‌पिढ्या गाजत होता. आणि 'ती!' तिची काय लायकी होती?

काहीच नाही! ती कुणीच नव्हती. तिला ना कौटुंबिक पार्श्वभूमी होती, ना कुठला वारसा होता आणि खरं सांगायचं तर, रूपाचाही पत्ता नव्हता.

आपण ज्यांना 'सामान्य' म्हणतो ना त्यातली होती 'ती'! या 'एम'ला काय म्हणावं? त्याने तिच्यात नेमकं बघितलं तरी काय? मी संतप्त झाले होते, गोंधळले होते. आमच्या लहानशा वर्तुळात मी आणि 'एम' अगदी वरच्या स्तरावर होतो. सगळ्यांच्या कौतुकभरल्या नजरा झेलणारं जोडपं होतं आमचं. आणि हो, असूयासुद्धा! आमची घरं, गाड्या, कलाकृती, संध्याकाळच्या पार्ट्या. हो, सारं काही होतं आमच्याकडे! 'ती' तर अगदीच फुटकळ होती. तिला कुठलीही पार्श्वभूमी लाभली नव्हती. तरीसुद्धा हा तिच्या प्रेमात पडला होता. 'एम'सारखी उच्च अभिरुची जोपासणाऱ्या पुरुषाला प्रेमात पाडावं असं काय होतं तिच्यात? या सगळ्याची नीट कल्पना यावी म्हणून उदाहरणादाखल सांगते. मी मोत्याचे दागिने घातलेले 'एम'ला आवडत. 'ती' हिऱ्यांची चाहती होती. जितके मोठे तितकं जास्त चांगलं. तुम्हाला माहीत आहे ना, इतर एनआरआय बायांना प्रभावित करण्यासाठी एनआरआय बाया ज्या पद्धतीचे हिरे घालतात तेच. मला तर ते फार उथळ वाटत होतं. आमच्या घरात 'एम'ला पाश्चात्त्य पद्धतीचं तीन किंवा चार कोर्सचं डिनर आवडत होतं. इंग्लिश क्रोकरी, चांदीचे काटे-चमचे वगैरे बाबी त्याला आवडत. ब्रेड-बटर पुडिंग, क्रिमी ब्रुली... कदाचित थोडीशी क्वानत्रोह ही फ्रेंच दारू आणि त्याच्या आवडत्या क्युबन सिगारेटचे झुरके.

'ती'! बटर चिकन खाणाऱ्यातली होती. कदाचित डेझर्ट म्हणून गाजराचा हलवा वाढत असेल. मी तरी काय सांगू म्हणा? 'एम'ला तिच्यात काय दिसलं ते मला आजही कळत नाही. ते दोघं मिळून कॉन्सर्ट्सना एकत्र कशी हजेरी लावू शकत होते! 'कॉन्सेर्टो' या शब्दाचा उच्चार तरी तिला जमत होता का? त्याचा नेमका अर्थ काय असतो हे तरी तिला माहीत होतं का? आमचा ज्ञानी आणि संगीतप्रेमी मित्र फ्रेडी आमच्या लंडनच्या घरात आमच्याबरोबर राहत असे. जेव्हा जेव्हा तो आणि त्याची सुंदर बायको मुंबईला येत, तेव्हा आम्ही त्याच्यासाठी खास डिनर ठेवत असू. 'ती' बल्लेबल्ले, भांगडा आणि फारच झालं तर गझल यापुढे तिचं पाऊल काही पडलं नाही.

कुठल्या तरी भयानक संगीत कार्यक्रमात लंडनमध्ये 'एम' तिच्याबरोबर नाचत असतानाचा व्हिडिओ आमच्या एका मित्राने पाठवला, तेव्हा मी हादरले होते. व्हिडिओतल्या प्रत्येकाच्या अंगावर भरजरी कपडे आणि दागदागिने होते. एम्ब्रॉयडरी केलेल्या पारंपरिक वेषातला 'एम' अक्षरशः बँडमास्टर दिसत होता. त्याने खांद्यावर भरजरी स्टोल घेतला होता. हा माणूस, जो सतत

खानदानी इंग्लिश माणसाप्रमाणे फक्त काळा टाय तेवढाच लावत असे, तो त्या व्हिडिओमध्ये कुठल्याशा भंगार बॉलिवूड गाण्यावर ढुंगण हलवत मूर्खासारखा नाचत होता. इतकी लाज वाटली मला ते सगळं पाहून!

अर्थात, तो व्हिडिओ मी आमच्या मुलांना दाखवला. आपला बाप किती विचित्र पद्धतीने वागत आहे, हे मुलांनाही कळायला नको का? काय डोकंबिकं फिरलं की काय त्याचं? 'पण माँ, डॅड किती आनंदी दिसतो आहे ना?' असा प्रश्न करून मुलांनी मला आश्चर्याचा धक्का दिला. नेमकं काय म्हणायचं होतं मुलांना? व्हिडिओत जे काही दिसत होतं त्याला आनंद म्हणतात का? तो आनंदी वगैरे मुळीच दिसत नव्हता. मी तर म्हणेन की, झिंगल्यासारखा दिसत होता तो! मुख्य म्हणजे, अगदी मूर्खासारखा वागत होता तो.

लंडनमध्ये असताना 'एम' गंभीररित्या आजारी पडला. त्यानंतर मी त्यांना तशी कधीच समोरासमोर भेटले नाही किंवा त्यांच्याशी संपर्कही ठेवला नाही. प्रत्येक गोष्ट तिच्या नियंत्रणात होती असं माझ्या कानांवर आलं. हार्ली स्ट्रीटवरच्या सर्वोत्तम डॉक्टरांच्या अपॉइन्टमेन्ट्स घेण्यापासून प्रत्येक गोष्ट ती सांभाळत होती. बरं झालं! निदान, त्याच्याबरोबर जे ऐषारामाचं जीवन तिने घालवलं त्याचा मोबदला चुकवण्यासाठी आता तिला त्याची नर्स बनून राहावं लागत आहे. त्याला भेटायला मुलं लंडनच्या वाऱ्या करत राहिली. अर्थात, बापाला भेटायला गेल्यावर 'ती' भेटल्याशिवाय कशी राहणार? परंतु, मी माझ्या मुलांचं संगोपन अतिशय उत्तम प्रकारे केलं आहे. आपल्या लाडक्या बापाचं मन दुखावलं जाऊ नये म्हणून माझी मुलं तिच्याशी अतिशय नम्रपणे वागत. सुरुवातीला मुलं लंडनहून आली की, मी त्यांच्यावर प्रश्नांचा भडिमार करत असे. तिच्याबद्दल मिळेल तेवढी माहिती काढण्याचा माझा मानस असे. 'एम' आणि ती यांच्या दरम्यान सगळं कसं सुरू आहे, हे जाणून घेण्याची उत्सुकता मला असे. मग माझ्या लक्षात आलं की, त्याबद्दल चकार शब्दही उच्चारायची माझ्या मुलांची तयारी नसे. त्यानंतर मी चौकशा करणं थांबलं.

'एम'ने जेव्हा भारतात परत यायचं ठरवलं आणि एक ऐसपैस पेन्टहाउस घेतलं, तेव्हा मला विचित्रपणाची भावना जाणवली. आता, मुंबई हे भलंमोठं महानगर असलं, तरी सोशल सर्कलचा विचार केला तर अगदी हाताच्या बोटावर मोजता येतील इतकीच खानदानी कुटुंबं उरली आहेत

मुंबईत. जसं आमचं. क्लब असो, डिनर पार्ट्या असो, लंच असो, त्याच त्याच लोकांना आपण भेटत राहतो अशा छोट्या वर्तुळात. कित्येकदा रेसकोर्सवर आणि हो, आर्ट किंवा चॅरिटी फंक्शनमध्ये तर आवर्जून. 'ती' आमच्या वर्तुळात अगदी विजोड होती. मी तर म्हणेन अगदी गावंढळ होती ती. ती दोघं लंडनमध्ये राहत होती तोवर मला चालत होतं. पण आता फारच जवळ आले होते ते. मला त्यांची पर्वा नाही हे दाखवणं मला कठीण जाणार होतं. हे पाहा, डिव्होर्सनंतरच्या वाटाघाटी, परंपरागत दागदागिने, पैसाअडका या सगळ्या गोष्टींचा काहीच संबंध नव्हता. त्याबाबतीत मी जे जे मागितलं होतं, ते ते 'एम'ने उदारपणे दिलं होतं. अगदी सढळ हाताने दिलं होतं. उलट, मुलांचंसुद्धा बस्तान अगदी उत्तमरित्या बसलं होतं. तेव्हा भौतिक सुखसोयींचा काही प्रश्नच नव्हता. उद्या अचानक त्या दोघांची भेट झाली, तर काय हा प्रश्न होता. त्या भीतीपायी मी घरातून पाऊल बाहेर टाकणं बंद केलं.

मुलं मात्र वरचेवर त्या दोघांना भेटत राहिली. शक्यतोवर, माझ्या कानांवर मुलं याबाबत काहीच घालत नसत. काय हा मूर्खपणा! आमचा जुना आचारी आता त्यांच्याकडे कामाला होता, त्याच्याकडून मला सगळी बित्तंबातमी मिळत असे. 'एम'च्या जुन्या ड्रायव्हरचा मुलगा माझा ड्रायव्हर होता. तिने कोणत्या दागिन्यांची ऑर्डर दिली आहे, हे मला आमच्या ज्वेलरकडून समजत असे. काय भंगार निवड होती तिची! आम्ही अगदी खळखळून हसत असू. आमच्या या जगात कुठेच नव्हती ती! मला सगळ्यांत त्रास होत होता, तो नेमका याच गोष्टीचा.

ते असो. 'एम' जेव्हा मुंबईत आजारी पडला, तेव्हा मला जरा वाईटच वाटलं. हॉस्पिटलमध्ये जाऊन त्याला भेटावं अशी इच्छाही मला झाली. पण मी स्वतःला थोपवलं. 'ती' तिथे गेल्यावर ती समोर आलेली मला मुळीच आवडलं नसतं. 'ती' सतत त्याच्याबरोबर होती. कपडे बदलायला ती जेमतेमच घरी जात असे असं माझ्या कानांवर आलं होतं. जवळपास चोवीस तास ती 'एम'च्या पलंगाशी बसून असे. त्यातून ती जरा कुठे इकडे तिकडे गेली की, 'एम' तिच्या नावाचा जप करत असे. नर्सेसना बोलवून हॉस्पिटल डोक्यावर घेत असे. त्या सगळ्या आजारपणात एकदासुद्धा त्याच्या तोंडून माझं नाव निघालं नाही. त्याचं आजारपण काढता काढता ती खूप खंगल्याचं मुलं म्हणत होती. जवळपास निम्मी झाली होती ती.

खरं सांगायचं तर, चटकन उठून जावं, 'एम'च्या बाजूला बसावं, त्याच्या आवडीच्या अरिया गाव्यात, त्याला आवडणाऱ्या सिम्फनी ऐकवाव्यात असं माझ्या मनात येई. कदाचित तिला तर हे सगळं समजतसुद्धा नसेल.

मी गाणं म्हटलेलं त्याला किती आवडायचं. मी काही गाणं वगैरे शिकलेले नव्हते. माझी कुवत मला माहीत होती. मी काही कॅलसप्रमाणे वरच्या पट्टीत गाणारी गायिका नव्हते. 'एम' म्हणायचा की, मी सेलिन डिऑनसारखं गाते आणि थोडीशी तिच्यासारखीसुद्धा दिसते. किती तारीफ करायचा तो माझी! फ्रॅन्क सिनात्रा आणि डिन मार्टिन यांच्या गाण्यावर तो काय सुरेख ताल धरायचा. पाहुणे जमलेले असताना डान्स फ्लोअरवर आमची पावलं थिरकू लागली की, सगळ्यांच्या नजरा आमच्यावर खिळायच्या. केवळ त्याच्यासाठी डान्स करायला मला फार आवडायचं. हो! तो तिथे हॉस्पिटलच्या बेडवर पडलेला असतानाही मला त्याच्यासाठी नाचायला आवडलं असतं. कोणे एके काळी आम्ही घालवलेल्या आनंदी क्षणांची त्याला आठवण करून देण्यासाठी. किंवा मग त्याच्यासाठी प्रॉफिट् रोल्स हा क्रीम पफ्चा घेऊन जायला मला आवडलं असतं... पायनॅपल क्रीम केकची मोठी स्लाईस... बोहरी पद्धतीने मटण समोसे... ॲस्पॅरॅगस मूस... 'एम'च्या आवडीनिवडी मला माहीत होत्या ना. पण, 'ती' तिथे बहिरी ससाण्याची नजर ठेवून असताना हे सगळं करणं शक्यही नव्हतं. कदाचित, ती तिच्या पद्धतीने त्याच्यावर प्रेम करत असावी. त्या दोघांच्या एकत्र असण्याबद्दल मला असूया वाटत होती. विशेषतः, लॉकडाऊनच्या काळात मला ती अधिक तीव्रतेने जाणवली. आमच्या सुंदर घरात इतकं एकटं असण्याची आणि वेगळं पडण्याची भावना मला कधीच जाणवली नव्हती. 'एम' जरी सारखा आयसीयूच्या आत बाहेर करत होता, तरी 'ती' सतत त्याच्या बाजूला होती. आमच्या लाडक्या मुलांचं काय सांगावं! त्यांनी त्याच्याकडे खूप छान लक्ष दिलं.

तो गेल्याची बातमी आली. लॉकडाऊनचा सत्तरावा दिवस होता. मुंबई पूर्णपणे बंद होती. सगळीकडे नाकाबंदी सुरू होती. येणाऱ्या जाणाऱ्या गाड्या थांबवून पोलीस कसून तपासणी करत होते. इतरांप्रमाणेच मलाही प्रत्येक गोष्टीचा उबग आला होता. 'एम' आता या जगात नाही हे सांगण्यासाठी माझ्या मुलाने मला फोन केला. ते ऐकल्यावर मी केवळ सुस्कारा सोडला. एक अवाक्षरही बोलले नाही. बोलायला काही नव्हतंच

म्हणा. जे होतं ते केवळ जाणिवेच्या पातळीवर. फोन बंद करून मी ग्रीन टी मागवला. माझ्या मांजरीचं डोकं कुरवाळत मी आमच्या लग्नाचा अल्बम पाहू लागले. आम्ही दोघं किती तरुण, आनंदी आणि देखणे दिसत होतो त्या फोटोंत. मला अजिबात दुःख वाटलं नाही. मला जाणवली ती केवळ रिक्तता. थोडीशी बधिरता. नेलपेंट उडालेल्या माझ्या नखांकडे पाहत मी हसले. नखांची काळजी नीट घेतली गेली आहे की नाही, याकडे 'एम'चं आवर्जून लक्ष असे.

माझ्या बाथरूममधल्या कपाटात कुठेही नेलपॉलिश रिमुव्हर नव्हतं. दुकानं तर अजूनही बंदच होती. आमच्या आतल्या एका खोलीतल्या भल्यामोठ्या आरशासमोर मी उभी राहिले. त्याची फ्रेम चांदीची होती. जेवणाआधी तिथे येऊनच शॅम्पेनचे घोट घ्यायला आम्हाला आवडे. तिथे आम्ही चॉपिन ऐकत असू. नुकत्याच पाहिलेल्या आणि आवडलेल्या नाटकांवर चर्चा करत असू. कधी कधी नातेवाइकांची खिल्ली उडवत असू. त्यानंतरच आम्ही डायनिंग रूममध्ये जात असू. या एका गोष्टीची उणीव मला सातत्याने भासत राहिली. आमचं जोडपं अगदी देखणं होतं. उत्तम होतं. कित्येकांना आमचं कौतुक वाटत असे. 'असो... आयुष्य असंच काहीसं असतं' असं माझ्या मनात आलं. मोठ्या हिरव्या डोळ्यांच्या माझ्या सुंदर पर्शियन मांजराने गुरगुरत पाठीची कमान केली.

'एम'ने स्वतःच्या अंत्यविधीचं नियोजन उत्तम केलं होतं. तशी माझीही मानसिक तयारी झाली होती म्हणा. माझ्या मुलांनी योग्य त्या परवानग्या मिळवल्या. संध्याकाळी पाच वाजेपर्यंत स्मशानात जमण्याची सूचना आम्हाला मिळाली होती. त्या क्षणीसुद्धा मला सुंदर, डौलदार आणि प्रतिष्ठित दिसायचं होतं. माझ्यावर निळा रंग खुलतो असं 'एम'ला वाटत असे. गेले कित्येक आठवडे मी निळ्या रंगाची शिफॉनची साडी आणि मॅचिंग ब्लाऊज इस्त्री करून तयार ठेवलं होतं. आमच्या लग्नाला पाच वर्षं झाली तेव्हा 'एम'ने मला सुप्रसिद्ध 'बसरा' मोती गिफ्ट केले होते. ते मी घालणार होते आणि अर्थातच आमच्या साखरपुड्याची अंगठी. कदाचित, हिरे-मोत्यांचं ब्रेसलेट मी घातलं नसतं पण हाँगकाँगमध्ये आम्ही पॅटेक फिलिपचं प्लॅटिनमचं ब्रेसलेट विकत घेतलं होतं... ते मी नक्कीच घालणार होते. लिपस्टिक तर लावणार होतेच! एक विशिष्ट लॅन्कम लाल रंग मी लावलेला 'एम'ला आवडत असे. माझ्या वर्णावर तो खुलतो असं त्याचं

म्हणणं होतं. सध्या माझ्या केसांची अवस्था फारच वाईट झाली आहे. पूर्वी हलकं पर्मिंग केलं होतं ते आता गेलं होतं. महोगनी रंग उडाला होता. हायलाईटची अवस्था पाहून एखाद्या लहान मुलाने ब्रशचे फटकारे मारले आहेत की काय, असं वाटत होतं. फारच वाईट दिसत होते मी. अगदी खरं सांगते. 'ती' कशा अवतारात येते याचाच मला जास्त ताण आला होता. आज पहिल्यांदाच मला आयुष्यात न्यूनत्व जाणवत होतं. तिच्या नखांना सुंदर नेलपॉलिश लावलं असेल तर? तिचे केस व्यवस्थित कापलेले आणि रंगवलेले असतील तर? 'एम'च्या आजरपणातही जिमला जाऊन तिने आपलं शरीर सुबक राखलं असेल तर? तो गेल्यावर नेमके कोणते कपडे घालायचे हे त्याच्याप्रमाणेच मलाही दाखवून देण्यासाठी तिने नियोजन केलं असेल तर? त्याच्या आवडीच्या आईस ब्ल्यू रंगाचे कपडे घालून मला तिने झाकोळून टाकलं तर? नेमका कोणता गॉगल केसात अडकवावा या विचारात मी पडले होते. टॉरटॉईझ शेल, बॅलेन्सियागाझ 'एम'च्या फार आवडीचे होते. पण त्याने तसाच गॉगल तिलाही गिफ्ट दिला असेल तर? तोच घालायचं तिने ठरवलं असेल तर? आणि हो, हँडबॅगचं काय? माझी जुनी शॅनेल किंवा लेडी डिऑर घेऊन जायचं मी ठरवलं होतं. याही परिस्थितीत ती एलव्ही किंवा बटबटीत फेन्डी घेऊन मिरवेल याबद्दल माझ्या मनात शंका नव्हती. अर्थात, मी हिल्स मुळीच घालणार नव्हते. शेवटचा निरोप घेताना तसंही पायांतून चपला बाजूला काढून ठेवाव्या लागल्या असत्या. हे सगळं लक्षात ठेवण्याइतकी अक्कल होती का तिच्यात?

फुलवाल्यांची सगळी दुकानं बंद होती. लॉकडाऊनच्या या काळात होणाऱ्या अंत्यविधींमध्ये कुठलंही सौंदर्य किंवा प्रतिष्ठा उरली नव्हती. मी तर सुगंधित मोगऱ्याच्या कैक दुरड्या बोलवल्या असत्या. 'एम'ला मोगरा फार आवडायचा. तूर्तास मोगराही चांगलाच मोहरला होता. टायगर लिली आणि लांब दांड्याचे पांढरे गुलाब मी मुद्दाम शोधून आणले असते. त्याच्या शरीरावर त्याची आवडती जुनी जामेवार शाल पांघरली असती. स्वतः 'एम' 'बॉन व्हिव्हाना'– उच्चअभिरूचीसंपन्न होता. ज्या डौलात तो त्याचं संपूर्ण आयुष्य जगला होता त्याच डौलात तो या जगाचा निरोप घेईल, याकडे मी आवर्जून लक्ष दिलं असतं. पण आता माझ्या हातात काहीच नव्हतं. किती वाईट!

आम्हा दोघांच्या लाडक्या जॅगमधून मी निघाले. सिल्व्हर ग्रे रंगाच्या मार्क VII या आमच्या जग्वारमधून जाताना मी मुंबईच्या निर्जन रस्त्यांकडे

पाहिलं. रस्ते जसे निर्जन होते, तसं माझं मनही निर्विकार होतं. मरीन ड्राईव्हच्या बाजूने जाताना मी समुद्राकडे नजर टाकली. तिथल्या कठड्यांवर कुठलंही प्रेमी युगुल दिसत नव्हतं. मुंबईमध्ये कुठलं प्रेम उरलंच नव्हतं आता. 'एम'चा मृत्यू झाला होता. सगळीकडे शेकडो लोक मरून पडत होते. स्वतः मुंबई मरत होती. उगाच त्या व्हायरसवर ठपका कशाला ठेवा? जगात सर्वत्र काहीतरी भयाण असं घडत चाललं होतं... तिरस्कार! त्या विचित्र क्षणी मला भीतीने व्यापून टाकलं होतं. मला 'ती' दिसण्याआधी तिला मी दिसले तर काय? घरच्या बर्माटिक अल्मारीच्या पूर्णाकृती आरशात पाहून शंभर वेळा सराव केल्याप्रमाणे त्या क्षणी मी मान वर केली. कसा कोण जाणे, त्या अलमारीला आजही 'एम'च्या आफ्टरशेव्हचा गंध येत होता. कदाचित, माझ्या नाकाने तो स्मृती-दरवळ साठवून ठेवला असावा. काही ओळखीचे चेहरे मला दिसले. 'एम'चे डॉक्टर, त्याचा स्टाफ, माझी मुलं, काही जुने मित्रमैत्रिणी... वयस्कर झाले होते. मी मात्र अजूनही वयस्कर झाले नव्हते.

मला ती कुठेच दिसली नाही. इथे न येण्यात शहाणपण आहे असं तिला वाटलं होतं का? मी चौकस नजरेने माझ्या मुलीकडे पाहिलं. तिने माझी नजर टाळली. तिचा हात एका हडकुळ्या देहाभोवती होता. अपार दुःखाने तो देह वाकला होता. वर पाहण्याचं त्राणही त्या देहात नव्हतं. आपण ज्याला घरातले कपडे म्हणू असा चुरगळलेला सुती कफ्तान त्या देहाने घातला होता. त्या कफ्तानवर ब्लॉक प्रिन्ट दिसत होतं. केसांचा कसाबसा अंबाडा घातला होता. त्यातून निसटलेल्या रुपेरी बटा क्षीण चेहऱ्याभोवती विखुरल्या होत्या. चेहऱ्याला न शोभेल असा मोठा बायफोकल असा चष्मा डोळ्यांवर होता. त्वचेवर चट्टे उमटले होते. कुठलाही मेकअप नव्हता. तिने आपल्या कृश मनगटावर बांधलेलं 'एम'चं जुनं घड्याळ माझ्या नजरेस पडलं, तेव्हा माझ्या लक्षात आलं की, 'ती' तीच असावी. टेटोना कंपनीचं ते घड्याळ अगदी व्यवस्थित सुरू होतं. 'एम' त्या घड्याळाला 'वर्कहॉर्स' असं म्हणत असे. त्याच्याकडे कित्येक महाग आणि उच्च प्रतीची घड्याळं होती पण त्याला नेहमी हेच घड्याळ आवडे. या स्त्रीने ते घड्याळ का बरं घातलं होतं? ती... ती... 'ती' तर नव्हती. त्या एका क्षणात मी मुक्त झाले. पुढे होत मी माझ्या मुलीच्या दुसऱ्या बाजूला उभी राहिले. 'एम'च्या आयुष्यातल्या तिन्ही स्त्रिया दुःखाच्या त्या प्रसंगी एकत्र आल्या होत्या. सरतेशेवटी, सारं काही संपलं होतं.

इटर्निटीची झुळूक

मला अगदी प्रामाणिकपणे सांगायला हवं... म्हणजे मला असं म्हणायचंय की, अगदी उद्याच कोविड-१९ने मी मरू शकेन. आता या अवस्थेला पोहोचल्यावर खोटं बोलण्यात अर्थ तरी काय? मी मरू शकते. तुम्ही मरू शकता. आपण सगळे मरू शकतो. हा जो हलकट सूक्ष्म विषाणू आला आहे ना, तो कोणालाच सोडणार नाही ही खरी गंमत आहे. तो भीतिदायक करोना काय ती ब्लडी महामारी! वर्षानुवर्षं ज्यांनी केवळ खोटीनाटी बोलबच्चनगिरी करण्यातच आयुष्य वाया घालवलं आहे, त्या आपल्यासारख्या सर्वांना त्याने खरं बोलण्यास भाग पाडलं आहे. खोटं बोलणं आणि बतावणी करणं थांबवायचं असं मी ठरवलं आहे. मला मुलं नाहीत, तर मुलीच आवडत आल्या आहेत. समजलं? तुम्हाला यात काही अडचण? गो, फक् युअरसेल्फ! इथून पुढे लपवालपवी नाही. थापाथापी नाही.

माझ्या घराजवळच्या जॉगिंग ट्रॅकवर आमची नजरभेट झाली, तेव्हा तो परफ्यूम सोडून मिनूने दुसरा कुठलाही परफ्यूम लावला असता तर मी खात्रीने सांगते की, मी तिच्यापासून दूर राहिले असते. म्हणजे मला असं म्हणायचं आहे की, जवळपास संपूर्ण चेहरा झाकणाऱ्या मास्कमधून तिचे डोळेच केवळ मला दिसले होते. त्या बांधेसूद आणि डौलदार तरुणीला ओलांडून मी जॉगिंग करत पुढे झाले. तिच्या हातात ग्लोव्हज् होते. स्वतःच्या रक्षणाची तिने पुरेपूर काळजी घेतली होती. त्या क्षणी मला 'इटर्निटी'चा

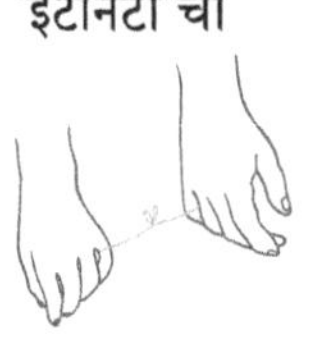

गंध जाणवला. माझं ब्रेकअप झाल्यानंतर ज्या परफ्यूमच्या गंधाप्रति स्वतः ला कुठलीही प्रतिक्रिया देऊ द्यायची नाही अशी शपथ मी घेतली होती तोच तो गंध. मी कधीच प्रतिक्रिया देणार नव्हते. प्रेमभंग झालेले प्रेमी ज्याप्रमाणे संवेदनशील संभाषणं, आवाज, चिठ्ठ्याचपाट्या, भेटवस्तू आणि स्पर्श या सगळ्यांना ब्लॉक करून टाकतात, तसंच मी त्या विशिष्ट गंधाला ब्लॉक करून टाकलं होतं.

पण ते दोन वर्षांपूर्वी! पुन्हा एकवार माझं नाक संवेदनशील आणि सक्रिय झालं होतं. उत्साहाने, नाक भरभरून गंध अनुभवण्याचा मी प्रयत्न करत होते. पण आजही इटर्निटीने दुःखच होत होतं. आजही तो गंध झपाटून टाकत होता. त्या कठीण काळात स्वतःला दिलेली इतर अनेक वचनं मी मोडली आहेत. शहरं बदलली, दिल्लीतली नोकरी सोडून, चंदिगडमध्ये एक टुकार नोकरी शोधली आणि आता... मी इथे मुंबईत परत आले आहे - शेपूट पायात घालून.

विचार करा! सात वर्षांच्या खंडानंतर मला माझ्या आईवडिलांबरोबर 'घरी' राहणं भाग पडलं आहे. हृदयभंग झाला होता माझा. त्याचं मूल्य चुकवत होते मी. या वेळेस नव्याने सुरुवात करायची, गुंतागुंत टाळायची असा मी निश्चय केला होता. पुन्हा कुठला घोळ करून मला परवडणार नव्हतं. आपली एकुलती एक, अविवाहित आणि आता गलेलठ्ठ झालेली लेक त्यांच्या दादर कॉलनीतल्या लहानशा फ्लॅटमध्ये परत आलेली पाहून माझ्या आईवडिलांना फारसा काही आनंद झाला नव्हता. असं असूनही, प्रोफेसर म्हणून निवृत्त झाल्यावरच्या त्यांच्या आयुष्यात मला न येऊ देण्याचं क्रौर्यसुद्धा त्यांनी दाखवलं नव्हतं.

अनपेक्षितरित्या समोर आलेल्या या नव्या जीवनाची सुरुवात करताना पुढे काय करावं या विचारात मी होते. नेमकी तेव्हाच सगळ्या जगाची उलथापालथ झाली. नरेंद्र मोदी यांनी तो फकिंग 'नॅशनल लॉकडाऊन' जाहीर केला. आमची आयुष्यं कायमस्वरूपी बदलून टाकणाऱ्या त्या विनाशकारी बातमीशी सामना करण्यासाठी आम्हाला चार तास देण्यात आले होते. चार तास! आधी तर मला समजलंच नाही! काय? 'चीनमधला कुठलातरी सूक्ष्मजीव सगळ्या जगाचं वाटोळं करतो आहे?' काय फालतूपणा! आम्ही ना जरा अतिरेकी प्रतिक्रिया देत होतो! काय हा मूर्खपणा? 'वुहान इथल्या एका वटवाघळात अणूबॉम्बपेक्षा जास्त ताकद!' मी तर चक्क त्या बातमीकडे दुर्लक्ष केलं.

पण माझे आईवडील म्हणत राहिले, 'फार संसर्गजन्य आहे, फार संसर्गजन्य आहे... बाहेर पडू नकोस, हात धुत राहा, गरम पाणी पीत राहा, मिठाच्या पाण्याने गुळण्या कर.' मी हसून त्यांना उडवून लावलं आणि कामात व्यग्र असल्याचं दाखवलं. माझ्या ऑफिसने डब्ल्यूएचएफ (वर्क फ्रॉम होम) घोषित केलं होतं. माझी नोकरी नवीन होती. वातावरण परकं होतं. ज्या पगाराची मला अत्यावश्यकता होती तो मला कमवायचा होता. दिल्लीत मिळणाऱ्या पगाराच्या निम्मा होता तो. पण ते असो. मुळात, नोकरी मिळाली हेच माझं नशीब म्हणायचं! शिवाय राहण्यासाठी भाडं भरावं लागणार नव्हतं.

एकच गोष्ट अत्यंत वाईट होती. अनेक वर्षांपूर्वी ज्या घरातून मी निघून गेले होते, नेमकं तिथे मला परत यावं लागलं होतं. त्यातून, या नव्या लॉकडाऊन धोरणामुळे मोलकरणी किंवा गडी माणसं येऊ शकणार नव्हते. आमची बिल्डिंग तर चक्क 'रेड झोन'मध्ये आली होती. सर्व फ्लॅटधारकांनी एकमुखाने निर्णय घेतला होता की, बाहेरच्या कोणत्याही व्यक्तीला बिल्डिंगच्या फाटकातून आत येऊ द्यायचं नाही. काय हे भयंकर! घराची स्वच्छता करायला किंवा आईला स्वैपाकात मदत करायला कुणीच नव्हतं. याचा अर्थ एकच होता – ते सगळं मला करावं लागणार होतं. आईला पाठदुखीचा त्रास होता आणि बाबांनी आयुष्यात कधी स्वैपाकघरात पाऊलही ठेवलं नव्हतं. हातात कधी झाडूही घेतला नव्हता.

घरकामाचं मला फारसं काही वाटत नव्हतं. दिल्लीत मी स्वतःच तर करत होते सगळं. पण ते वेगळं होतं. माझ्याबरोबर काम वाटून घ्यायला माझी रूममेट रुही होती ना. ती माझ्या बरोबरीने असल्याने मला काम करावं लागत आहे याचाही विसर पडत असे. दिवसभर ऑफिसमध्ये राबून संध्याकाळी उशिरा घरी परत येत असताना मला माहीत असायचं की, रुही तिच्या डिझाईन स्टुडिओमधून एव्हाना परत येऊन माझी वाट पाहत असेल. या कल्पनेनेच मनाला गुदगुल्या होत. अहाहा! परमानंद! दाराचं लॅच उघडतानाच मी छाती भरून श्वास घेत असे. 'त्या' क्षणाची मला जबरदस्त ओढ वाटे. 'इटर्निटी'चा गंध माझ्या नाकपुड्यांना सजग करी – ती आली आहे! वरती! मी धावत जाऊन तिला मिठीत घ्यावं म्हणून ती वाट पाहत असणार. दोन दोन पायऱ्या ओलांडत घाईने वर पोहोचून मी तिला घट्ट मिठीत घेत असे. त्यानंतर आम्हा दोघींच्या जेवणाची तयारी आम्ही करत असू.

आम्हा दोघींत रुही फार रोमॅन्टिक होती. ती मुद्दाम सुवासिक मेणबत्त्या लावत असे. अॅलेक्सावर 'आमचं' गाणं लावत असे. आवडत्या व्हाईट वाईनचे घोट घेत असे. त्या दरम्यान मी सॅलडसाठी भराभर भाज्या कापत असे. वरण भाताचा कुकर लावत असे. ताटं घ्यायची तिची तयारी असे खरी; परंतु तेसुद्धा काम मी स्वतःवर ओढून घेई. सिल्कच्या किमोनोमध्ये सुखावलेल्या आणि हसतमुखाने वावरणाऱ्या रुहीला पाहून मला खूप सुख मिळत असे. माझा दिवसभराचा ताण नाहीसा होई. आमच्या शेवटच्या खडाजंगीचा विचार मनात येतो तेव्हा मला आज नक्कीच सुटकेची भावना जाणवते. माझ्या आयुष्यात रुही नसली, तर मी मरून जाईन असं जरी मला वाटत असलं; तरी आमच्या त्या शेवटच्या खडाजंगीमुळे मला तिच्याशी असलेलं नातं तोडायला मदत झाली. म्हणूनच, मला मुक्त झाल्यासारखं वाटतं.

मी खऱ्या अर्थाने मेले नाही. पण इतर अनेक पातळ्यांवर माझा मृत्यू झाला. तीच नोकरी करत, त्याच ठिकाणी राहण्याचा मी दोन वर्षं नेटाने प्रयत्न केला. काहीच मनासारखं घडत नव्हतं. मी थेरपिस्टला भेटू लागले. तिने मला अॅन्टी-डिप्रेसन्ट गोळ्या दिल्या. त्या गोळ्यांचे अनेक दुष्परिणाम माझ्या वाट्याला आले. माझं वजन वाटेल तसं वाढलं. माझ्यात आळस शिरला. फेब्रुवारीच्या शेवटी माझ्या आतवर काहीतरी हललं. मी नोकरी सोडली. त्या हलकट दिल्लीतून मला बाहेर पडणं गरजेचं होतं. परंतु, चांगला पगार हातात पडला नसता तर मी जागेचं भाडं किंवा इतर बिलं कशी भरली असती? एका विशिष्ट जीवनशैलीची सवय मला होऊन बसली होती. एक लक्षात घ्या, मी काही ऐषारामात नक्कीच जगत नव्हते पण सुखवस्तू होते. म्हणजे असं बघा, वीकएंडला इकडेतिकडे भटकंती करायची, सायबर हबमधल्या नव्याने उघडलेल्या प्रत्येक हॉटेलमध्ये खायचं, वेगवेगळ्या ठिकाणी ड्रिंक्स घ्यायचे, डीएलएफ सिलेक्ट सिटी वॉक इथून रुहीसाठी भेटवस्तू आणायच्या. आपलं नेहमीचच!

परंतु, हे सगळे मोठे बदल घडवून आणण्याची माझी वेळ नक्कीच चुकली होती. नोकऱ्या उरल्या कुठे होत्या? मोठ्या प्रमाणावर मीडिया कार्यालयांतून नोकरकपात सुरू झाली होती. किती तरी कर्मचाऱ्यांना तिथल्या तिथे काढून टाकण्यात येत होतं. अशा परिस्थितीत मुंबई हा एकमेव वास्तववादी पर्याय माझ्यासमोर होता. माझ्या परत येण्याच्या कल्पनेने माझ्या आईवडिलांना आनंद झाला होता अशातला भाग नाही;

पण मानसिक आणि आर्थिक स्तरावर माझी पार वाट लागली आहे याची जाणीव त्यांना झाली होती. तोवर मी बरीच बचत केली होती. पण त्यातला बराच मोठा भाग मी रुहीला दिला होता - अगदी कर्ज म्हणून बरं का. मात्र मला हेही लक्षात आलं होतं की, त्या पैशांना मला कायमचा रामराम ठोकावा लागणार आहे. ते पैसे मला कधीच परत मिळणार नव्हते. माझ्या दृष्टीने तेही फार कठीण नव्हतं. ज्या क्षणी मी माझ्या मनाची दारं रुहीसाठी, आठवणींसाठी, आस जाणवण्यासाठी, दिल्लीसाठी आणि 'इटर्निटी'साठी बंद करून मुंबईकरता रेल्वेचं तिकीट काढलं, त्या क्षणी माझं नशीब बदललं.

लॉकडाऊनमुळे सगळं काही बदललं. मी इथे मार्च महिन्यात येऊन पोहोचले. भारत बंद होण्याच्या आदल्या दिवशी. आज मी जेव्हा त्याचा विचार करते तेव्हा माझ्या नशिबालाच दुवा देते. बरं झालं मी त्या दिवशी तिकीट काढलं होतं. नाही तर मला दिल्लीत अडकून पडावं लागलं असतं. ना नोकरी, ना रुही, ना आशा, ना भविष्य, ना कुठलं आयुष्य. रुही माझ्या घरातून बाहेर पडताच आमच्या 'बऱ्याच' मित्रमैत्रिणींनी माझ्याकडे पाठ फिरवली. तोवर मला इतकं एकटं आणि नकोसं कधीच वाटलं नव्हतं. कोणाचाही फोन येईनासा झाला. मीदेखील लोकांना भेटणं बंद केलं. कुठलेही बेत करणं थांबवलं. इथे मुंबईत आई आणि बाबा सतत अवतीभोवती असल्याने मला एकटेपणा जाणवत नव्हता. माझ्या मनात आत्महत्येची भावना येत नव्हती. तसं पाहायला गेलं तर, आईवडिलांशी माझं काही फारसं सूत नाही. आमच्या काही गप्पा होत नाहीत, आम्ही एकमेकांना छान छान आठवणी सांगून हसत नाही. त्यांचा अधिकतर वेळ इतिहासाची आणि समाजशास्त्राची पुस्तकं वाचण्यात जातो. मीही कशात तरी व्यग्र असल्याचं दाखवते. 'कुणी चांगला मुलगा भेटला की नाही अजून?' हा प्रश्न त्यांनी मला विचारणं थांबलं आहे हे नशीबच माझं. आमची भोचक शेजारीण जेव्हा विचारत असते, 'काय मग, शालूने पाहिला आहे की नाही एखादा मुलगा? नाही? घाई करा! घाई करा! आपल्या समाजातल्या सगळ्या चांगल्या मुलांची लग्नं ठरत चालली आहेत!' जणू काही 'चांगली मुलं' म्हणजे पनवेलमधले फ्लॅट्सच होते, ज्यांची 'ॲडव्हान्स बुकिंग्ज' माझ्या आईवडिलांना करता येणार होती. कसलं हे आयुष्य! मला अगदी तिरस्कार वाटत होता या आयुष्याचा. या सगळ्यांतून केवळ एकच पळवाट होती, ती म्हणजे संध्याकाळी फिरायला जाणं. आमच्या घराजवळच्याच पार्कमध्ये

मी जात असे. मुंबईच्या आभाळात दिसून येणाऱ्या मान्सूनपूर्व ढगांना चंदेरी कडा असू शकते असं मला त्यामुळेच वाटत असे.

तिच्या डोळ्यांत माया आणि हसू होतं. मी तिला ओळखलं आहे हे दर्शवण्यासाठी मान डोलावली. फार गळ्यात पडणंदेखील बरं दिसत नाही. तिने जॉगिंगची गती कमी केली. ती तिथल्या तिथे धावू लागली. मी तिच्यापर्यंत पोहोचेस्तोवर तिने वाट पाहिली. मला जरा संकोचच वाटला. आधीच मला धाप लागली होती. त्यातून मी घामाघूम झाले होते. तशीच धापा टाकत मी तिच्यापर्यंत पोहोचले.

'तू नवीन आहेस इथे... म्हणजे या बागेत... या भागात...' तिच्या त्या सुंदर मास्कमुळे (हं! हातांनी शिवलेला डेनिमचा मास्क होता तो हे माझ्या लक्षात आलं) तिचा आवाज दबला जात होता. मी ज्या इमारतीत राहत होते तिकडे बोट दाखवून म्हटलं, 'जरा आईवडिलांना वेळ द्यावा म्हटलं. म्हणजे बघ ना, लॉकडाऊन ड्युटी!' हलकासा विनोद करत, मी अगदी मजेमजेने म्हटल्यागत बोलले.

तिच्या डोळ्यांत पुन्हा थोडंसं हसू उमटलं. मस्कारा लावला होता तिने. डोळ्यांभोवती हिरवी काजळ-पेन्सिल फिरवलेली दिसत होती. तिचं वय काय असेल याचा अंदाज लावणं कठीण होतं. परंतु, तिचा एकूण बांधा आणि केसांतले (ज्यांचं तिने अगदी वर पोनीटेल घातलं होतं) फिकट होणारे हायलाईट्स पाहता आम्हा दोघींचं वय सारखंच असावं असा अंदाज मी बांधला. पस्तीशी! माझ्या आतमध्ये माजू लागलेली धोकादायक खळबळ माझ्या लक्षात येऊ लागली होती. रुहीमुळे माजायची तशीच खळबळ. माझा स्वर बदलला होता. माझ्या टपोऱ्या, भावदर्शी डोळ्यांचा जाणीवपूर्वक वापर करत मी फ्लर्टिंग करत होते. त्या सुंदर, अनोळखी तरुणीकडे खुशाल रोखून पाहत होते.

'शालू...' असं म्हणत ग्लोव्हज् घातलेल्या हाताने मी हायफाय द्यायचा प्रयत्न केला. तिचे हात होते तिथेच राहिले. 'मिनू...' असं उत्तर देत ती पुढे म्हणाली, 'आपली नावं जुळतात.'

आम्ही दोघी हसलो. 'ज्वारीचं पीठ कुठे मिळतं ते माहीत आहे का तुला? मी या भागात नवीन आहे. गहू टाळते मी. ग्ल्युटेन चालत नाही मला.'

मी जरा अतीव तत्परतेने उत्तर दिलं, 'पटकन घरी जाऊन तुझ्यासाठी बाजरीचं पीठ घेऊन येऊ शकते मी. माझी आई बाजरीच्या भाकऱ्या करते ना! त्यासुद्धा तुझ्यासाठी आणू शकते मी.'

मिनूच्या डोळ्यांत हसू उमटलं. 'किती गोड आणि मदतीला तत्पर आहेस तू... नाही तर, या मुंबईत मैत्री करणं फार कठीण बरं!'

त्या क्षणी मी माझं मन तिला अर्पण केलं. तिथल्या तिथे छाती फाडून माझं हृदय तिच्या हाती सुपूर्द करावं अशी इच्छा माझ्या मनात प्रबळ झाली. ती तिथल्या तिथेच जॉगिंग करत होती आणि मी मात्र धापा टाकत होते. 'बघ ना गं, किती तरी आवश्यक गोष्टी संपल्या आहेत... माझा किराणावाला तर म्हणालासुद्धा की, आवश्यक असलेल्या सगळ्या गोष्टी साठवून ठेवा कारण त्यांचा माल कधी संपेल हे त्यांनाही सांगता येणार नाही. कसं काय करते आहेस तू सगळं?'

खांदे उडवत मी म्हणाले, 'माझे आईवडील जुन्या जमान्याचे आहेत. किराणावाल्याशी त्यांचे चांगले संबंध आहेत. तू फक्त तुझी यादी दे मला... तुला जे काही हवं ना ते मी तुझ्यासाठी घेऊन येते. अर्थात, बूझ मात्र मी आणणार नाही हं! पण, माझ्याकडे जिनची एक जास्तीची बाटली आहे.'

तिचे डोळे चमकले. मिनू माझ्यावर खूश झाली होती! 'हा राऊंड संपला की, एकमेकींचे नंबर घेऊ यात आपण. इथून पुढे देवाणघेवाण करणं सोपं जाईल त्यामुळे.'

ओह माय गॉड! 'इथून पुढे' असं म्हणाली ती! तिथल्या तिथे उंच उडी मारत 'याऽऽऽऽहूऽऽऽऽ!' असं किंचाळायची इच्छा होऊनही मी स्वतः ला थोपवलं.

ती म्हणाली, 'मला निघायला हवं... वीस मिनिटांत आमची झूम पार्टी आहे ना! जरा तयार व्हावं लागेल!' हे ऐकताच मी विषण्ण झाले. झूम पार्टी! कोणाबरोबर? आणि तयार कशाला व्हायचं? आम्ही एकमेकींच्या फोन नंबरची देवाणघेवाण केल्यावर ती मलाही पार्टीत येण्याचं आमंत्रण देऊ शकली असती पण नाही दिलं तिने. रात्रभर मी मिनूच्या विचारात जागी राहिले. अतिशय यशस्वी, अतिशय ग्लॅमरस अशा लोकांबरोबर मिनू पार्टीत रमली असेल हाच विचार माझ्या मनात होता. नक्कीच ती खूप लोकप्रिय असणार. माझ्याशी तिने मैत्री का करावी बरं?

दुसरा दिवस तर माझ्यासाठी फार कठीण गेला. आई सकाळी उठली तर तिला ताप भरला होता. तिचा घसा धरला होता. बाबा काळजीत पडले. मी संध्याकाळी आईला जवळच्या टेस्टिंग सेंटरमध्ये घेऊन जावं अशी त्यांची इच्छा होती.

माझ्या नकळत मी चटकन् बोलून गेले, 'नाही! ते शक्य नाही!' ते ऐकताच बाबा अस्वस्थ झाले, चिडले. त्यांनी त्रासून विचारलं, 'का नाही?'

अगदी मूर्खासारखं उत्तर दिलं मी त्यावर. 'बागेतल्या एका मैत्रिणीला ज्वारीचं पीठ आणि तीन अव्हॅकॅडोज् नेऊन द्यायचे आहेत मला.' मी मूर्ख वगैरे असल्यागत त्यांनी माझ्याकडे पाहत विचारलं, 'कुठल्यातरी मैत्रिणीला फळं आणि भाज्या नेऊन देण्यासाठी तू धडपड करत असताना तुझी आई कोविडने मरायला हवी आहे का तुला?'

'ओ बाबा! फळं आणि भाज्या नाहीत हो! ज्वारी आणि अव्हॅकॅडोज् – फार फरक आहे दोन्हींत!' त्यांचे डोळे खोबणीतून बाहेर पडतील की काय असं वाटलं. अचानक त्यांच्या शरीरातला जोर संपला. कसाबसा हात उडवत थकल्याभागल्या स्वरात ते म्हणाले, 'जा गं बाई... जा तुझ्या मैत्रीणीकडे. मी घेईन आईची काळजी.'

आणि मी अगदी तेच केलं हे मान्य करताना मला आज लाज वाटत आहे. अत्यावश्यक वस्तू विकत घेण्यासाठी थोडासा वेळ दिलेला असताना घाईने कोपऱ्यावरच्या दुकानात जाऊन मी दुकानदाराची गयावया करत ज्वारीचं पीठ मागितलं. त्याने विचारलं, 'बाजरीचं नाही का चालणार?' ज्वारीचं पीठ संपलं होतं... शिट्! बास्टर्ड! त्याने देऊ केलेलं बाजरीचं पीठ घेऊन मी ॲव्हॅकॅडोजच्या शोधात निघाले. पण काही जमलं नाही. म्हणून मग त्याऐवजी मी इम्पोर्टेड 'ब्युटी पेअर्स' विकत घेतले. त्यानंतर अत्यंत उत्तम दर्जाचे तीन खास हापूस आंबे फळवाल्याच्या पेटीतून निवडून घेतले.

या सगळ्या वस्तू एका कापडी पिशवीत घालून मी मिनूच्या शोधात निघाले. ती मोबाईलवर (लेटेस्ट मॉडेल) बोलत होती. मला पाहून तिने हात हलवला. हातातली कापडी पिशवी तिला दाखवत मी अंगठा उंचावला. 'काम फत्ते' अशा अर्थाची खूण केली. मी तिच्या दिशेने चालत निघाले. माझ्याकडे पाठ करून ती हळू आवाजात बोलत राहिली. त्याबद्दल मला वाईटही वाटलं नाही किंवा इतर कुठलाही विचार माझ्या मनात आला नाही. नक्कीच तिचा कामाचा महत्त्वाचा फोन असणार.

अचानक तिने फोन बंद केला तेव्हा तिचा मूड बदललेला होता. कापडी पिशवी धरलेल्या माझ्या हाताकडे दुर्लक्ष करत ती म्हणाली, 'चल धावू यात.' अहाहा! काय छान कपडे घातले होते तिने. त्याबद्दल मी तिचं कौतुक केलं. माझं बोलणं ऐकून न ऐकल्यासारखं करत ती धावत राहिली.

त्या छोट्याशा बागेचे दहा चक्कर पूर्ण झाल्यावर ती एका लाकडी बेंचवर बसली. स्वतःपासून तीन फूट अंतरावर बोट दाखवत तिने मलाही बसायला सांगितलं.

'काही झालं का?' मी विचारलं.

'फार बकवास दिवस गेला बघ आज!' तिने उत्तर दिलं.

किंचित थबकून मी पुढे म्हणाले, 'तू नेमकं काय करतेस?'

मिनू म्हणाली, 'मी ना, स्टायलिस्ट आहे. बॉलिवूडचे तारे तारका, मॉडेल्स, सेलिब्रिटिज... या सगळ्यांच्या स्टायलिंग करते मी. पण या फकिंग लॉकडाऊनमुळे कुठलंही काम होत नाहीये. सगळे शूट्स रद्द झाले आहेत. सगळे ग्लॅम मॅगझिन्स बंद पडले आहेत. मग जुनेच फोटो ते पुन्हा छापत आहेत. या महिन्याची क्रेडिट कार्डची बिलं मी कुठून भागवणार आहे देवच जाणे. त्यातून पुन्हा ईएमआयसुद्धा आहेच. तोही, मला आता गरज नसलेल्या या फकिंग फोनचा.'

काय प्रभावित झाले मी ते सगळं ऐकून! ती स्टायलिश होती यात नवल ते काय असणार – ती स्टायलिस्ट होती ना! तिचा मास्कसुद्धा स्टायलिश होता. त्याच्यावर अडकवलेल्या छोट्या छोट्या खड्यांमुळे चमकत होता तो. तिला हसवण्यासाठी काय करता येईल या विचारात मी पडले.

त्या भरात मी बोलून गेले, 'मी देऊ शकते तुला पैसे. खूप नाही बरं. मला जितके देता येतील तितके देईन. लॉकडाऊन संपला की, परत कर मला तू.' ती हसली!

तिच्या डोळ्यांभोवतीचा मेकअप गडद प्लम रंगाचा होता. तिच्या डोळ्यांना काय शोभून दिसत होता तो रंग! 'खरंच? मला द्यायला पैसे आहेत तुझ्याकडे? आय लव्ह यूऽऽऽऽऽऽऽ!'

माझ्या काळजाचा ठोका चुकला. माझ्या फुप्फुसांनी शरणागती पत्करली. माझा श्वास थांबला. तिला यांपैकी काहीही लक्षात आलं नाही. ती फोनवर कोणाशी तरी उत्तेजित होऊन बोलू लागली. 'थोडेफार पैसे

गोळा करण्यात यश आलं आहे' हे ती कोणाला तरी सांगत होती. तिला देण्यासाठी मी पैसे कुठून आणणार आहे, हा प्रश्न मला पडला होता. माझ्या मनात त्या व्यतिरिक्त आता कुठलाच विचार नव्हता.

तितक्यात तिने विचारलं, 'ब्रो, किती देऊ शकशील?' तिने मला ब्रो असं का बरं म्हटलं होतं?

मी पटकन उत्तर दिलं नाही हे पाहून तिने अंगठ्याजवळचं बोट उंच केलं. 'एक हजार?' मी विचारलं. ते ऐकताच ती खदखदून हसून म्हणाली, 'ड्यूड... एक हजारात काय येतं? हे बघ, नीट काही तरी डोकं टाळ्यावर ठेवून बोल.'

मला इतकं मूर्खासारखं वाटलं ना! म्हणून मी घाईने पुढे म्हणाले, 'अरे! मजा करत होते मी! मला वाटतं, तुला एक लाखाची गरज आहे, हो ना?'

मान डोलावत ती म्हणाली, 'हो, सुरुवातीला तेवढे तरी हवेच. त्यातून मी छोट्या मोठ्या गोष्टी निकालात काढू शकेन.'

तिला ते पैसे आणून द्यायची शपथ मी घेतली. ती पुन्हा फोनवर बोलू लागली. एका लेहेंग्याचा रंग आणि एका अचकनवर करायच्या एम्ब्रॉयडरीबद्दल ती आता बोलत होती.

वाह! कदाचित ती एखाद्या अगदी प्रसिद्ध – महान बॉलिवूड स्टारच्या कपड्यांचं स्टायलिंग करत असेल. कदाचित ती आलियाच्या लग्नाच्या कपड्यांचं स्टायलिंग करत असेल. ती आलियाची वैयक्तिक स्टायलिस्ट आहे का असं मी तिला उत्सुकतेने विचारलं. तिने त्रोटक उत्तर दिलं, 'आमच्या अनेक क्लाएंट्सपैकी ती एक आहे.'

'तू भेटली आहेस का तिला? तिला थेट भेटली आहेस का कधी? ती खूप गोड आहे का?' मिनू हसली. पुन्हा हसली! स्वतःची पाण्याची बाटली उचलत तिने घोषित केलं, 'पळायला हवं! दुसरी एक फकिंग झूम मिटिंग आहे. वेबिनार गं... नुसता वेळ वाया घालवणं आहे बघ. इतकी बकवास असते ना! ब्रो, उद्या भेटू यात पुन्हा. आणि हे बघ, कॅशच आण हं.'

इतकं बोलून ती निघून गेली. तिच्या मागे 'इटर्निटी'चा दरवळ तेवढा उरला. मी आणलेली कापडी पिशवी न्यायला ती विसरली होती. त्यात बाजरीचं पीठ आणि ते पेअर्स पण तसेच राहिले. बिच्चारी! घाईघाईत ते

सगळं माझ्याकडून घेणं लक्षात नसेल राहिलं. ते पीठ, ते पेअर्स आणि... कॅश, ती उद्या नक्की घेऊन जाईल याची मी खात्री करेन. अर्थात, ते पैसे मी वेगळेच बांधेन म्हणा. मी घरी पोहोचले तेव्हा आई आणि बाबा क्लिनिकमध्ये गेले होते. स्वैपाकघरातल्या टेबलवर एक छोटीशी चिठ्ठी होती. बाबांना मोबाईल फोनचा तिरस्कार होता. आईला फार अशक्तपणा आला होता. म्हणूनच कदाचित तिने फोन केला नसेल. केलेला स्वैपाक आईने माझ्यासाठी गॅस शेगडीच्या बाजूला झाकून ठेवलेला दिसत होता.

पण मला अन्न नको होतं. मला हवी होती कॅश. बाबांच्या स्टीलच्या पेटीत, खाकी रंगाच्या पाकिटात मला ती सापडली. त्यावर बाबांच्या अक्षरात 'वैद्यकीय खर्चासाठी इमर्जन्सी फंड – रुपये ३ लाख,' असं नीट लिहिलेलं होतं. आयुष्यभर बाबा नेहमी शिस्तशीर वागत आले होते. त्यांचं काम अगदी नीटनेटकं असे. पाकिटामधल्या नोटा जुन्या असल्या तरी व्यवस्थित ठेवलेल्या होत्या. मी त्या सावकाश मोजल्या. अडीच लाख रुपये होते एकूण. आईला तपासायला घेऊन जाताना त्यांनी पाकिटातून पन्नास हजार रुपये काढले असावेत. मी अगदी प्रामाणिकपणे मिनूसाठी फक्त एक लाख रुपये घेतले. खरं तर, सगळेच पैसे काढून घेऊ शकले असते मी. पण मिनूने एक लाख रुपये मागितले होते. ते पैसे उशीखाली ठेवून मी झोपण्याचा प्रयत्न केला. स्वैपाकघरात काहीतरी खुडबूड ऐकू आल्यासारखं वाटलं तेव्हा मध्यरात्र उलटली होती. बाबा होते ते. फक्त बाबा.

झोपाळू स्वरात मी विचारलं, 'आई कुठे आहे?'

'कस्तुरबा हॉस्पिटलमध्ये,' त्यांनी उत्तर दिलं. 'आईच्या चाचण्यांचं निदान उद्या हाती येईल... ती जर पॉझिटीव्ह निघाली तर...' कपाळाला हात लावत बाबांनी वर पाहिलं. माझं हृदय विदीर्ण झालं. आईसाठी नाही. स्वतःसाठी.

खल्लास! वाट लागली माझी! याचा अर्थ एकच असू शकत होता. बाबांना आणि मला क्वारन्टाईन करावं लागणार होतं. घरातून बाहेर पडणं किंवा मिनूला पैसे देणं आता मला शक्य होणार नव्हतं. अवघ्या काही तासांत बीएमसीची माणसं इथे येऊन आमचं घर सील करणार होती. आमची छोटी इमारतसुद्धा सील करणार होती. त्यानंतर प्रत्येक गोष्ट सॅनिटाईज केली जाणार होती. प्रत्येक खोलीत स्प्रे मारला जाणार होता. टीव्हीवर असंच तर

दाखवत होते ना. आमच्या मनगटांवर स्टॅम्प मारले जाणार होते. घराच्या दाराबाहेर पाऊलही टाकायचं नाही असं आम्हाला बजावलं जाणार होतं. सरतेशेवटी मी अशक्यरित्या घरी कोंडली जाणार होते.

त्या क्षणी मला जाणीव झाली. मी तर आधीच बंदिस्त झाले होते. गेला काही काळ मी बंदिस्तच तर होते. कदाचित रुहीला गमावल्यापासून! पण आता बाहेर पडण्याची वेळ आली होती. मी मिनूला गमावून बसेन हे मला समजत होतं. मला अगदी कळत होतं. तरीसुद्धा हरकत नव्हती. मी माझ्या खोलीत गेले आणि 'इटर्निटी'ची अर्धवट वापरलेली बाटली उचलली. का ठेवली होती ती मी इतके दिवस जपून? ती उचलून मी कचरापेटीत टाकली. पाकिटातून काढलेले पैसे बाबांच्या नकळत परत ठेवण्याचा काही तरी मार्ग शोधणं मला आवश्यक होतं. त्या पैशांची त्यांना आता आवश्यकता होती. मी जिथे बसले होते तिथवर पाय ओढत बाबा आले आणि माझ्या पलंगावर टेकले. माझ्या हातात सॅनिटायझरची बाटली देत ते म्हणाले, 'आईने पाठवली आहे तुझ्यासाठी.' मग ते माझ्या खोलीतून बाहेर गेले.

असं हे अडकून पडणंच इथून पुढे माझं 'न्यू नॉर्मल' असणार होतं. मिनू नाही, तर एखादी टिनू मी शोधून काढणार होते. त्यानंतरचं माझं आयुष्य अजून एक मोठा सापळा ठरणार होतं हे मला माहीत होतं... बाबांबरोबर. आई परतून येणार नव्हती. बाबा एकटे राहू शकत नव्हते.

मिस ला डी डा

'ए!' त्या पुढे तिला काय म्हणावं ते मला माहीत नव्हतं. त्या छोट्याशा बागेच्या मध्यभागी मी उभा होतो. ती माझ्याकडे रागाने पाहत होती. मिस ला डी डा हिला संताप येण्याजोगं काय घडलं असेल याचा विचार मी करत होतो. आम्हा दोघांच्या मुलांची मैत्री होती. कळलं ना? आम्ही शेजारी होतो... म्हणजे बऱ्यापैकी शेजारी. तसं पाहिलं तर, काही आम्ही बाजूबाजूला राहत नव्हतो. मला असं म्हणायचं आहे की, आम्ही काही शेजारी नव्हतो. आता शेजारी म्हणजे कसं एकत्र लहानाचं मोठं होणं वगैरे..., तसं काही आमचं नव्हतं. आमची मुलं एकाच शाळेत जात होती. होमस्कूलिंगच्या प्रकाराने आम्हा सगळ्यांचीच अगदी वाट लागली होती. मला मदतीची गरज होती. ही अचानक अशी का बरं वागू लागली होती. गॉडेस सिन्ड्रोम - आपण देवी असल्याचा साक्षात्कार! अजून काय! मी जणू विष्ठा होतो आणि माझ्यावर पाय पडू नये म्हणून ती आटोकाट प्रयत्न करत होती. देवाऽऽऽऽऽ! या वैताग आणणाऱ्या बायका! निरर्थक पालक-शिक्षक सभांमध्ये तिच्यासारख्या काहींना मी भेटलो होतो. माझ्या मुलाच्या शिक्षिकांना भेटणं आणि त्याचं वर्गात लक्ष नाही याबद्दल ऐकून घेणं या गोष्टीचा मला अगदी तिरस्कार वाटत होता. ठीऽऽऽक आहे! म्हणूनच तर माझा मुलगा तुमच्या या भपकेदार आणि महागड्या शाळेत येतो ना! सांभाळा तुम्ही त्याला. पण इथे मिस ला डी डा उगाचच माझ्याकडे गंभीरपणे पाहते आहे. कशाकरता? झालं तरी काय? आमची मुलं वाळूत मस्त खेळतात.

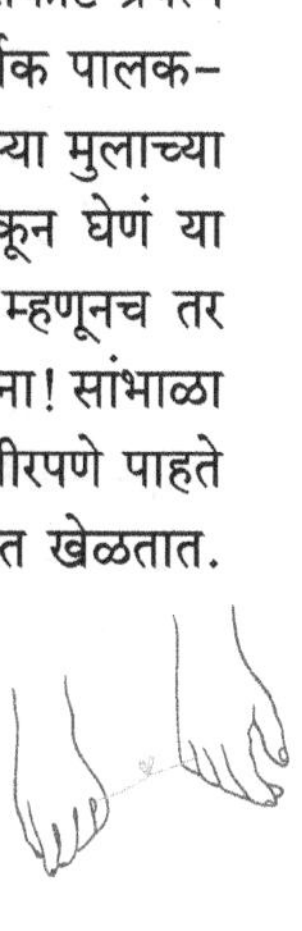

एकमेकांच्या तीन चाकी सायकली आणि बॉल घेऊन मनमुराद धुमाकूळ घालतात. त्यांना सांभाळणाऱ्या दिदी एकमेकींच्या मैत्रिणी असतात. ही बया तिच्या मुलीला खाऊ म्हणून जे केळाचे वेफर्स आणि भाजलेले शेंगदाणे देते ना, त्यापेक्षा तर माझ्या घरातून माझ्या मुलासाठी जाणाऱ्या खाऊच्या डब्यात खूप काही गंमतजंमत असते. तशा, तिला दोन छोट्याशा गोड मुली आहेत. देखणेपणात त्या मुली आपल्या आईवर गेल्या आहेत अगदी; पण सुदैवाने आईचा झटका काही आलेला नाही मुलींमध्ये.

लॉकडाऊनच्या दरम्यान मी माझ्या लहानपणीच्या घरी माझ्या आईवडिलांची काळजी घ्यायला आलो होतो. मी, माझा मुलगा आणि त्याला सांभाळणारी दिदी. माझ्या आईवडिलांचा स्वतःचा स्टाफ होताच. एकटा बाप होतो मी – सिंगल पॅरेंट. त्यामुळेच इतर लोकांबरोबर राहायची वेळ आली की, त्याची भलीमोठी किंमत मला नेहमीच चुकवावी लागत होती. अगदी माझे आईवडील असले तरी त्यात काही फरक पडणार नव्हता. आजकाल तर मला असं कुणाबरोबर राहायची सवय उरली नव्हती. एकटेपणा आवडत असे मला. मी, माझं संगीत, पोकर, टेलिस्कोप आणि पुस्तकं. इतकं पुरत असे मला. जुने सिनेमे पाहण्याची आवड मला होती. मी ब्रेसॉन इथे परत जात असे. ते सगळं घडल्यानंतर या अशा जगण्याची निवड माझी मी केली होती. ते सगळं घडल्यानंतर... ते म्हणजे काय? जाऊ दे. 'न्यू नॉर्मल' स्वीकारण्याची माझी तयारी झाली नव्हती. खरं सांगायचं तर, ही नेमकी काय भानगड आहे हे कोणालाच माहीत नव्हतं. नुसत्या मोठ्यामोठ्या गप्पा ऐकू येत होत्या. पाहावं तिथून दिशाभूल करणाऱ्या पोस्टस् तेवढ्या येत होत्या. किती हा मूर्खपणा! मला विचाराल तर आताशा प्रत्येक गोष्ट विचित्र होऊन बसली आहे. कदाचित, ही आढ्यताखोर बयासुद्धा तशीच विचित्र असावी. मला एवढंच म्हणायचं आहे की, ती थोडी जरी नीट वागू शकली असती तरी हे होमस्कुलिंग प्रकरण संपवण्यामध्ये आम्हा दोघांना एकमेकांची मदत घेता आली असती.

त्यात परत माझे आईवडील होतेच. पण मला सांगा, हे सगळं असं इतकं विचित्र होऊन बसेल अशी मला काही कल्पना होती का? शेवटचं त्या दोघांबरोबर राहून जवळपास वीस वर्षं उलटून गेली होती. फारच वैतागवाडी परिस्थिती निर्माण झाली होती. पण करता काय? ते जाणार कुठे? माझी एकुलती एक बहीण न्यू यॉर्कमध्ये राहत होती. त्यांच्या भागात

कोविड-१९ने भलताच जोर पकडला होता. तिचं तिलाच कसंबसं निस्तरत होतं. तसं पाहायला गेलं तर, माझे आईवडील स्वभावाने अगदी गोड. आपण भलं आणि आपलं काम भलं अशी त्यांची वृत्ती होती. ब्रीज खेळायची आवड त्यांना होती. त्यांचे नेहमीचे दोन जोडीदार खेळायला येऊ शकत नसल्याने आईवडील एकमेकांच्याच जीवावर उठले होते. त्यात पंचाची भूमिका निभावण्याचा माझा कुठलाही विचार नव्हता. मला स्वतःचाच पसारा आवरला जात नव्हता. माझ्या मुलाच्या आईने अचानक सगळं काही सोडून काढता पाय घेतला होता – ती नेमकी कुठे गेली होती कोण जाणे! जाण्यापूर्वी एक कविता तेवढी लिहून ठेवली होती तिने. तितकंच! आंतरिक शांतीच्या शोधार्थ तिने खरडलेल्या चार ओळी. हॉर्सशीट! माझ्या मते ती ऋषिकेश इथे गेली असता तिला तिच्याचसारखं कोणीतरी भेटलं असणार. जितके दिवस तिच्या जवळचा अमली पावडरचा साठा पुरेल तितकेच दिवस तिथे रेंगाळेल ती. त्यानंतर काय? इथे कोणाला पर्वा आहे त्याची? ती तर गेली होती. आमच्या मुलाला माझ्या ताब्यात देऊन. ती एरवी अनेकदा मला म्हणत असे, 'तू जरा पुरुषासारखा वागून थोडी जबाबदारी उचलण्याची वेळ आली आहे असं नाही का वाटत तुला? शेवटी, बीजधारण करायला मदत करणारा शुक्राणू तुझाच होता हे माहीत आहे ना तुला?' होता! हो, हो, होता! आम्ही दोघं गोव्यात असताना ते सगळं घडलं होतं हे मला आजही आठवतं. तिथे किनाऱ्यावर होतो आम्ही तेव्हा. आम्हा दोघांना खूपच चढली होती. समुद्राच्या लाटा आमच्या पायांवर लोटांगण घालत होत्या. त्या आधीचा जवळपास एक आठवडा आमचा प्रणय फारच रंगला होता. आनंदाच्या त्या वातावरणात बीजधारणा झाली होती. आनंदाचा तो काळ बराच प्रदीर्घ होता. तेही एक आश्चर्यच होतं. एरवी आमचं जीवन पूर्णतया मोकाट, थोडंसं जंगली आणि तरीही अत्यंत सुंदर असं होतं. त्या कालावधीत आम्ही दोघं इतके बेभान झालो होतो की, त्या दरम्यान आमच्याकडून घडलेल्या अनेक गोष्टींचं मला आजही आश्चर्य वाटत आहे. माझ्यावर विश्वास ठेवा, अनेक भन्नाट गोष्टी केल्या होत्या आम्ही तेव्हा.

पण आता... आता त्या सगळ्याला कलाटणी मिळाली होती. नाही का? माझ्या बाजूचा गदारोळ मी बऱ्यापैकी निपटला होता. मी आता संपूर्ण निर्व्यसनी झालो होतो. करता काय? म्हाताऱ्याची काळजी घ्यायची जबाबदारी होती माझ्यावर. माझे वडील जरा पहिल्यापासून चिडखोरच.

वयाची पंचाहत्तरी उलटताना अनेक रोग त्यांच्या शरीरात ठाण मांडून बसले होते. एखाद्या लहानशा कुतूबमिनारचा कानाकोपरा त्यांच्या मेडिकल फाईल्सनी गच्च भरून गेला असता. म्हातारीची गोष्ट फारशी काही वेगळी नव्हतीच म्हणा. एकत्र आजारपण म्हणावं ते हेच. साधारणतः, वय झालं की, अनेक सोबती बरोबर राहू लागतात. हायपरटेन्शन आणि डायबिटिस यांच्या जोडीने कोणकोण रोग येतात ते एक देवालाच ठाऊक. हे पाहा, 'मला आईवडिलांशी काही देणंघेणं नाही' अशा पठडीतला मी नक्कीच नव्हतो. माझं त्या दोघांवर प्रेम होतंच. पण, माझ्या आयुष्यात खूप गदारोळ घडून गेला होता. माझं वैवाहिक जीवन अयशस्वी ठरलं होतं. मोठा गाजावाजा करत सुरू केलेला माझा व्यवसाय कोसळला होता.

माझा म्हातारा बऱ्यापैकी उदार आणि दयाळू होता. त्यामुळे भविष्याची तशी चिंता नव्हती मला. माझ्यावर आर्थिक संकट आलं तेव्हा माझे वडीलच माझ्या पाठीशी उभे राहिले. नाहीतर बाऊन्स होणाऱ्या चेकची जबाबदारी कोणी घेतली असती? माझ्या आयुष्याचा फार मोठा कालावधी मला तुरुंगाच्या गजांआड घालवावा लागला असता. त्याऐवजी वडिलांचं देणं देऊन झाल्यावर थोडीफार गुंतवणूक करण्याचा निर्णय मी घेतला होता. तसं पाहिलं तर, आमचा फॅमिली ट्रस्ट होता. आईवडिलांनी बऱ्यापैकी गुंतवणूक करून ठेवली होती. हे इथलं राहतं घर तर चांगलंच ऐसपैस होतं. त्या शिवाय, महाबळेश्वर आणि पुणे इथेसुद्धा आमची घरं होती. माझ्या भविष्याचा तसा काहीच प्रश्न नव्हता. माझे बाबा म्हणजे अगदी गोड माणूस. या फकिंग लॉकडाऊनमुळे एकमेकांना जाणून घेण्याची थोडी संधी आम्हाला मिळाली होती. तसा पर्याय तरी कुठे होता म्हणा? त्यांच्याबरोबर घरात बसून होमस्कुलिंगसारखा रटाळ प्रकार करण्याची वेळ माझ्यावर आली होती! जरा विचार करा! ज्या मुलाशी माझी धड ओळखही नाही त्याला घेऊन मला होमस्कुलिंग करावं लागत होतं.

तसं पाहिलं तर, त्याच्याकडे लक्ष द्यायला त्याची दिदी होतीच म्हणा. मला काही त्याचं ढुंगण धुवावं लागत नव्हतं. पण त्याला सांभाळणारी दिदी स्वतः अशिक्षित असताना त्याला शिकण्यात मदत कशी काय करू शकणार होती. तशी ती झारखंडहून आली होती. अतिशय कष्टाळू होती ती. माझ्या पोराचा तर तिच्यावर अफाट जीव होता. आपल्या आईपेक्षा किंवा माझ्यापेक्षासुद्धा त्याची तिच्यावर जास्त माया आहे असं मला वाटत राही.

असं असलं तरी, नव्याने सुरू झालेल्या या दिनक्रमात कांती - हो तिचं नाव कांती - फारशी मदत करू शकत नव्हती. माझ्या मुलाला मिळणाऱ्या वेगवेगळ्या वर्कशीट्स आणि असाईनमेन्ट्स पूर्ण करण्यासाठी मला योग्य मदतीची गरज होती. ती भोचक मिस ला डी डा इतकी हलकट कशी काय होती? तिला वाटलं तरी काय? पोराचं टाईमटेबल कसं ठरवायचं याबद्दल मला थोडं फार बोलायचं होतं तिच्याशी. त्यानंतर माझं मी करणार होतोच ना! तिच्या त्या दोन लहान मुली मदतीला किती तत्पर होत्या. पण ती? अंहं! मुळीच नाही. अंगावर जिमचे भपकेदार कपडे चढवले आणि केसांमध्ये गॉगल अडकवला की झालं का? फारच आढ्यताखोर बुवा! येता जाता आपल्या योगाभ्यासाच्या गप्पा करायची सवय होती तिला. जसं काही ऑनलाईन योगाभ्यासाच्या वर्गांना हजेरी लावणं आणि नाचणीची बिस्किटं खाणं या व्यतिरिक्त दुसरं काही उरलंच नव्हतं तिच्या आयुष्यात. तसा तिचा नवरा अगदी सभ्य वाटला. हिची समस्या तरी काय होती? येता जाता माझ्याकडे चिडून आणि तिरस्काराने पाहत असे ती. तिचं मानसिक संतुलन बिघडल्याची मला दाट शंका येत होती.

असो! आजकाल मला भरपूर मोकळा वेळ असल्याने शाळेचा तो भंगार प्रकार संपला की, मधल्या मोकळ्या जागेत बॅटबॉल खेळायला सुरुवात केली होती मी. त्या भागात वावरण्याची परवानगी सगळ्यांना होती. लॉकडाऊनचे नियम थोडे शिथिल झाले होते. माझ्या मोठ्या आवाजाचा फार त्रास होतो अशी तक्रार करायला मिस ला डी डाने सुरुवात केली होती. मजा म्हणजे तिच्या मुली टाळ्या वाजवून मला उत्तेजन देत असत. त्या दिवशी माझ्या खोलीबाहेरच्या बाल्कनीत बसून चहाचा आस्वाद घेताना मी माझ्या आईशी बोललो होतो. त्या खोलीत मी आणि माझा मुलगा मिळून झोपत होतो. माझ्या आईने नुकत्याच बेक केलेल्या छोट्या चीझ क्विशेवर आडवा हात मारण्यात तो मग्न होता. माझ्यासाठी माझ्या आईने खास चिकन सॅलड सॅण्डविचेस तयार केले होते. तिचा हातखंडा होता त्यात. कारण नसताना माझ्यासमोर भाव खाणाऱ्या त्या बयेचा उल्लेख मी आईजवळ जेव्हा केला, तेव्हा माझी आई हसून म्हणाली, 'हे पाहा, तू तिला आपल्या बाजूने वळवून घ्यायला हवंस. म्हणजे मग तुम्हा दोघांची मुलं जरा मोकळेपणाने खेळू शकतील. तुलाही पोराकडून गृहपाठ करून घेण्यात मदत मिळेल. त्या छानशा माणसाशी लग्न होण्यापूर्वी ती शाळेत

शिकवत होती असं कानावर आलं आहे माझ्या.' या वेळेस पहिल्यांदाच माझ्या म्हातारीच्या मनात चांगली कल्पना आली होती.

पुढच्या वेळेस मिस ला डी डा हिच्यासमोर आल्यावर मी तिचं गॅस सिलेंडर तिच्या घरात नेऊन देण्याची तयारी दाखवली. आजकाल आमचा सिक्युरिटी गार्ड इतका भंजाळला होता की, सिलेंडर घेऊन येणाऱ्या माणसांना तो फाटकापाशीच थांबवून ठेवत असे. कुणाच्या तरी घरात एकदा गॅस सिलेंडर देऊन गेल्यानंतर त्या घरातली व्यक्ती पॉझिटिव्ह निघाल्यामुळे सिक्युरिटी गार्ड असं वागत होता. मिस ला डी डाने फारच आकर्षक मास्क घातला होता. कुठल्या तरी ऑरगॅनिक कापडापासून तयार केला असावा तो. केस तिने डोक्यावर उंच बांधले होते. डोळ्यांत काजळ घातलं होतं. या सगळ्या बाबी मी एका नजरेत टिपल्या. माझी माजी बायको एका फॅशन मॅगझीनसाठी काम करायची. सारा वेळ फोनवरती याच फालतू गोष्टींबद्दल चर्चा करत राहायची. ते अवजड सिलेंडर वर घेऊन जाणं मिस ला डी डा हिला फार कठीण जात होतं. तिचं उजवं मनगट बहुतेक दुखावलेलं असावं कारण मनगटावर तिने जाडजूड काळा बँड अडकवलेला दिसत होता. मी मदत करू का, असं विचारलं तरी तिने आधी ऐकून न ऐकल्यासारखं केलं. पण तितक्यात तिच्या मनगटात कळ आली असावी. ती वेदनेने विव्हळली.

सिलेंडर घरापर्यंत आणण्यावर हा जो निर्बंध लावला होता तो जरा जास्तच विचित्र आहे असं माझ्या मनात आलं. हा काय मूर्खपणा असंही मला वाटलं. या बिल्डिंगमध्ये कितीतरी ज्येष्ठ नागरिक राहत होते. त्यांना मदत करायला कुणीही नव्हतं. हे अवजड सिलेंडर त्यांच्यासाठी कोण उचलून नेणार होतं? आम्ही दोघं तिच्या स्वैपाकघराच्या दाराशी पोहोचलो. मला पाहताच तिच्या दोन्ही बछड्या आनंदाने ओरडल्या. तिचा नवरा बाजूच्या खोलीत सीएनएन पाहत बसला होता. मला पाहिल्यावर हसून त्याने मला बिअर पिण्यासाठी आमंत्रण दिलं. पोरींनी तर अक्षरशः माझा हात धरून मला घरात ओढत नेलं. मी थोडा वेळ तिथे थांबलंच पाहिजे असा हट्ट त्यांनी केला. त्याने सिलेंडर का उचलून आणलं नसावं असा प्रश्न मला पडला होता. चांगला धडधाकट आणि तरुण दिसत होता की तो.

माझ्या मनातले विचार माझ्या चेहऱ्यावर उमटले असावेत बहुधा. त्या प्रशस्त दिवाणखान्यात अचानक शांतता पसरली. बाजूलाच तिचं स्वैपाकघर होतं. मधली भिंत काढलेली होती. एखादा मोठा धोंडा पाडल्यागत मला

वाटलं. ओह शीट! वर्कशीट्स आणि होमवर्क करून घेण्यात तिची मदत मिळवण्याची संधी मी माझ्या हाताने गमावली आहे. हाच पहिला स्वार्थी विचार माझ्या मनात आला. या ब्लडी लॉकडाऊनमुळे सर्वांत वाईट काय झालं असेल तर घरी बसून मुलांचा अभ्यास करून घेणं. कसला वैताग होता नुसता! आयपॅडसमोर जबरदस्तीने बसवून ठेवल्यावर ती लहान लहान मुलं असं नेमकं काय 'शिकू' शकणार होती? तसंच तर त्यांची ग्रहणक्षमता फार थोडा वेळ टिकते. मला तर तमाम टिचर्सचीसुद्धा कणव येऊ लागली होती. जरा विचार करा, लहान मुलांना व्हर्च्युअली शिकवायचं म्हणजे किती मोठं काम. सकाळी लवकर उठायचं, शिकवण्याची तयारी करायची आणि इतकं सगळं करून स्क्रीनसमोर जाऊन बसायचं. का? तर शिकवायला! या सगळ्यांत मी अगदीच ठोंब्या होतो, पूर्ण ठोंब्या! माझ्या मुलाच्या शाळेच्या असाईनमेन्ट्स किंवा शाळेतले धडे यांकडे मी कधीच लक्ष दिलं नव्हतं. अरे बाबांनो, तो विभाग माझा नव्हताच मुळी. त्याला पुस्तकं कोणती आहेत, ड्रॉईंगच्या तासाला किती क्रेऑन्स लागतात या कशाचीही मला कल्पना नव्हती. मला त्रास होऊ लागला होता तो नेमका याचाच.

अगदी चरफडत मला सकाळी सात वाजता उठावं लागे. आठच्या सुमारास माझं पोरगं स्क्रीनसमोर बसलेलं आहे याची खात्री करून घेण्यासाठी मी आधी उठणं गरजेचं होतं. शाळेचे धडे सुरू असताना आईवडिलांपैकी कोणीतरी एक मुलाच्या बाजूला बसून त्याच्या अभ्यासाकडे लक्ष दिलंच पाहिजे असा शाळेचा दंडक होता. इतकंच नाही तर, आठ वाजता स्क्रीनसमोर बसण्याआधी मुलांची अंघोळ आणि नाश्ता दोन्हीही झालेला असणं आवश्यक होतं. हा तर निव्वळ मूर्खपणा होता! पूर्णपणे वेडेपणा! काही पालकांची अवस्था अधिक बिकट होती. त्यांच्या घरी कामाला माणसंसुद्धा नव्हती. आईवर्गाला घरातलं स्वैपाकपाणी आणि आवरासावर या गोष्टी आटोपून मग मुलांबरोबर बसावं लागे. त्यापैकी कित्येक आईवडील हे पूर्णवेळ काम करणाऱ्यातले होते. वर्क फ्रॉम होम असलं तरी काय झालं? काम तर त्यांना करावंच लागत होतं ना! सगळं सुरू ठेवण्याची जबाबदारी बहुतेक वडिलांनी आईवर्गावर टाकलेली दिसत होती. माझी मात्र पूर्ण वाट लागलेली होती.

मला थोड्याशा मदतीची, शेजारधर्माची गरज होती. पण करता काय? ही बया तर कुठलीच मदत करायला तयार नव्हती. आताशा मी थोडा विचित्र दिसत होतो हे मीही मान्य करतो. माझे केस खांद्यापर्यंत वाढले होते. अगदी

अस्ताव्यस्त दिसत होते ते. माझी दाढी खूप छान दिसते आहे असं मला वाटत होतं. इथे आईवडिलांकडे येताना फारसे कपडे आणले नव्हते मी. तसा मी जास्तीत जास्त वेळ बनियान आणि शॉर्ट्सवर फिरत असे. मुळात, माझे पाय फार देखणे होते. ते लपवा कशाला? तिचं माझ्या पायांकडे लक्ष गेल्याचं माझ्याही लक्षात आलं होतं. दर एक दिवसाआड आमच्या बिल्डिंगच्या गेटपाशी भाजीपाल्याचा आणि खाद्यपदार्थांचा ट्रक येई तिथेच माझ्या पायांकडे तिचं लक्ष गेलेलं मी पाहिलं होतं. त्या ट्रकवाल्याकडे केळ्याच्या वेफर्स व्यतिरिक्त कितीतरी छान खाऊ आहे असं मी तिला सांगू इच्छित होतो. पण, भोचकपणा करणं मला जमत नसे. कदाचित, तिच्या दोन्ही मुलींना केळाचे वेफर्सच लागत असतील तर?

तिच्या घरात मी बसलो असताना मला काहीतरी विचित्र जाणवत होतं खरं. पण नेमकं काय ते माझ्या लक्षात येत नव्हतं. तिचा नवरा सद्गृहस्थ वाटत होता. ती मात्र जरा वैतागलेली वाटत होती. मुली मात्र अगदी गोड होत्या. त्यांचा चिवचिवाट सुरू होता. खरं तर त्यावेळेस मला बिअर प्यायची नव्हती पण नाईलाजाने मी ती प्यायलो. आमच्या घरी मांजरीशी खेळायला आलं तर चालेल का, असं त्या पोरींनी मला विचारलं. आमच्या घरात सुंदरशा तीन मांजरी होत्या. त्यांचं कौतुक करायला माझ्या आईवडिलांना फार आवडत असे. माझ्या शेजाऱ्यांच्या घरात मी सभोवार नजर टाकली. काहीतरी हुकत होतं खरं. नेमकं काय होतं ते? मी माझ्या आईवडिलांच्या घराचा विचार करून पाहिला. माझं स्वतःचं घर नजरेसमोर आणलं. दोन्ही घरं अगदी नीटनेटकी होती. घर आपलं स्वागत करत आहे असं वाटत असे. पण हे घर... नेमकं कसं सांगावं हे नाही लक्षात येत माझ्या पण; इथे कशाची तरी उणीव भासत होती. काहीतरी महत्त्वाचं. तिचा नवरा अगदी सभ्यपणे वागत असला तरी तो निवांत नक्कीच वाटत नव्हता. त्याच्या हालचाली दक्ष होत्या. हे घर आत्माविहीन आणि निर्जंतुक केल्यासारखं वाटत होतं. कदाचित, त्या दोघांची आयुष्यंदेखील तशीच असतील. या छोट्याशा दोन मुली मात्र तशा नव्हत्या. सहज आनंदाने वावरत होत्या त्या. बरं झालं मला एकच मुलगा आहे. त्या जोडीला एक छोटी मुलगी असती तर काय बरं केलं असतं मी? गेल्या काही आठवड्यांत या दोघींची मस्ती पाहतो आहे मी. बाप रे बाप! मला जर एक मुलगीसुद्धा असती ना, तर मी फार वाट लावून ठेवली असती सगळ्याची.

त्यानंतर त्या मुली आमच्या घरी मांजरींना भेटायला आल्या. माझी आई जरा धास्तावली होती. माझे वडील तर अजूनच धास्तावलेले दिसत होते. त्या दोन्ही मुलींनी मास्क घातले होते. त्यांच्या हातात ग्लोव्हज् होते. त्यांच्याबरोबर आलेली त्यांना सांभाळणारी दिदीसुद्धा सगळा जामानिमा करून आली होती. ठरलेल्या सगळ्या गोष्टी त्या तिघी पाळत होत्या. घरात येताच त्या तिघींनी हात सॅनिटाईझ केले. त्यानंतर आमच्यापासून सहा फुटांचं अंतर बाळगूनच त्या वावरत होत्या. इतकी सगळी काळजी घेतलेली असूनही माझ्या आईने मला बाजूच्या खोलीत बोलावून हळूच कानांत सांगितलं, 'हे बघ, या मुली वाहक असू शकतात बरं! लक्षात ठेव की, तुझे बाबा आणि मी कमकुवत आहोत. आम्हाला इन्फेक्शन होऊन आम्ही मरावं अशी तुझी इच्छा आहे का?'

तिच्या तोंडून हे वाक्य ऐकून मला जरा नवलच वाटलं. असं बोलणं हा तिचा स्वभाव नव्हता. शिवाय, कधी नव्हे ती वेगळी सोबत मिळाल्यामुळे माझं पोरगं जरा उत्तेजितही झाल्यासारखे वाटत होते. मुलांच्या दिदी स्वैपाकघरात एकमेकींशी गप्पा मारण्यात रमल्या होत्या. पण माझे म्हातारा– म्हातारी धास्तावलेले पाहून मी मुलांना खेळायला पोर्चमध्ये पाठवून दिलं. कदाचित, तीच मोठी चूक झाली असावी. घडलेल्या घटनेचं सिंहावलोकन मी जेव्हा आज करतो तेव्हा मला तसं वाटतं.

मग खालच्या अरुंद रस्त्यावर आम्ही बॅट-बॉल खेळू लागलो. तिन्ही मुलं आणि मी. आमच्या गाड्या सहसा ज्या गॅरेजेसमधून लावल्या जात त्याच्या समोरच हा रस्ता होता. सिक्युरिटी गार्ड्ससुद्धा बाजूलाच प्लॅस्टिक खुर्च्यांवर बसून निवांत झाले होते. चौकडीचे रुमाल त्यांनी तोंडावर बांधले होते. अचानक एक मोटरसायकलस्वार माझ्या नजरेस पडला. तो वळणावर होता. आमच्याच सोसायटीतला कुणी रहिवासी अत्यावश्यक वस्तू आणायला बाहेर पडला असावा. खालच्या खडबडीत रस्त्यावर तेलाचं छोटंसं थारोळं साचलं आहे हे कुणाच्याही लक्षात आलं नाही. गेल्या तीन महिन्यांत पहिल्यांदाच गॅरेजमधून बाहेर पडलेल्या गाडीपायी साठलं असावं ते. खरं सांगायचं तर, नेमकं काय आणि कसं घडलं ते मला सांगता येणार नाही. जे झालं ते अगदी झटक्यात. तो मोटरसायकलस्वार घसरला. त्याची मोटरसायकल घसरली. तिन्ही मुलं जिथे खेळत होती त्याच दिशेने नेमकी ती येऊ लागली.

मी अगदी तत्परतेने हालचाली केल्या. देवाचे आभारच मानायला हवेत त्यासाठी! ती तीन मुलं आणि आमच्या दिशेने घसरत येणारी ती मोटरसायकल यामध्ये मी स्वतःला झोकून दिलं. तोवर मोटरसायकलस्वार गडगडत गेला होता. त्याचं हेल्मेटसुद्धा डोक्यावरून निसटल्याचं मला दिसलं होतं. त्यानंतर मला एवढंच जाणवलं की, ती मोटरसायकल माझ्या डाव्या पायावर आदळली. उजव्या हाताने मी तिन्ही मुलांना बाजूला ढकललं. होती नव्हती ती सगळी शक्ती मी त्यासाठी एकवटली. ते तिघं एकत्रित किंचाळू लागले. त्यांना सांभाळणाऱ्या दिदी स्वैपाकघरातून बाहेर आल्या. त्यांच्या तोंडात तोबरे भरलेले दिसत होते. माझ्या आईने शक्य तितक्या मोठ्या आवाजात मदतीसाठी धावा केला. तिची फुप्फुसांची अवस्था आणि एकूणच तब्येत लक्षात घेता तिच्यावर हा फारच मोठा ताण पडला होता. माझे म्हातारे वडील धडपडत आरामखुर्चीवरून उठले. आपल्याला संधिवाताचा त्रास होत आहे याचंदेखील त्यांना विस्मरण झालं. सिक्युरिटी गार्ड्सला हाका मारायचा सपाटा त्यांनी लावला. माझ्या पायावर पडलेल्या रॉयल एन्फिल्डखालून मला बाहेर काढण्याची सूचना माझे वडील देऊ लागले. गाडीचं इंजिन अजूनही सुरू होतं. आम्ही सगळे ठीक आहोत की नाही, हे पाहण्यासाठी तो मोटरसायकलस्वार कसाबसा उठून लंगडत आमच्या दिशेने येऊ लागला. माझं गोंडस पोर टाळ्या वाजवत उड्या मारत होतं. त्या दोघी बछड्यासुद्धा त्याला साथ देत होत्या.

नेमक्या त्या क्षणी मिस ला डी डा तिच्या घरातून धावत बाहेर आली. जीवतोड योगाभ्यासाचा वर्ग आटोपल्यानंतर तिच्या त्या क्रॅप टॉपमधून तिचे पिळदार स्नायू देखणेपणाने डोकावत होते. गडबडीत ती मास्क लावायला विसरली होती. तिचे ओठ फारच रसाळ होते. पहिल्यांदाच पाहत होतो मी. त्याही अवस्थेत, माझी हाडं जागेवर आहेत की नाही याची जाणीव नसताना, मी तिला सांगू इच्छित होतो की, ती मलायकापेक्षा हॉट दिसते. माझ्या मते, मी बहुतेक श्वास रोखून धरला असावा. नेमकं मी काय केलं असेल ते नाही सांगता येत, पण मी नक्कीच एखाद्या मूर्खासारखी प्रतिक्रिया दिली असणार. मिस ला डी डाने श्वास काही रोखला नाही. ती हसलीसुद्धा नाही. फक्त क्षणभर तिच्या डोळ्यांत मार्दव उमटलं. ती मुलींकडे धावत गेली नाही, हे माझ्या लक्षात आलं. ती तिथेच उभी राहिली. मी हसून म्हणालो, 'हाय!' तिने उत्तर दिलं, 'हाय!' उद्यापासून घरी अभ्यास करून घेण्यात मजा येणार आहे हे माझ्या लक्षात आलं होतं.

एका शोधाचा शेवट

मी माझ्या बायकोला म्हटलं, 'ठीक आहे... मग काय झालं? मला तू आहेस आणि तुला मी आहे. आपल्या या छोट्याशा जगात मी खूप आनंदात आहे. तूसुद्धा आनंदी राहायला शिकशील. सगळं आहे आपल्याकडे. कमतरता कशाची आहे?' हा शेवटचा प्रश्न मी विचारायला नको होता. कारण त्याचं उत्तर मला आधीच माहीत होतं. मी जीभ चावायला हवी होती खरी; पण त्याआधीच माझ्या तोंडून तो शेवटचा प्रश्न बाहेर पडला होता. झालं! त्या क्षणी सुष्मिताचे डोळे भरून आले. माझीही गत तीच झाली. माझ्या बायकोला रडू आलं की, मलाही नेहमी रडू येतं. आमचं नेहमीच असं होतं. साधारणतः, साडेसहा वर्षांपूर्वी ५ सप्टेंबर रोजी आम्ही भेटलो त्या दिवसापासून आमचं हे असंच आहे. मला अगदी सगळं काही आठवतं. माझी स्मरणशक्ती फार उत्तम आहे. तिची तर त्याहून उत्तम आहे.

आम्ही दोघं बँकेत काम करतो. 'आम्ही बँकर्स आहोत' हे वाक्य मी स्वतः कधीच उच्चारत नाही कारण ते चूक आहे. त्याने दिशाभूल होते. त्यावेळेस ओबेरॉय हॉटेलमध्ये टिपिकल नेटवर्किंग डिनरसाठी आम्ही जमलो होतो. अशा कार्यक्रमात सगळेच सगळ्यांना ओळखत असतात आणि त्यामुळे सगळ्यांना कंटाळाही येऊ लागतो. एका भपकेदार फॉरेन बँकेत ती नोकरीला होती. माझे वडील ज्या मूळच्या इंडियन बँकेतून निवृत्त झाले होते, त्याच बँकेत मी नोकरी करत होतो. कित्येक फॉरेन बँकांनी मला नोकरी देऊ केली होती. रोमिओगत जगणाऱ्या अतुल नावाच्या माझ्या

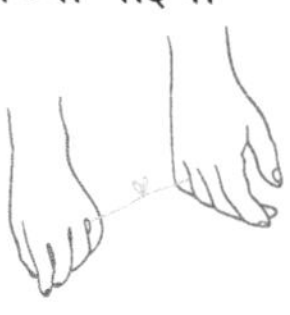

मित्राने तिची आणि माझी ओळख करून दिली होती. भेटल्याक्षणी आम्ही दोघं एकमेकांना आवडलो होतो. त्यावेळेस अतुलला पण तिच्यावर लाईन मारायची होती, अशी शंका मला होती. पण कदाचित माझं चुकलं असेल.

मी स्वतःशी म्हटलं होतं, 'छान. स्मार्ट आहे मुलगी. उगाच फ्लर्टिंग वगैरे करणारी नाही. साडीचा पदर मुद्दाम खांद्यावरून घसरू देत, आलेल्या सिनिअर्सशी डोळ्यांत डोळे घालून बोलणाऱ्यातली वाटत नाही ती.' प्रभावशाली व्यक्तींना भेटायचं, त्यांच्या पुढे पुढे करायचं आणि आपल्या करियरचं घोडं पुढे दामटवायचं असा प्रकार करणाऱ्यातली ती वाटली नाही. तसंच, पुरुषसुद्धा उगाच तिच्या मागेपुढे झुलत नव्हते हेही माझ्या लक्षात आलं. तिनेही गाड्याबाबतीत काही गोष्टी टिपल्या असाव्यात. म्हणूनच, जेवायला बसताना ती आमच्या टेबलशी आली. थोडेफार लोक होतो आम्ही. तिने गप्पा मारायला सुरुवात केली. पुढच्या आठवड्यात असणाऱ्या 'बँकर ऑफ द इयर' या कार्यक्रमाला मी येणार आहे का असं तिने विचारलं. ती उत्तेजित होऊन म्हणाली, 'हा कार्यक्रम कव्हर करायला एफएम रेडिओ येणार आहे असं मी ऐकलं आहे.'

खरं तर, मला त्या कार्यक्रमाचं आमंत्रणही नव्हतं पण तरीही मी म्हणालो, 'अगदी नक्की जाणार आहे.' अतुलच्या माध्यमातून मी कसंतरी स्वतःसाठी आमंत्रण पदरात पाडून घेतलं. पाहता पाहता तिची आणि माझी मैत्री लोकांच्या नजरेत येऊ लागली. आम्ही डेटिंगला जावं असं आमच्या मित्रमैत्रिणींनी सुचवलं. काय हरकत होती? त्यानंतर काही वेळा आम्ही बाहेर गेलो. कधी इकडे, तर कधी तिकडे. कधी कॉफी, तर कधी टॉफी. कधी सिनेमा-पॉपकॉर्न, तर कधी दुसरं काही. मी जेव्हा माझ्या आईवडिलांशी बोलल्यानंतर तिला मागणी घातली, तेव्हा माझ्याबद्दलची सगळी माहिती मी उघड केली. त्यानंतर तिचा पगार, पत्ता, शिक्षण, कौटुंबिक पार्श्वभूमी, सामाजिक स्तर याबद्दल माझ्या आईवडिलांनी जाणून घेतलं. आम्हा दोघांच्याही आईवडिलांना सगळं काही समाधानकारक वाटलं. मी तिच्या आईवडिलांना 'सी लाऊंज' या हॉटेलमध्ये भेटलो. तिथे आम्ही भेळ आणि सॅन्डविचेस खाल्ले. तिथेच आमच्या गप्पागोष्टी झाल्या. त्यानंतर अवघ्या दोन महिन्यांत धुमधडाक्यात आम्हा दोघांचं लग्न झालं. ओबेरॉयच्या रिगल रूममध्ये. बँकेतल्या अनेक वरिष्ठ अधिकाऱ्यांनी हजेरी लावली होती. आम्हाला खूप छान गिफ्ट्स मिळाल्या होत्या. आम्हीदेखील

खर्चात जराही कसूर ठेवली नव्हती. बारची व्यवस्था चोख होती. जेवायला नानाविध पदार्थांची रेलचेल होती. सगळीकडे फुलांच्या सुंदर रचना केलेल्या होत्या. त्यानंतर मात्र आम्ही झपाट्याने पुन्हा कामाला लागलो. ती तिच्या बँकेत आणि मी माझ्या!

आम्हा दोघांनाही आपापलं काम फार आवडत होतं. आम्हा दोघांचे मित्रमैत्रिणीदेखील बँकेतलीच मंडळी होती. कित्येकदा आम्ही एकत्र प्रवासाला जात असू. कधी छोट्या ट्रीप तर कधी मोठ्या ट्रीप. मला आणि माझ्या बायकोला गेम पार्क आणि जंगली सफारी फार आवडत. पाहता पाहता मी उत्तम फोटोग्राफी करू लागलो. चांगल्या गॅलरीजमधून मी काढलेल्या फोटोज्‌ची काही प्रदर्शनंसुद्धा आम्ही भरवली. वाईल्ड लाईफच्या चाहत्यांमध्ये माझी वेबसाईट गाजू लागली. पुढची ट्रीप दक्षिण आफ्रिकेत काढायची असं मनाशी योजून आम्ही त्याप्रमाणे बुकिंगसुद्धा केलं. अशातच लॉकडाऊन जाहीर झाला.

माझ्या मते, सुष्मिताला त्यापायी सुटकेची भावना जाणवली होती. तसंही सुरुवातीपासून या ट्रिपला जाण्याची तिची तयारी नव्हती. ती मला म्हणाली होती, 'हे बघ, उगाच आपले सिंहाचे आणि जिराफांचे फोटो घेण्याऐवजी आपण दोघांनी एकमेकांना अधिक वेळ द्यायला हवा असं मला वाटत आहे.' हे असं बोलणं तिच्या स्वभावाच्या अगदी विरुद्ध होतं. मी तिला विचारलंही होतं, 'रद्द करायची का ही ट्रिप?' तिने माझ्या प्रश्नाला नकार द्यावा असं मला मनोमन वाटत होतं. त्या क्षणी तरी सुष्मिता काही बोलली नव्हती. मग तिने विषय बदलला होता. तिच्या मनाला नेमकं काय खात आहे याची जाणीव मला होती, पण मला ते बोलून दाखवायचं नव्हतं. मला तिला काही विचारण्याचीही काही गरज नव्हती. आम्हा दोघांना अजून मूलबाळ झालं नव्हतं हीच काय ती आमची मुख्य समस्या होती. तिच्या अश्रूंमागचं कारणही तेच होतं आणि अर्थात, माझ्याही अश्रूंमागचं.

मूल व्हावं म्हणून आम्ही सगळे उपाय करून पाहिले होते. ज्योतिषाकडे जा, उपासतापास कर, बीजधारणा करण्यासाठी चिनी आणि जपानी तंत्रांचा वापर करून बघ. आणि हो, फर्टिलिटी क्लिनिकला भेटीसुद्धा दिल्या होत्या आम्ही. आम्हा दोघांच्याही सगळ्या चाचण्या अगदी योग्य अशा होत्या. तरीसुद्धा आम्हाला मूल काही होत नव्हतं. महिनोन्‌महिने असे वांझोटे

चालले होते. सतत आम्ही एकाच ताणातून जात होतो. आमच्या मागेपुढे लग्न झालेल्या जवळपास प्रत्येक जोडप्याला एव्हाना मूल झालं होतं. अगदी फटाफट. आधी माझ्या धाकट्या बहिणीला मुलगा झाला. मग सुष्मिताच्या मोठ्या बहिणीलासुद्धा मुलगाच झाला (खरं तर तिचं लग्न आमच्यानंतर झालं होतं). त्यानंतर तर माझ्यापेक्षा सुष्मिताला जास्त वाईट वाटू लागलं.

प्रत्येक वेळेस कुणी वेगळे लोक भेटले की, ते आम्हाला विचारत, 'मग मुलंबाळं किती आहेत तुम्हाला?' हा प्रश्न ऐकताच माझ्याकडे वळून ती कठोरपणे उत्तर देई, 'तूर्तास तरी आमचं सगळं लक्ष करियरवर आहे. तशी घाई कुठे आहे?' लग्न झाल्यानंतर पहिली पाच वर्षं हे वाक्य अगदी उत्तम प्रकारे सबब म्हणून खपून गेलं. आमचे आईवडील आणि नातेवाईकसुद्धा त्याच गोड गैरसमजात होते. मान डोलावून ते म्हणत, 'आजकालची तरुण जोडपी वेगळ्या विश्वात वावरतात. त्यांचं आयुष्य फार व्यग्र असतं. काम, काम, काम! मुलाबाळांसाठी वेळ कुठे आहे त्यांच्याकडे. पण थांबा, लवकरच गोड बातमी देतील ती दोघं.' त्यांच्या म्हणण्यात सत्याचा अंशही नव्हता. तसं पाहिलं तर, लग्न झाल्यानंतर दुसऱ्याच वर्षी मी आणि सुष्मिता बाळासाठी आतुर झालो होतो. लग्नानंतरचं पहिलं वर्ष आम्ही एकमेकांच्या सोबतीत खूप आनंदात घालवलं होतं. आमचा हनिमून तर वर्षभर दीर्घकाळ लांबला होता (आमच्या प्रत्यक्षातल्या हनिमूनबद्दल तर काय बोलावं? रणथंबोरचं ठिकाण निवडलं होतं आम्ही. खर्चिक होतं ते सगळं पण आमच्यासाठी फार स्वर्गीय अनुभव होता तो. तिथल्या चार दिवसांत आम्हाला वाघ दिसले होते!). त्यानंतरचं आमचं आयुष्य ठरल्यागत सुरू होतं. पार्टीज्‌ना हजेरी लावायची. समाजात मिसळायचं. प्रवास करायचा. आमच्या दोघांच्याही आईवडिलांना यांपैकी कुठलाच आनंद उपभोगता आला नव्हता. पण सुष्मिताचा आणि माझा पगार एकत्रित केल्यावर आम्ही खुशाल वाटेल तो खर्च करत असू. खर्चाचा जराही ताण आम्हाला येत नसे.

आम्हा दोघांचं अगदी पहिल्यापासून बरोबर जमलं होतं. आम्ही दोघंही काळजीपूर्वक खर्च करत असू. पण तरीसुद्धा आम्हा दोघांमध्ये मी थोडा अधिक भावनाप्रधान आणि संवेदनशील होतो. म्हणूनच, सुष्मिता मला 'सॉफ्टी' अशी हाक मारत असे. आमच्या लग्नाच्या दिवशी पाठवणीच्या वेळेस तिच्यापेक्षा मी जास्त रडलो होतो. म्हणून लग्नाच्या पहिल्याच रात्री तिने मला हे नाव दिलं होतं. मी तिला 'सुशी' या नावाने हाक मारत

असे. जपानी पदार्थ आणि त्यातही विशेष करून आम्हा दोघांचा हा पदार्थ आवडीचा होता म्हणून मी हे नाव तिच्यासाठी निवडलं होतं.

आमच्या लग्नाला पाच वर्षं पूर्ण होऊन गेली होती. आम्ही दोघंही वर्क फ्रॉम होमचा (डब्ल्यूएफएच)आंतरराष्ट्रीय प्रोटोकॉल पाळत होतो. फार कठीण नव्हतं ते. आम्ही दोघंही अगदी शिस्तीचे होतो. आमचं कामही अगदी पद्धतशीर चालत असे. पण दिवसातला जवळपास सगळाच काळ एकमेकांबरोबर होतो त्यामुळे आम्ही प्रत्येक गोष्ट एकत्र करत होतो. कपडे धुवायला एकत्र, इस्त्री करायला एकत्र, स्वैपाक करायला एकत्र, घराची स्वच्छता करायला एकत्र. या अशा सगळ्या वेळेस आम्हाला 'त्या' गोष्टीची म्हणजेच आमच्या स्वतःच्या बाळाची कमतरता जाणवे. तसा तो विषय आम्ही कधीच काढत नव्हतो. त्यात काही अर्थ नाही असं सुशीचं म्हणणं होतं. आमच्या बाजूने आम्ही अगदी पूर्ण प्रयत्न केला होता आजवर. इथेच नाही तर बाहेरच्या देशात जाऊनसुद्धा प्रयत्न केला होता. आमच्या सगळ्या चाचण्या फर्टिलिटी एक्स्पर्टकडे करण्यात आल्या होत्या. आम्ही आमचा आहार बदलून पाहिला होता. अल्कली गुणधर्माचं अन्न आम्ही जास्त खाऊ लागलो होतो. प्रत्येक महिन्याच्या फर्टिलिटी सायकलचं आम्ही नीट निरीक्षण करत असू. अजून आम्ही काय करू शकणार होतो? एकदा तर, 'दुपारी अडीच ते तीनच्या दरम्यान बेबी होण्याचा प्रयत्न करण्याच्या दृष्टीने अतिशय योग्य वेळ आहे' असा सुशीचा फोन येताच मी ऑफिसमधली मीटिंग अर्धी सोडून तडक घरी पोहोचलो होतो. मला किती ताण आला असेल याचा विचार करून पाहा जरा. आम्ही दोघं एकमेकांशी अगदी मोकळेपणाने बोलत असू. अशा परिस्थितीत यांत्रिकदृष्ट्या हे सगळं करणं आम्हाला शक्य तरी होतं का? विशेषतः, ऑफिसमधल्या बॅलन्सशीट माझ्या डोळ्यांसमोर नाचत असताना मला हे सगळं करणं शक्यच नव्हतं. सुशी अगदी समजूतदार होती. तसंही हा एकत्रित प्रकल्पच होता. आम्ही मुद्दाम पॉर्न सिनेमे पाहत असू. काही तरी घडेल याची वाट पाहत असू. कधी कधी मला ताठरता येई. कधी कधी मुळीच ताठरता येत नसे. अशा वेळेस सुशीने माझ्यावर कधीही कुठला ठपका ठेवला नाही. पण मला मात्र तिच्या डोळ्यांत नैराश्य दिसून येत असे. पुढचे कितीतरी दिवस तिच्या नजरेत दुःख दाटून आलेलं मला जाणवे. जेवतानाही आम्ही अगदी गप्पगप्प असू. आमच्या बाळाव्यतिरिक्त तिच्या मनात दुसरा कुठलाच विचार नाही हे मला लक्षात येई.

अगदी मोकळेपणाने सांगायचं तर, वर्क फ्रॉम होमचा दिनक्रम मला अगदी सहज स्वीकारता आला. आम्ही दोघांनी कामाची एक छान पद्धत ठरवली होती. आमच्या एकमेकांकडून काहीही तक्रारी नव्हत्या. आम्हा दोघांनाही आपापल्या स्वतंत्र जागा होत्या. तिला लिव्हिंग रूममध्ये बसायला आवडे. मला आमच्या घराची बाल्कनी फार आवडे. तिथून रेसकोर्सचं सुंदर दृश्य दिसत राही. संध्याकाळी आम्ही दोघं अगदी आरामात गप्पा मारत बसत असू. लॉकडाऊनच्या आधी असा वेळ आम्हाला कधीच मिळाला नव्हता. पलंगावर पडून 'द क्राऊन' किंवा 'डाऊनटन ॲबी' असे इंग्लिश सिनेमे; तर कधी जुने बंगली किंवा हिंदी सिनेमे पुन्हा पाहत असू. बिमल रॉय आम्हा दोघांचाही आवडता होता. त्यामुळे पिक्चरची आवडसुद्धा साधारण समान होती. आम्हा दोघांमध्ये फार क्वचितच वाद होत असे. बहुतेक प्रत्येक मुद्द्यावर आमचे विचार अगदी समान होते. त्याला अपवाद एकच, आपले पंतप्रधान. अर्थात, त्यांच्या डिमॉनिटायझेशन पॉलिसीमुळे मला फार वैताग आला होता. पण माझ्यापेक्षा दुप्पट वैताग सुशीला आला होता. त्या मुद्द्यावर चर्चा करायची नाही, असं आम्ही ठरवलं होतं. उगाच नरेंद्र मोदींवरून आमच्यात भांडणं कशाला? चर्चा करण्यासाठी इतर कितीतरी उत्तम विषय होते आमच्यासमोर.

आजकाल आम्हाला एकमेकांबरोबर घालवायला जो मौल्यवान वेळ मिळाला आहे ना त्याची आम्हाला फार कदर वाटते. अशी वेळ आयुष्यात पुन्हा कधी येणारसुद्धा नाही याची जाणीव आम्हाला आहे. वेगवेगळी, रंजक, मोटिव्हेशनल भाषणं ऐकणं आणि नवीन कौशल्य शिकण्यासाठी ऑनलाईन क्लासेस करणं हा आमचा आवडीचा छंद होता. आम्ही बासरी वाजवायला शिकत होतो, उत्तम सुशी घडवायला शिकत होतो. पर्सनल ट्रेनर न घेता योग्य पद्धतीने व्यायाम करायला शिकत होतो, उत्तम प्रकारच्या वाईनचं कौतुक कसं करायचं हे आम्ही शिकत होतो. इतकंच नाही तर, ऑनलाईन बॉलरूम डान्सिंग ग्रुपमध्ये आम्ही नाव नोंदवलं होतं. आम्हाला फॉक्स ट्रॉट शिकायचं होतं. सुदैवाने, आमच्या कुटुंबामध्ये सगळे धडधाकट होते. कोविडची भीती कोणालाही नव्हती. आमच्या सोसायटीने तर खूप अधिक काळजी घेतली होती. आमच्या स्वतःच्या भविष्याबद्दल आम्हाला अजिबात चिंता नव्हती. आमच्या गरजा भागण्याइतकं पुरेसं आमचं आमच्याकडे होतं. आमचं हे राहतं घर आमचंच होतं. आमच्या गाड्यांवर

कर्जाचा कुठलाही हप्ता नव्हता. ज्याच्यासाठी भविष्याची आखणी करायची असं बाळसुद्धा आम्हाला नव्हतं.

मी खूप वेळा सुशीला विनोदाने विचारत असे, 'जे काही नाही त्याचा ताण घेतेसच कशाला? आपल्या मित्रमैत्रिणींना बघ जरा. किती ताण आहे त्यांना सगळ्या गोष्टींचा. आता तर त्यांची मुलं सारा वेळ घरातच असतात. काय तुफान मस्ती करतात रे देवा! अगदी काही म्हणून ऐकत नाहीत ते आईबापाचं. आपल्याला अजून मुलं नाहीत म्हणून देवाचे आभारच मान.' मी असं काही बोललो की, सुशी ताबडतोब विषय बदलत असे. त्यानंतर ती सरळ पुस्तक हातात घेऊन बसे. अशा वेळेस तिचं वाचनाकडे मुळीच लक्ष नसे हे मला एव्हाना ठाऊक झालं होतं.

असाच खूप विचार केल्यानंतर एका दुपारी धीर एकवटून मी सुशीला एक महत्त्वाचा प्रश्न विचारला. गाझपॅचो नावाचं थंड सूप तिने नुकतंच तिच्या आवडत्या 'इझी-टू-मेक-रेसीपीज' या साईटवर पाहून केलं होतं. ते स्पॅनिश सूप असून खास उन्हाळ्यात स्पॅनिश लोक ते करतात अशी माहिती तिने मला दिली. त्याच्या पुढचं वाक्य उच्चारण्यापूर्वी मी बराच विचार केला. त्यानंतर मी म्हटलं, 'मला एक विचारायचं आहे. आपण थोडा वेगळा विचार करायचा का? आपण जर एखादं... म्हणजे असं बघ... मला वाटत होतं... एखादं बाळ दत्तक घ्यायला काय हरकत आहे. त्याबद्दल मी बराच शोध घेतला आहे. आणि हे बघ तुला काही लगेचच्या लगेच उत्तर द्यायची गरज नाही. पण त्याबरोबर...' हे बोलत असताना तिच्या नजरेला नजर देण्याची भीती वाटली असती मला. तिला जर रडू आलं असतं, तर मीसुद्धा रडायला सुरुवात केली असती हे मी ओळखून होतो. माझ्या बोलण्यानंतर फक्त शांतता पसरली. मी समोरच्या सूप बाऊलकडे रोखून पाहत होतो. त्यापूर्वी कधीच मी थंडगार सूप चाखलं नव्हतं. काहीही असलं तरी मला सुशीच्या भावना दुखवायच्या नव्हत्या. समजा, मला सूप आवडलं नसतं तर काय झालं असतं? ते तयार करण्यासाठी तिने किती कष्ट घेतले होते. फ्रिजमध्ये ठेवून तिने ते थंडगार केलं होतं. खरं सांगतो! मी फार नर्व्हस झालो होतो. खूप नर्व्हस झालो होतो. माझ्या तोंडून प्रश्न बाहेर पडला होता. कोणत्याही परिस्थितीत मी आता उच्चारलेले शब्द परत घेऊ शकणार नव्हतो. मी तसाच थांबून राहिलो. बहुतेक मी श्वासही रोखून धरला असावा.

सुशीचा हात माझ्या खांद्यावर मला जाणवला, तेव्हाही मी सूपच्या बाऊलकडे रोखून पाहत होतो. टेबलच्या पलीकडून येत ती माझ्या मागे उभी राहिली. ती रडत असणार याची मला अगदी खात्री होती. तिचे अश्रू मला दिसले तर मीही रडेन म्हणून ती स्वतःचे अश्रू लपवत असावी. तिचं सांत्वन करायला मी तिच्याकडे वळलो. चाचरत मी बोलू लागलो, 'मला क्षमा कर... मी फक्त सुचवलं... हे बघ, आता कृपा करून रागवू नकोस ग!'

त्यानंतर मी पुढे काही बोलण्याआधीच सुशीच्या तोंडून ठाम उद्गार बाहेर पडले, 'हे बघ, मी आपल्या मुलीचं नाव ठरवलं आहे. आपण तिला 'अन्वेशा' अशी हाक मारणार आहोत. त्याचा अर्थ, 'शोध'. एकदा का ती आपल्या आयुष्यात आली की, आपला रागळा शोध संपणार आहे.' तिचं एवढं बोलून होताच आम्ही दोघंही रडू लागलो. आता ते आनंदाश्रू होते. त्यानंतर सुशीने केलेल्या थंड सूपचा आम्ही आस्वाद घेतला.

एका सूक्ष्म विषाणूला खुलं पत्र

प्रिय करोना काका,

मी एक दहा वर्षांची मुलगी आहे. तू कायमचं इथून निघून जा इतकंच मला तुला सांगायचं आहे. हे बघ, तू फार म्हणजे फारच क्रूरपणे वागला आहेस. आमचं हे सुंदर जग तू आता सोडून जायची वेळ आली आहे. गेले कित्येक महिने आम्हा सगळ्यांना किती सोसावं लागलं आहे. टेलीव्हिजनवरच्या बातम्या पाहत असते मी! किती तरी निष्पाप लोक रोजच्या रोज मरत आहेत. माझे मम्मी-पप्पा प्रत्येक गोष्टीचा कसा सामना करत आहेत हेही मला दिसत आहे. माझ्या आजूबाजूच्या सगळ्या लोकांना तुझ्यामुळे फार त्रास सहन करावा लागत आहे हेही माझ्या नजरेतून सुटलेलं नाही. हे बघ, सुरुवातीला तर आम्हाला वाटलं होतं की, तू खरा नाहीसच. तू काही भारतात येऊन पोहोचणार नाहीस असं सगळे म्हणत होते, त्यावर सुरुवातीला आमचाही विश्वास बसला होता.

मी माझ्या पप्पांना विचारलं होतं, 'मला एक सांगा, आपल्या डोक्यावरून उडत जात हा करोना काका दूर कुठेतरी जाऊन पडू शकतो का?' त्यावर माझ्या पप्पांनी पटकन् उत्तर दिलं नव्हतं. त्यांच्या चेहऱ्यावरची काळजी लपली नव्हती. आधी माझ्या मम्माशी, त्यानंतर आजीशी आणि आजोबांशी ते गंभीरपणे बोलू लागले होते. त्या करोनाचा फोटो मला दाखवा, असा हट्ट मी त्यांच्याजवळ धरला होता. काय आहे ना त्या महाभयानक राक्षसाला म्हणजेच तुला स्वतःच्या डोळ्यांनी पाहायचं होतं

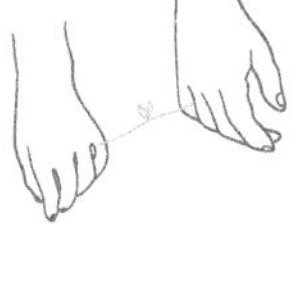

मला. माझ्या पप्पांनी त्यांच्या फोनवर काहीतरी दाखवलं खरं मला. मला तरी ते पार्टीमध्ये केलेल्या सजावटीसारखं वाटलं.

मी म्हटलं माझ्या पप्पांना, 'हा करोना व्हायरस तर एखाद्या छोट्या गुबगुबीत चेंडूसारखा दिसतो आहे! किती गोड आहे हा!' त्यावर त्यांनी मला समजावून सांगितलं होतं की, तू काही तसा गोडबिड नाहीस. तू सगळीकडे जाऊन पोहोचला आहेस. आमच्या शरीरांमध्ये तू शिरला आहेस, आमच्या फुप्फुसांमध्ये जाऊन तू आम्हाला मारू लागला आहेस. करोना काका, तू खुनी आहेस बरं. मला तुझा तिरस्कार वाटतो! हे सगळं जग आहे ना ते तुझं तिरस्कार करत आहे. हे बघ, मुकाट्याने दिवाळी आणि ख्रिसमसच्याआधी तोंड काळं कर इथून. ते आमचे मजा करण्याचे दिवस असतात. एकमेकांना भेटायचं, भेटवस्तू द्यायच्या, फटाके उडवायचे, छान छान पदार्थ खायचे, चमचमणारे दिवे आणि रंगीबेरंगी पताका लावून ख्रिसमसचं झाड सजवायचं, धमाल करायची हे सगळं आम्हाला करायचं आहे. गेल्या तीन महिन्यांत आम्ही मुलं कुठल्याही बर्थ–डे पार्टीला जाऊ शकलो नाही. आम्हाला कसं वाटत असेल याचा विचार केलास का? बाकीच्यांचं जाऊ दे, माझा स्वतःचा वाढदिवस या घरात आम्हाला साजरा करावा लागला. माझे कुणी मित्रमैत्रिणी माझ्या वाढदिवसाला येऊ शकले नाहीत. पप्पांनी स्वतःच माझ्यासाठी एक केक बेक केला होता. माझ्या खोलीत छान सजावट करून आनंदी वातावरण निर्माण करण्याचा प्रयत्न त्यांनी केला होता. माझ्या शाळेच्या प्रोजेक्टमधून उरलेले रंगीत कागद आणि पताका त्यांनी माझ्या खोलीत चिकटवल्या होत्या. हे पाहा, माझा तो दिवस आनंदात जावा म्हणून त्या सर्वांनी आटोकाट जरी प्रयत्न केले हे जरी खरं असलं, तरी मला खूप रडू आलं होतं. बर्थडेला नवीन ड्रेस नाही. कुठली पार्टी नाही. मी केक कापत असताना माझ्याभोवती मित्रमैत्रिणींचा गराडा नाही. 'हॅपी बर्थडे टू यू' हे गाणं म्हणायला कोणी नाही. काय ही परिस्थिती? त्या केकवर जेमतेम एक छोटीशी मेणबत्ती लावलेली होती. ती पाहून मला तर फार म्हणजे फार म्हणजे फारच वाईट वाटलं होतं. यंदाच्या माझ्या वाढदिवसाला केकवरती सुंदरशा दहा मेणबत्त्या लावल्या गेल्या असत्या. मित्रमैत्रिणींबरोबर मी खूप मजा केली असती. या पार्टीला काही अर्थ आहे का? फक्त आम्ही तिघं आणि सेल्फी. शी! माझ्या शाळेतल्या मित्रमैत्रिणींना मी झूम कॉल लावला होता खरा. पण त्याचाही चांगलाच पचका झाला.

मग तर माझं रडू थांबेचना. मी माझ्या आईवडिलांची एकुलती एक मुलगी आहे. त्यामुळे तसंच तर मला खूप एकटं वाटत असतं. मम्मी-पप्पा सतत कामात असतात. आता तर ते घरात असून सारखे कॉम्प्युटरवर काम करत असतात. रात्री उशिरापर्यंत ऑफिसमधल्या लोकांशी त्यांचं फोनवर बोलणं सुरू असतं. ती दोघं अशी दिवसभर कामात गर्क असताना मी नेमकं काय करणं अपेक्षित आहे?

सुदैवाने, गेल्या काही दिवसांत दोघांचा मूड बरा आहे हे बरं. मम्मी म्हणते की, तिचा व्यवसाय हळूहळू ठीक सुरू झाला आहे. आजकाल पप्पासुद्धा हसू लागले आहेत. आधीपेक्षा त्यांचं कॉफी पिणंसुद्धा कमी झालं आहे. डायनिंग टेबलशी आल्यावर ते छान गप्पा मारतात. त्यांना असं बघितल्यावर मलाही आनंद होतो. त्यांच्या गप्पांत ते आवर्जून मला ओढतात. पूर्वी ते असं करत नसत. आमच्या घरातल्या झाडांना मी पाणी घालायला सुरुवात केली आहे. इथून पुढे मीच त्यांच्याकडे लक्ष देईन असं मी मम्मीला सांगितलं आहे. माझं टेबल मी स्वच्छ आवरून ठेवू लागले आहे. माझी वह्या-पुस्तकं आणि खेळणी मी जागच्या जागी ठेवू लागले आहे. त्यासाठी मी मम्मी-पप्पांना मुळीच त्रास देत नाही. हं, ते होमस्कुलिंग काही मला आवडत नाही बघ. माझ्या ममी-पप्पांना पण ते आवडत नसेल याबद्दल माझी खात्री आहे. पण करता काय? दुसरा काहीच मार्ग नाही. बिचारे माझे शिक्षक! मला खूप वाईट वाटतं त्यांच्यासाठी. आम्ही त्यांचं शिकवणं ऐकून घ्यावं आणि होमवर्क वेळच्या वेळेस करावा म्हणून आमचे शिक्षक किती आटापिटा करत आहेत आजकाल. कधी एकदा शाळेत जाते आणि मित्रमैत्रिणींशी खेळते असं झालं आहे मला. हे पाहा, मन लावून अभ्यास करण्याचा मला मुळीच कंटाळा येत नाही. फक्त एवढंच की, माझे मित्रमैत्रिणी सोबत हवेत. होमवर्क वेळेवर केला नाही म्हणून अधूनमधून शिक्षा झालेलीसुद्धा मला चालते. पण त्याहीसाठी माझ्याबरोबर माझे मित्रमैत्रिणी हवेत ना! आम्ही सगळे मिळून इकडे तिकडे धावाधाव करतो, हसतो, खेळतो. करोना काका सांग ना रे, आमच्या शाळा कधी सुरू होतील?

आणि हे बघ, एकदा का तू या जगातून निघून गेलास ना की, मग आम्ही या जगाकडे नीट लक्ष द्यायला लागू. करोना काका, तू ना आम्हाला चांगला धडा शिकवला आहेस बरं! आमच्या छोट्याशा टेरेस गार्डनवरच्या

झाडांना मी हल्ली पाणी घालते ना तेव्हा मला खूप छान वाटतं. त्या ओलसर मातीतून बाहेर पडणारे लहानसे, हिरवे कोंब मला दिसतात तेव्हा मला फार भारी वाटतं. पहिल्यांदाच आमच्या घरच्या जास्वंदाला छोटंसं लालचुटूक फूल आलं होतं. ते मी गणपत्ती बाप्पाला वाहिलं. आम्हा सगळ्यांकडे लक्ष दे अशी प्रार्थनासुद्धा केली मी त्याची. खिडकीतून दिसणारं आकाश आता अगदी निळंशार असतं. किती सुंदर वाटतं ते पाहायला. सुट्टीच्या दिवसांत आम्ही हिलस्टेशनवर जाऊन जे फोटो काढायचो ना, तिथल्यासारखंच दिसू लागलं आहे इथलं आकाश. मम्मीला हल्ली श्वास घ्यायला त्रास होत नाही. आजीसुद्धा आता सहज श्वास घेऊ शकते. हल्ली त्या दोघी त्यांचा अस्थमाचा पंप वापरतच नाहीत. सगळं काही हळूहळू सुधारू लागलं आहे. मीसुद्धा बदलू लागले आहे. पण मला थोडा वेळ हवा आहे. मी मम्मी–पप्पांना आता प्रॉमिस केलं आहे की, इथून पुढे येता–जाता पिझ्झा आणि बर्गर, पिझ्झा आणि बर्गर या गोष्टींची ऑर्डर देण्यासाठी त्यांच्या मागे धोशा लावणार नाही. आम्हा सगळ्यांसाठी रोजचा स्वैपाक करायला त्या दोघांना अतोनात कष्ट घ्यावे लागतात. आताशा पहिल्यांदाच मला घरचं जेवण आवडू लागलं आहे. ते सगळं जाऊ दे. करोना काका, तुझा निरोप घेण्याची वेळ आता आली आहे. तू इथून दूऽऽऽऽऽऽऽर निघून जा! आणि हे बघ, पुन्हा कधीही परत यायची गरज नाही!!

मी सगळ्यांना आधीच शुभेच्छा देते आहे. मला खात्री आहे की, या वर्षी आपण दसऱ्याला नेहमीप्रमाणे फक्त रावणाला जाळणार नसून या क्रूर करोना काकांनासुद्धा जाळून टाकणार आहोत. एकदा का आपण त्या दोघांचा नाश केला की, मग त्यानंतर सगळीकडे फक्त आणि फक्त दिवे लागलेले असतील. मी नवीन कपड्यांची वाट पाहते आहे. नवीन कपडे आणि सगळ्याच नवीन गोष्टींची! सगळ्या जगाला मी दिवाळीच्या खूप शुभेच्छा देते.

तुझीच,
शांती

आभार

लंडनच्या रॉयल ब्रॉम्प्टन हॉस्पिटल इथे एम.एफ. हुसेन या भारताच्या महान चित्रकाराने शेवटचा श्वास घेण्याच्या दोन दिवस आधी, ९ जून २०११ रोजी मी त्यांच्या बाजूलाच होते. त्यांच्या त्या वैशिष्ट्यपूर्ण मृदू स्वरात ते माझ्याशी बोलत होते. मी मन लावून त्यांचं बोलणं ऐकत होते. नेहमीप्रमाणे, आपला मुद्दा पटवून देताना ते हातवारेही करत होते. त्यांचा स्वर भावनेने ओथंबलेला होता. वयाची ९५ वर्षं पूर्ण केल्यानंतर आता आपलं आयुष्य फारसं उरलं नाही हे त्यांच्या कदाचित लक्षात आलं असावं. मात्र त्या संध्याकाळी, ज्या पद्धतीने ते माझ्याशी हिरिरीने बोलत होते त्यावरून कोणालाही असं वाटलं नसतं की, त्यांच्या आयुष्याच्या त्या काही शेवटच्या घटका आहेत. आपलं पुढचं प्रदर्शनं कुठे आणि कधी करायचं याच्या योजना आखण्यात ते मग्न होते. त्यांचं नियोजन पुढच्या किमान दहा वर्षांसाठी तरी होतं. स्वतःबद्दल ते संपूर्णतया निःशंक होते. पश्चात्तापाची किंचितशी झाकही त्यांच्या स्वरातून डोकावत नव्हती. हुसेन साहेबांकडे भूतकाळासाठी वेळच नव्हता. त्यांची अमाप सर्जनशक्ती केवळ भविष्यासाठी राखीव होती.

ती आमची शेवटची भेट ठरली. त्यानंतर मी त्यांना पाहिलं ते त्यांच्या अंत्यदर्शन सोहळ्यात.

आयुष्य असंच असतं.

हे पुस्तक लिहिताना, आज मला त्यांचा संदर्भ का बरं द्यावासा वाटावा? कारण माझ्या आयुष्यावर त्यांचा जो विलक्षण प्रभाव पडला आहे

त्याबद्दल मला कृतज्ञता व्यक्त करावीशी वाटत आहे. आमच्या त्या शेवटच्या संभाषणातून त्यांनी मला खूप प्रेरणा दिली. त्यांच्या शेवटच्या शब्दांतून मला मोठी शिदोरी मिळाली. शिक्षादायक ठरणारा हा लॉकडाऊन जाहीर झाला होता तेव्हा मी स्वतःलाच प्रश्न केला, 'या वैश्विक महामारीदरम्यान हुसेन साहेबांनी काय केलं असतं?' उत्तर अगदी स्वाभाविक होतं. पेन्टब्रश हातात घेऊन त्यांनी स्वतःला कामात झोकून दिलं असतं.

बस! त्या एका प्रतिमेने मला मार्गदर्शन केलं. झटक्यात पेन उचलत मी लिहायला सुरुवात केली. हे पुस्तक त्याच लेखनाचा परिपाक आहे.

त्यानंतर मला अतिशय छान बातमी मिळाली. मी लिहिलेल्या पहिल्या काही कथा सायमन ॲन्ड शुस्टर या प्रकाशनाच्या हिमांजली संकर यांच्याकडे पाठवल्या होत्या. त्यांनी त्या कथांवर एक नजर टाकावी असं मला वाटत होतं. 'काय वाटतं याबद्दल?' अशी साशंक विचारणाही त्यामध्ये होती. हिमांजलीने विचार केला. त्यांना त्या आवडल्या असाव्यात असं मला वाटतं. त्यातूनच, 'लॉकडाऊन लायझन्स' ही मूळ इंग्लिश आवृत्ती प्रकाशित झाली. माझ्यासाठी हा एक नवीन आयाम होता. त्यात किती सामर्थ्य आहे हे जोखून बघण्याची खुमखुमी मला वाटू लागली. कनिष्क गुप्ता या माझ्या एजंटने अत्यंत उत्साहाने या प्रकल्पाकडे लक्ष द्यायला सुरुवात केली. तिथूनच सुरू झाला एक साहसपूर्ण प्रवास! बाह्य रूपरेषा तयार झाली. ठरल्याप्रमाणे लेखन करण्याची जबाबदारी माझ्यावर येऊन पडली. अहाहा! उत्तेजित करणारी शर्यतच होती ती! त्यातच त्याची खुमारी दडली होती.

पुस्तकाला रूपरेषा देण्याचं काम सायमन ॲन्ड शुस्टरच्या डिझाईन व डिजिटल टीमने हातात घेतलं. मृदू आणि अभय हे त्या टीमचे खंदे नायक. आंतरराष्ट्रीय कीर्ती लाभलेल्या विवेक शर्मा या आर्टिस्टने माझ्या मूळ इंग्लिश पुस्तकाचं विचारप्रवृत्त करणारं मुखपृष्ठ तयार केलं. त्या सगळ्यांचं मनापासून कौतुक करते.

माझ्या कुटुंबाचे आभार मानावेसे वाटतात मला. ते सगळे आजूबाजूला नसते तर या लॉकडाऊनमध्ये तग धरून राहणं मला फार कठीण गेलं असतं. माझ्याबरोबर 'नजरकैद' स्वीकारणारे दिलीप डे, आनंदिता आणि गॉन्ग ली यांनाही माझ्याइतक्याच अडचणींना तोंड द्यावं लागलं. आदित्य, अवंतिका आणि अरुंधती यांनी आपापल्या घरातून सातत्याने मला व्हर्च्युअली प्रेरणा

दिली. अगदी दूर असूनही सगळे खूप जवळ वाटत होते मला. प्रत्येकच गोष्ट, प्रत्येकच जण!

या लेखन प्रवासातला सगळ्यांत महत्त्वाचा घटक कोण असं विचाराल तर मी म्हणेन माझं डायनिंग टेबल. या विश्वसाथीत माझ्या टेबलाने माझी साथ कधीच सोडली नाही. अचलतेने माझं टेबल माझा प्रत्येक लेखनप्रहार झेलत राहिलं. इतका भरभक्कम आधार दिल्याबद्दल या टेबलचे मी मनापासून आभार मानते.

अनुवादक परिचय

डॉ. शुचिता नांदापूरकर-फडके या गेली कित्येक वर्षे अनुवाद, संपादन, काव्यलेखन अशा क्षेत्रांत सर्वथैव कार्यरत आहेत. त्यांनी आजवर अनेक इंग्लिश पुस्तकांचा सुरस आणि सरस अनुवाद केला असून, यात आत्मचरित्र, पौराणिक, तत्त्वज्ञान, विधी, तांत्रिक, शैक्षणिक, पाककृती, वैद्यकीय अशा विविध विषयांवरील पुस्तकांचा समावेश आहे.

नित्यनवीन काही आत्मसात करणं आणि शब्दांवरच्या प्रेमातून कविता करणं हे त्यांचे छंद आहेत. वाचनाची दांडगी आवड असलेल्या डॉ. शुचिता नांदापूरकर-फडके यांनी मानसशास्त्रात पदव्युत्तर शिक्षण घेतले असून त्या समुपदेशक म्हणूनही काम करतात. कॅन्सरग्रस्त रूग्णांसाठी त्यांनी समुपदेशक म्हणून काम केले असून व्हॉइस ओव्हर आर्टिस्ट म्हणूनही त्यांनी काम केले आहे. प्री-स्कूल उभारणीच्या कार्याचा त्यांना अनुभव असून शालेय अभ्यासक्रमाची रचना करण्यात त्यांना स्वारस्य आहे.

अनुवादशास्त्र मांडणी आणि व्यवस्थापन या विषयांत त्यांनी पीएच.डी. केली आहे.